अनुभवें आले

प्रताप पवार

सकाळ प्रकाशन

Anubhave Aale
© Pratap Govindrao Pawar, 2024

अनुभवें आले
© प्रताप गोविंदराव पवार, २०२४

प्रथम आवृत्ती	:	जानेवारी २०२४
प्रकाशक	:	सकाळ मीडिया प्रा. लि. ५९५, बुधवार पेठ, पुणे ४११ ००२
संपादक	:	सम्राट फडणीस
संपादन साहाय्य	:	आशिष तागडे
मुखपृष्ठ छायाचित्र	:	विश्वजित पवार
मुखपृष्ठ कॅलिग्राफी आणि मांडणी	:	सारद मजकूर
सजावट	:	मधुमिता शिंदे
मांडणी आणि मुद्रितशोधन	:	अश्विनी महाजन
मुद्रणस्थळ	:	विकास प्रिंटिंग ॲण्ड कॅरिअर्स प्रा. लि. प्लॉट नं. ३२, एमआयडीसी, सातपूर, नाशिक
ISBN	:	978-81-19311-84-2
संपर्क	:	०२०-२४४० ५६७८ / ८८८८८ ४९०५० sakalprakashan@esakal.com

'सकाळ'मधील सर्व
सहकारी आणि कर्मचारी यांना

मनोगत

'वाटचाल' लिहिल्यावर मला थांबावेसे वाटले आणि तसा मी निर्णय घेतलाही! मात्र, एका शेतकरी वाचकाने गळ घातली... 'साहेब, तुम्ही लिहा!' त्यानं मला पटवून दिले ते का योग्य आणि आवश्यक आहे! यातूनच 'वाटचाल २' या पुस्तकाचा जन्म झाला.

अनुभवें आले यासाठी मात्र 'सकाळ'चे संपादक सम्राट फडणीस यांनी आग्रह सोडला नाही. मी वर्षभर लिहावे, अशीही त्यांनी मागणी केली. मला ते अतिशयोक्तीपूर्ण वाटले. आपण फार तर दोन-तीन महिने लिहू शकू, एवढाच मला विश्वास होता. परंतु प्रतिसाद येत गेला. संपादकांबरोबर त्यांचे इतर सहकारीही सतत पाठपुरावा करत होतेच. यात आशिष तागडे वगैरे मंडळी होती.

सुचत गेलं तसं लिहीत गेलो... वाचकांचा प्रतिसाद वाढत गेला, हे माझ्यासारख्याला समाधानकारक होते. कारण मी संपादकांकरिता नव्हे, तर वाचक केंद्रबिंदू समजूनच लिहितो. 'सकाळ'मध्येसुद्धा वाचक हा केंद्रबिंदू मानून आमची रचना असते. त्यात काळानुसार करत जाणारे बदल यामध्ये संपादकांची हीच भूमिका असते. यातूनच बातम्या, लेख यांची निवड होत असते.

वाचकांनी दिलेल्या वाढत्या प्रतिसादाबद्दल मी खरंच कृतज्ञ आहे. यामुळे वर्षभर केलेल्या प्रयत्नांचे समाधान आहेच.

लिहीत राहा, हा आग्रह सातत्याने होत आहे. कोण जाणे पुढेमागे *अनुभवें आले*ची पुढील आवृत्ती जन्माला येईल!

पुन:श्च आभार मानून आपणा सर्वांना शुभेच्छा व्यक्त करत, आपली रजा घेतो.

प्रताप पवार

अनुक्रमणिका

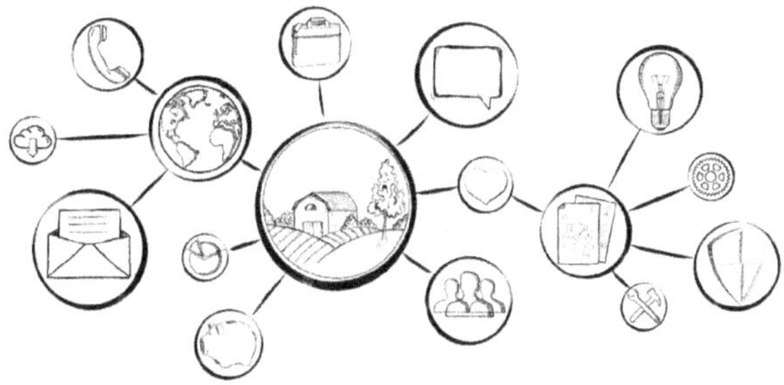

‘ऑक्सफर्ड’ची ज्ञानगंगा मऱ्हाटी अंगणी

साधारणतः वर्षा-दीड वर्षापूर्वी अमेरिकेतून आनंद गानू नावाच्या गृहस्थांचा मला फोन आला. त्यांना माझी माहिती कुठून मिळाली, मला माहीत नाही. ते म्हणाले, ‘‘आम्ही ‘गर्जे मराठी’ नावाची एक संस्था सुरू केली आहे. जगभरात विखुरलेली मराठी माणसं, विशेषतः यशस्वी माणसं, यांचा ग्रुप तयार केलेला आहे. या ग्रुपचा आपापसात विचारविनिमय होत असतो.’’

गानू यांनी ग्रुपसाठी खूप कष्ट घेतल्याचं जाणवलं. त्यांच्याशी बोलणं सुरू असताना मी विचारलं, ‘‘तुमच्या काय अपेक्षा आहेत?’’

ते म्हणाले, ‘‘आम्हांला तुमचा सल्ला पाहिजे. तुम्ही आमच्या ग्रुपमध्ये सहभागी व्हावं, अशी आमची इच्छा आहे.’’

मी त्यांना म्हणालो, ‘‘त्यापेक्षा आमच्याकडे माध्यम आहे. त्यातून यशस्वी लोकांना प्रसिद्धी देणं जास्त सोपं आहे.’’

यावर ते उत्तरले, ‘‘असं केलं तर फारच छान होईल. ‘सकाळ’मधून माहिती दिली जात असतानाच ‘साम’ वाहिनीवरही मुलाखत प्रसारित केली जाऊ शकते. कारण, त्यातून ती संबंधित व्यक्ती जास्त समजते. त्याचा परिणाम चांगला होऊ शकेल. दुधात साखर पडेल! आम्हांला यापेक्षा वेगळं काय हवंय!’’

यातून अनेकांचा परिचय होत डॉ. अजित जावकर यांची भेट झाली. त्यांच्याशी पत्रव्यवहार आणि संवाद सुरू झाला. कृत्रिम बुद्धिमत्ता (आर्टिफिशिअल इंटेलिजन्स) या क्षेत्रातले ते तज्ज्ञ असून, ऑक्सफर्ड युनिव्हर्सिटीत प्रोफेसर आहेत. त्यांची भेट झाल्यावर काही विचार मनात आले... पुण्याच्या 'कॉलेज ऑफ इंजिनिअरिंग'साठी (सीओईपी) काही करता येईल का? कारण, हा विषय कॉलेजच्या दृष्टीनं महत्त्वाचा होता. मी गेल्या पंधरा-वीस वर्षांपासून सीओईपीसाठी काम करत आहे. तिथं हा विषय मांडणं आवश्यक होतं. त्यासाठी जावकर यांची आणि ऑक्सफर्ड युनिव्हर्सिटीची मदत होऊ शकेल का, या दृष्टीनं त्यांच्याशी बोलणी सुरू झाली. एका कामानिमित्तानं माझं इंग्लंडला जाणं झालं. त्या वेळी 'शक्य झाल्यास आपल्याला भेटता येईल का?' अशी विचारणा मी त्यांना केली.

ते म्हणाले, ''जरूर भेटू या.''

आम्ही लंडनमध्ये भेटलो. वरील विषयावर आमच्यात दीर्घ चर्चा झाली. हा विषय किती महत्त्वाचा आणि आवश्यक आहे, चीननं त्यात कशी आणि किती मोठी प्रगती केलेली आहे, यावर आमचं एकमत होतं. परंतु हा विषय शिकवायला पाहिजे का, याबाबत त्यांच्या बोलण्यात मला उत्साह जाणवला नाही. 'मदत करू शकेन', 'करेन', असं ते म्हणाले.

हा विषय किती महत्त्वाचा आहे... त्याचे किती दूरगामी परिणाम आहेत... याचा वापर मोठ्या प्रमाणावर झाला पाहिजे... असं ते सांगत होते. मात्र, वर म्हटल्यानुसार त्यांच्या बोलण्यात तितकासा उत्साह दिसत नव्हता.

ते प्रतिसाद का देत नसावेत, हे काही माझ्या लक्षात येईना.

मी त्यांना म्हणालो, ''तुम्ही हे सर्व सांगत आहात. मात्र, कोणत्या क्षेत्रांवर लक्ष केंद्रित केलं पाहिजे, नेमकं कशासाठी हे ज्ञान वापरलं पाहिजे असं तुम्हांला वाटतं?''

ते म्हणाले, 'शेती!'

त्यांनी शेतीचा उल्लेख करताच माझे कान टवकारले गेले.

मी विचारलं, ''शेती म्हणजे काय? आणि तुम्ही यासाठी काय केलं आहे?''

ते म्हणाले, ''आम्ही काहीच केलं नाही.''

मी त्यांना म्हणालो, ''हा विषय तुम्हांला इतका महत्त्वाचा वाटतो आणि तुम्ही काहीच केलं नाही, हे कसं शक्य आहे?''

त्यावर ते म्हणाले, ''आम्हांला अशी एक संस्था पाहिजे, जिथं मनुष्यबळ अत्यंत सुशिक्षित आहे, उत्तम गुणवत्तेचं आहे आणि तिथं सर्व सुविधा अत्यंत चांगल्या

प्रकारच्या आहेत... राष्ट्रीय-आंतरराष्ट्रीय बाबींचा जिथं अंतर्भाव आहे. मुख्य म्हणजे, ती संस्था शेतकऱ्यांसाठी काम करत असली पाहिजे.''

मी हसलो आणि म्हणालो, ''अशी संस्था तर आमच्या बारामतीत आहे.''

त्यांनी माझ्याकडे आश्चर्यानं पाहिलं!

मी अधिक माहिती दिली : ''बारामतीत ॲग्रीकल्चर डेव्हलपमेंट ट्रस्ट आहे, याचा विश्वस्त या नात्यानं मी आपल्याशी बोलत आहे. ज्येष्ठ नेते शरद पवार यांनी ही संस्था पन्नास वर्षांपूर्वी उभी केली आहे.''

ट्रस्टचे मुख्य कार्यकारी अधिकारी डॉ. नलवडे यांना मी फोन लावला आणि ट्रस्टबद्दल डॉ. जावकर यांना माहिती द्यावी, असं त्यांना सांगितलं. मी विश्वस्त असलो तरी सर्व बारीकसारीक गोष्टी मला माहीत नसतात. डॉ. नलवडे यांनी त्यांना ट्रस्टच्या सर्व उपक्रमांची सविस्तरपणे माहिती दिली. चीन, नेदरलँड, इस्रायल आदी ठिकाणी ट्रस्टचे कसे थेट सक्रिय संबंध आहेत याबाबत सांगितलं. नंतर ट्रस्टच्या वेबसाइटविषयी सांगून, तिच्यावर सविस्तर माहिती मिळेल, असं सांगितलं.

दुसऱ्या दिवशी सकाळी जावकर यांचा फोन आला... ''प्रतापराव, आपल्याला पुन्हा भेटता येईल का?''

''जरूर, भेटू या की!'' मी म्हणालो.

आम्ही दुसऱ्या दिवशी पुन्हा भेटलो. ते म्हणाले, ''माझी एक विनंती आहे...'' काहीच न समजून मी त्यांच्याकडे पाहिलं. त्यावर ते म्हणाले, ''तुमचे लोक आम्हांला शिकवतील का? तुम्ही आमच्या खूप पुढं आहात, त्यामुळे तुमच्या लोकांनी आम्हांला शिकवावं.''

हा मला अतिशय सुखद धक्का होता!

माझी प्रतिक्रिया होती की, ''आमचं वर्तमानपत्र आहे, त्यात ही बातमी येणं महत्त्वाचं ठरेल.''

त्यावर जावकर उत्तरले, ''पंधरा-वीस दिवसांत आमच्या 'बोर्ड'मध्ये यावर चर्चा होईल, त्या चर्चेची वेबसाइटवर माहिती येईल. नंतर आपण बातमी जरूर देऊ शकता.''

त्यानुसार बातमी आली. बारामतीमधील लोकांनी ऑनलाइन दोन चर्चासत्रं घेतली. त्यांना तिकडे मोठा प्रतिसाद मिळाला. त्यानंतर जावकर पुण्यात आले. अर्थातच, त्यांनी बारामतीला भेट देणं साहजिकच होतं. त्यानुसार बारामतीत त्यांना संस्थेची सविस्तर माहिती देण्यात आली. त्यांनी सर्व पाहिलं आणि पुण्यात आमची भेट झाली. भेटीअंती ते म्हणाले, ''आता माझी आणखी एक विनंती आहे... ती अशी की, जागतिक पातळीवर आपण एकत्रित काम करू शकतो का? बारामती ॲग्रीकल्चर ट्रस्टशी करार करण्याची आमची इच्छा आहे.'' अर्थात, ही संधी नाकारण्याचा प्रश्नच नव्हता.

त्यानंतर ब्रिटनचे तत्कालीन पंतप्रधान जॉन्सन बोरिस भारतात आले होते. त्या वेळी 'ब्रिटन आणि भारत' असा करार करताना कोणत्या सहा गोष्टींना प्राधान्य द्यायचं, याची यादी करण्यात आली होती. तीत दुसऱ्या क्रमांकावर 'ऑक्सफर्ड आणि बारामती ॲग्रीकल्चर ट्रस्ट यांच्यातील करार' हा विषय होता. महत्त्वाचं म्हणजे, पंतप्रधानांच्या प्राधान्यक्रमात बारामती अग्रस्थानी होतं.

ही आमच्या कामाची मोठी पोचपावतीच होती. ही गोष्ट खूप आनंद देणारी आहे. आमचं बोलणं चाललं असताना जावकर म्हणाले, ''आणखी एका गोष्टीची तुमच्याकडून परवानगी पाहिजे!''

स्वाभाविकच मी विचारलं, ''कोणत्या गोष्टीची?''

ते म्हणाले, ''शेती या विषयात काम करणारी मोठी संस्था बिल गेट्स यांच्या मायक्रोसॉफ्ट कंपनीनं वॉशिंग्टनमध्ये स्थापन केली आहे. त्यांनी या विषयाला प्राधान्य दिलं आहे. शेतीत कृत्रिम बुद्धिमत्तेचा वापर मोठ्या प्रमाणावर करता येईल, असं त्यांनाही वाटतंय. उत्पादनखर्च कमी करणं, गुणवत्ता वाढवणं आणि उत्पादकता वाढवणं या गोष्टी साध्य करता येतील, ही वस्तुस्थिती आहे. यासाठी वॉशिंग्टननंतर जगातील दुसरं केंद्र म्हणून त्यांना बारामतीच्या ॲग्रीकल्चर ट्रस्टमध्ये ऑक्सफर्डबरोबर सहभागी व्हायचं आहे. हा 'त्रिवेणी संगम' केवळ बारामतीच्याच नव्हे, तर देशाच्या दृष्टीनं महत्त्वाचा ठरू शकेल.''

बारामती ट्रस्टच्या दृष्टीनं ही खूप मोठी पर्वणी होती. त्यानुसार या संदर्भात ७ नोव्हेंबर २०२२ रोजी त्रिसदस्यीय कराराही करण्यात आला. त्याची प्रत्यक्ष अंमलबजावणी

जानेवारी २०२३च्या पहिल्या आठवड्यात झाली. 'आमचे सर्व सोर्सेस तुम्हांला उपलब्ध असतील,' असं बिल गेट्स यांच्या मायक्रोसॉफ्टनं सांगितलं आहे. ज्येष्ठ नेते शरद पवार व्यापक स्तरावर काम करत असतात. त्यांच्या दूरदृष्टीचं हे फलित आहे.

वरील करारामुळे काय सुपरिणाम होतील, हे थोडक्यात सांगणं उचित होईल... आपल्याकडे सर्वत्र ऊस आहे. त्याचा कार्यकाल असतो. अमुक तारखेला लागवड झाली की ठरावीक कालावधीनंतर तो कापायचा. त्याची गुणवत्ता, म्हणजे नऊ की दहा टक्के साखर आहे, हे कुणी तपासत नाही. साखर १४ टक्क्यांपर्यंतही जाऊ शकते. आणखी एक प्रकार म्हणजे, ऊस कधीकधी मुदतीपूर्वी कापला जातो; मग त्याची गुणवत्ता नसली तरी चालते! हे कुणी तपासतच नाही. मायक्रोसॉफ्टनं सॅटेलाइटच्या माध्यमातून काही संशोधन केलं आहे. त्यामुळे एखाद्याचा ऊस १४ टक्क्यांपर्यंत आला आहे, म्हणजे तो परिपूर्ण झाला आहे, तेव्हा तो आधी कापणं, हे समजेल. आणि जो अजून भरायचाच आहे, तो ऊस कापला जाणार नाही. हे केलं तर आपली रिकव्हरी किमान दोन टक्क्यांनी वाढेल. परिणामी, साखर कारखान्यांचं काही हजार कोटींचं उत्पन्न वाढेल. हे मायक्रोसॉफ्टमुळे आपल्याला शक्य होईल आणि या बाबीचा देशात सर्वदूर फायदा प्राप्त करून देता येईल. याशिवाय, त्याचे अन्यही फायदे आहेतच.

याबाबत मी दोन गोष्टी मांडतो,

१. ऑक्सफर्डसारख्या जगद्विख्यात संस्थेला भारतातील बारामतीमधील प्रगत संस्था माहीत नव्हती.
२. ऑक्सफर्डसारख्या संस्थेतील तज्ज्ञ आपल्याबरोबर काम करतील, हे बारामतीमधील लोकांना माहीत नव्हतं.

हा पूल बांधायचं काम जावकर यांच्याबरोबरच्या भेटीतून झालं. संस्थेची किंवा व्यक्तींची बलस्थानं शोधून त्यांचा योग्य विचार केला गेला पाहिजे, या दृष्टिकोनातूनच वरील करार झाले आहेत. यात वैयक्तिक असं काहीच नव्हतं. समाजासाठीच हे सर्व सुरू आहे. शेतीमधील गुणवत्ता वाढेल... आणि हे काम 'सकाळ'चं भावंडं असलेल्या 'ॲग्रोवन'मधून सर्वांपर्यंत आम्ही पोहोचवत आहोतच. त्याच भूमिकेतून वरील गोष्टी प्रत्यक्षात आल्या.

'एआय' तंत्रज्ञान

आपण रोज नवीन काहीतरी शिकलं पाहिजे. त्यात एक वेगळंच समाधान असतं. स्वतःची प्रगल्भता वाढवण्यासाठीही या बाबीचा फायदा होतो. मग ते तुम्ही कुणाकडूनही शिका... एखाद्या व्यक्तीकडून, संस्थेकडून, पुस्तकातून किंवा बातमीतून! असंच एक पुस्तक माझ्या वाचनात आलं... कृत्रिम बुद्धिमत्ता अर्थात 'आर्टिफिशिअल इंटेलिजन्स' (एआय)विषयीचं. त्याचं नाव, *एआय - सुपरपॉवर्स*. लेखक आहेत कै-फू ली. 'चीन' आणि 'सिलिकॉन व्हॅली'अशी दोन महत्त्वाची प्रकरणं यात आहेत. संपूर्ण पुस्तक वाचल्यावर कोणताही भारतीय नागरिक अस्वस्थ होईल. याचं कारण असं की, 'कृत्रिम बुद्धिमत्ता' हा जो विषय आहे त्यावर चीननं वीस-बावीस वर्षांपासून खूपच अभ्यास केला आहे.

सर्व शिक्षण-उद्योग-संशोधनात त्याचा वापर कसा होईल यावर त्या देशानं जाणीवपूर्वक भर दिला आहे. आपल्याकडील सर्वसामान्य माणसाला त्याची फारशी माहिती नव्हती. विशेष म्हणजे, २०२५पर्यंत आपण अमेरिकेला तंत्रज्ञानात मागं टाकू शकू, असा चीनला विश्वास आहे. २०३०मध्ये तर हे शंभर टक्के घडेल.

हे वाचल्यानंतर आपल्या देशाचं स्थान कुठं आहे, असा विचार आपल्या मनात साहजिकच येतो. या क्षेत्रात आपल्याकडील बहुतेक विद्यापीठांमध्ये याकडे लक्ष दिलं गेलेलं नाही. शाळा-महाविद्यालयांचा तर प्रश्नच नाही. आपले धोरणकर्ते, राज्यकर्ते

यांना या विषयाचं कितपत गांभीर्य आहे असं वाटून जातं. मग, चीनसारख्या देशाशी आपण कधी स्पर्धा करणार आहोत? याचे परिणाम लष्कर, आर्थिक अशा अनेक क्षेत्रांत होणार आहेत.

या अस्वस्थ विचारांतून ज्येष्ठ नेते शरद पवार यांच्याशी चर्चा केली. सुदैवानं त्यांच्या मनात या विषयाला प्राधान्य होतं. आणि बारामतीत 'एआय'बद्दल उत्तम केंद्र उभं राहावं, अशी त्यांची अपेक्षा होती. मला त्यांत अनेक कारणांमुळे सहभागी होणं शक्य होतं. त्या दृष्टीनं सहकाऱ्यांबरोबर कार्यवाहीला सुरुवात केली.

यात दोन टप्प्यांवर काम करणं योग्य वाटलं :

आपण रोज नवीन काहीतरी शिकलं पाहिजे. त्यात एक वेगळंच समाधान असतं. स्वतःची प्रगल्भता वाढवण्यासाठीही या बाबीचा फायदा होतो. मग ते तुम्ही कुणाकडूनही शिका... एखाद्या व्यक्तीकडून, संस्थेकडून, पुस्तकातून किंवा बातमीतून!

१. प्राथमिक शिक्षण सर्वांना देत असताना या विषयाचा उपयोग कसा करता येईल?
२. यावर उच्च पातळीवर संशोधन करता येईल का?

प्रत्येक टप्प्यावर पात्रता वेगळी असेल. म्हणजे, उपयोग उद्योग-व्यवसायात असेल आणि प्राथमिक पातळीवर प्रशिक्षण असेल. प्राथमिक पातळीवर म्हणजे, जे पदवीप्राप्त आहेत, ज्यांना या विषयात रस आहे, शिकायचं आहे ते विद्यार्थी यात सहभागी होऊ शकतील.

पहिला प्रयोग पुण्यात करायचा असं ठरलं. पुण्यात त्या अनुषंगानं विद्यार्थी आहेत. त्याबरोबरीनं बारामतीत काय करता येईल, हा विचार केला. बारामतीत लक्ष देण्याची दोन कारणं आहेत :

१. ऑक्सफर्डची आणि बिल गेट्स यांची माणसं बारामतीत शेती करण्यासाठी येत आहेत. आम्ही तिथं कुशल मनुष्यबळ तयार करू शकलो तर त्याचा उपयोग करून घेणारी, प्रसार-प्रचार करणारी, सल्ला देणारी अशी अनेक माणसं तयार होऊ शकतील. ती माणसं देशातून कुठूनही यावीत.
२. हा नवीन आणि वेगळा विषय आहे, त्याच्यासाठी आपल्याला मनुष्यबळ तयार करणं अत्यंत आवश्यक आहे.

संपूर्ण विचार करून बारामतीत सर्व सुविधांसह थेट अंमलबजावणीला सुरुवात झाली. हे करताना शाळा-महाविद्यालय स्तरापासून काही करता येईल का, असा विचार करून सुरुवात केलेली आहे.

प्राध्यापकांना फळा आणि खडू याऐवजी संगणकीकृत बोर्ड दिले तर ते मुलांना अत्यंत परिमाणकारक पद्धतीनं शिकवू शकतात. उदाहरणार्थ, हृदयाबद्दल तुम्ही काही

वाचनातून आपल्या ज्ञानात भर पडते. एखादी चांगली संकल्पना त्यातून निर्माण होते. त्या संकल्पनेच्या आधारे समाजाला अधिक सजग करण्याकडे विशेष लक्ष दिलं जातं. वाचनातून मिळालेल्या ज्ञानातून आणि त्यातून वाढलेल्या गुणवत्तेतून आपल्याही कौशल्यांमध्ये वाढ होते. याचा उपयोग आपण वेळोवेळी डोळसपणे केला पाहिजे.

शिकवत असाल त्या वेळी हृदयातील वाहिन्यांची माहिती देत असताना हृदयाचं थ्रीडी चित्र येईल. झडप कशी काम करते, रक्तप्रवाह कसा होतो, हे विद्यार्थ्यांना समोर दिसेल आणि एका बाजूला प्राध्यापक शिकवत असतील.

म्हणजे, विद्यार्थ्यानं नुसती कल्पना करण्यापेक्षा समोर त्याला चित्र दिसेल. त्याचप्रमाणे एखादं इंजीन असेल तर ते कसं फायरिंग होतं हे प्रत्यक्ष समजेल. ही सर्व व्याख्यानं हव्या त्या वेळी विद्यार्थ्याला मोबाइलवर पाहता येतील. त्याला ती स्टोअर करता येतील व नंतरही अभ्यासता येतील. अर्थात, या प्रकल्पाला काही कोटींचा खर्च आहे. तो विद्या प्रतिष्ठानच्या माध्यमातून करण्याचं शरद पवार यांनी मान्य केलं आहे. काही उद्योगपतींचीही मदत होते आहे. फिनोलेक्स, भारत फोर्ज यांसारख्या कंपन्या सोबत आहेत. पुण्याच्या सीओईपीचे लोक, आहुजा, पोतनीस हेही काम करायला तयार आहेत. मनुष्यबळ तयार करणं आणि त्याच्या उपयुक्ततेचा वापर करणं असं दोन प्रकारे हे प्रशिक्षण असेल.

'तुमच्या कर्मचाऱ्यांना हे प्रशिक्षण घ्यायला पाठवावं ; जेणेकरून तुमच्याच प्रश्नांवर आम्ही त्यांच्याकडून काम करून घेऊ, म्हणजे तुमचंही प्रशिक्षण होईल,' असं आम्ही विविध उद्योग-व्यवसायांना सांगणार आहोत. असं झाल्यानं प्रश्न सोडवण्यासाठी अनुभवी मनुष्यबळही उपलब्ध होईल. त्यासाठीचं कौशल्याधारित शिक्षण मिळेल

आणि कंपनीला पहिल्या दिवसापासून प्रशिक्षित मनुष्यबळ उपलब्ध होईल. थोडक्यात, तुमचे प्रश्न सोडवण्यासाठी तुम्हीच सक्षम व्हावं, अशी ही भूमिका असेल.

मनुष्यबळ किती असावं, साधनसामग्री कुठली असावी, बजेट किती असावं, असे सगळे प्रश्न त्यासाठी विचारात घ्यावे लागणार आहेत. काही कोटींची गुंतवणूक त्यासाठी लागेल. मात्र, अंतिमतः उत्तम मनुष्यबळ त्यातून मिळणार आहे.

पहिला फायदा म्हणजे, कर्मचाऱ्यांना प्रशिक्षण मिळेल आणि आपले प्रश्न आपणच सोडवण्याच्या दृष्टीनंही त्यांना अनुभव मिळेल. या पद्धतीनं हे सगळं काम केलं जाणार आहे. हे करताना इतरही गोष्टींची मदत आम्ही घेतली आहे. ती म्हणजे, बारामतीमध्ये 'एसएक्यू', 'एआरपी' यांचे कोर्सेस घेतले जात आहेत. यात नोकरीची शंभर टक्के हमी आहे. हे सर्व करताना 'आयबीएम'चे लोक सहकार्यासाठी पुढं आले आहेत. 'आम्ही हे सर्व प्रशिक्षण तुम्हांला कमीत कमी खर्चात देऊ, त्यातून तुमच्या क्षमतेनुसार काही हजार विद्यार्थ्यांना तुम्ही तयार करू शकता,' असं त्यांनी सांगितलं आहे. याबाबत आयबीएमशी २८ डिसेंबर २०२२ रोजी करारही झाला आहे.

आता बारामतीमधील विद्या प्रतिष्ठान, आयबीएमसारखी जागतिक स्तरावरील संस्था शिक्षण क्षेत्रासाठी आणि उद्योगक्षेत्रासाठी कृत्रिम बुद्धिमत्तेच्या माध्यमातून काम करणार आहे. त्याचप्रमाणे याच विषयात बारामती ॲग्रीकल्चर ट्रस्टशी ऑक्सफर्ड आणि मायक्रोसॉफ्ट या अन्य दोन जागतिक संस्था शेतीविषयक काम करणार आहेत. यामुळे बारामती हे नजीकच्या काळात 'कृत्रिम बुद्धिमत्ता' या विषयात देशातील महत्त्वाचं केंद्र म्हणून उदयाला येईल. अर्थात, या दोन्ही प्रकल्पांसाठी शरद पवार यांची दूरदृष्टी आणि योगदान महत्त्वाचं ठरलं.

एखाद्या पुस्तकाच्या माध्यमातून कामाची प्रेरणा कशी मिळते आणि त्यातून नवीन कल्पना आणि प्रकल्प कसे जन्म घेतात, याचं हे चांगलं उदाहरण आहे. सुरुवात जरी विद्या प्रतिष्ठानपासून झाली असली तरी हा उपक्रम विद्या प्रतिष्ठानच्या माध्यमातून महाराष्ट्रातील विविध शैक्षणिक संस्थांमध्ये उपलब्ध होणार आहे. त्यातून तंत्रकुशल नवीन पिढी निर्माण होईल, अशी खात्री आहे.

वाचनातून आपल्या ज्ञानात भर पडते. एखादी चांगली संकल्पना त्यातून निर्माण होते. त्या संकल्पनेच्या आधारे समाजाला अधिक सजग करण्याकडे विशेष लक्ष दिलं जातं. वाचनातून मिळालेल्या ज्ञानातून आणि त्यातून वाढलेल्या गुणवत्तेतून आपल्याही कौशल्यांमध्ये वाढ होते. याचा उपयोग आपण वेळोवेळी डोळसपणे केला पाहिजे.

संवादातून बांधला ज्ञानाचा पूल

आम्ही काही लोक गेली सतरा-अठरा वर्षं सीओईपीसाठी काम करत आहोत. यातील दोन-अडीच वर्षं अध्यक्ष या नात्यानं माझ्यावर जबाबदारी दिली गेली. या काळात संस्थेतील प्रमुख प्राध्यापक आणि 'बोर्ड ऑफ गव्हनर्स'च्या आम्ही काही जणांनी सभासद या नात्यानं पुण्याबाहेर जाऊन दोन दिवस अनेक गोष्टींवर एकत्रित चर्चा केली. यामध्ये संस्थेची गुणवत्ता कशी वाढवता येईल यावर विचारविनिमय केला. आपण विद्यार्थ्यांसाठी काम करतो हे सत्य असलं तरी त्यामागं काही गोष्टींचा विचार करावा आणि त्यावरून धोरण ठरवावं, असा एक विचार त्या वेळी मांडला गेला. त्यानुसार,

१. एखादा विद्यार्थी किंवा विद्यार्थिनी सीओईपीमध्ये का येते? किंवा का येऊ इच्छित नाही?
२. विद्यार्थ्यांचे पालक याबाबत दक्ष असतात, त्यांना आपल्या पाल्याला सीओईपीमध्ये पाठवावंसं वाटतं का? की वाटत नाही?
३. ही सरकारी संस्था आहे, शासनाकडून सीओईपीला आर्थिक मदत मिळते. त्यांच्या अपेक्षा काय आहेत?
४. समाजातील सर्व स्तरांतील विद्यार्थी येतात. समाजाची संस्थेकडून काय अपेक्षा?

आणि शेवटचा मुद्दा -

५. विद्यार्थी बहुतांश नोकरी करतात. नोकरी देणाऱ्यांची अपेक्षा काय? किंवा विद्यार्थ्याला व्यवसाय सुरू करायचा असल्यास आम्ही कशा प्रकारचं वातावरण आणि सुविधा निर्माण करू शकतो?

या पाचही दृष्टिकोनांतून सीओईपीचं धोरण ठरवलं गेलं पाहिजे, असं ठरलं. विद्यार्थी हा केंद्रबिंदू ठेवून काळानुसार आणि परिस्थितीनुसार त्यात वेळोवेळी बदलही केले पाहिजेत. यासाठी प्राध्यापकांची प्रगल्भता, उद्योग-व्यवसायात त्यांचा सक्रिय सहभाग आवश्यक वाटला. विद्यार्थ्यांनाही शिकत असताना उद्योग-व्यवसायाबरोबर काम करण्याची संधी मिळणं योग्य होईल, असंही लक्षात आलं.

यातील एक बाब सहज अनुभव म्हणून सांगण्यासारखी आहे.

आमच्या सुरुवातीच्या काळात सीओईपीमध्ये मुलींची संख्या जेमतेमच होती. याची कारणमीमांसा केली असता असं लक्षात आलं की, वसतिगृहाची व्यवस्था नसल्यानं मुलींचे पालक मुलींना सीओईपीत पाठवण्यास नाखूश होते. कारण, त्यांना मुलींच्या सुरक्षिततेबाबत साहजिकच काळजी वाटत होती. यामुळे आम्ही मुलींसाठी वसतिगृह बांधायचा निर्णय घेतला.

आणि... ज्यांच्यामुळे मी या संस्थेत काम करायला लागलो, ते तत्कालीन शिक्षणमंत्री दिलीप वळसे-पाटील यांना विषय समजावून सांगितला व सोळा कोटी रुपयांची मागणी केली. वळसे-पाटील यांनी पूर्वी अर्थमंत्रिपदीही काम केलेलं होतं. विषय समजावून सांगितल्यावर त्यातील आठ कोटी रुपये त्यांनी तातडीनं दिले. बांधकामाला सुरुवात झाली. प्राध्यापकांसह आम्ही सर्वांनी अतिशय काटकसरीनं खर्च करून चारशेऐवजी त्याच रकमेत सहाशे मुलींची व्यवस्था होईल असं सर्व सुविधांनी युक्त वसतिगृह बांधलं. त्यामुळे आता सीओईपीमध्ये प्रवेश घेतलेल्या सर्व मुली वसतिगृहात राहतात. प्रवेश घेणाऱ्या मुलींची संख्या आता पूर्वीहून ४० टक्क्यांपेक्षा अधिक आहे.

अध्यक्ष झाल्यानंतर माझ्या मनात काही नवीन कल्पना रुंजी घालत होत्या. शिक्षणाची गुणवत्ता वाढवण्याबरोबरच शिक्षणाचे इतर पैलूही इंजिनिअरिंग कॉलेजशी जोडता येतील का, याचा आम्ही विचार करत होतो. समाजाला, व्यवसाय-उद्योग-धंद्यांना थेट उपयुक्तता कशी निर्माण करता येईल, यावर काम सुरू केलं. ते केलं पाहिजे, हा माझा पूर्वीपासूनचाच आग्रह होता आणि ते करण्याबाबत सातत्यानं प्राध्यापकांशी

कॉलेज ऑफ इंजिनिअरिंग, पुणे

चर्चा होत असते. आमच्या चर्चेतून काही 'ॲक्शन प्लॅन'ही यशस्वी झालेले असून ते अंमलबजावणीच्या स्तरावर आहेत. हे करताना काही उद्योग-व्यवसाय आहेत, पुण्यातील संशोधन संस्था आहेत, त्यांच्याशी तुमचा संवाद पाहिजे, हा आग्रह होता. पुण्यात राष्ट्रीय पातळीवरील संशोधन करणाऱ्या २७ संस्था आहेत. याशिवाय, अन्य अनेक संस्था वेगवेगळं संशोधन करत आहेतच.

पुण्यात वसंतदादा शुगर इन्स्टिट्यूट ही राष्ट्रीय पातळीवर काम करणारी मोठी संस्था आहे. याबाबत आपल्याला काही करता येईल का, याविषयी सीओईपीच्या प्राध्यापकांशी मी चर्चा झाली. त्यावर त्यांचं म्हणणं पडलं की, 'तिथं ऊसशेती आहे, आमचा काय संबंध आहे?'

प्राध्यापकांची ही भावना लक्षात घेऊन मी त्यांना म्हणालो, ''ऊस आहे हे बरोबर आहे. परंतु उसानंतर सर्व इंजिनिअरिंगच आहे, त्यामुळे आपण जाऊन बोलू या तरी!''

प्राध्यापकांना घेऊन संस्थेला भेट दिली. भेटीत प्राध्यापकांच्या लक्षात आलं की, इन्स्टिट्यूटमधील लोकांना खूप ज्ञान आहे. आणि दुसऱ्या बाजूला, इन्स्टिट्यूटमधील लोकांनाही जाणवलं की, आमच्या प्राध्यापकांना चांगलं ज्ञान आहे. मग एकत्रित काही काम करता येईल, असा मुद्दा मी उपस्थित केला. त्यावर, 'काय करता येईल?' असा प्रश्न दोन्ही बाजूंना पडला.

वसंतदादा शुगर इन्स्टिट्यूटच्या लोकांकडे आम्ही त्यांच्या न सुटलेल्या समस्यांविषयी विचारणा केली. त्यांनी काही विषय मोकळेपणानं सांगितले.

स्वयंप्रेरित होऊन कार्य केलं तर त्याचा खूप चांगला परिणाम होतो. संस्थेचं आणि त्या अनुषंगानं समाजाचं भलं करणं हा मुख्य उद्देश त्यामागं असतो. एकमेकांशी बोलल्यानंतर हेही लक्षात येतं की, आपल्याकडे आणि समोरच्या संस्थेकडे अनेक चांगल्या गोष्टी आहेत. माहितीचं आदानप्रदान चांगल्या पद्धतीनं होऊ शकतं. असं केल्यानं अधिक वेगानं प्रगती होऊ शकेल.

त्यानुसार एक विषय म्हणजे, साखर कारखान्यातून साखर तयार होण्याची प्रक्रिया सुरू असते. त्या-त्या कारखान्याच्या क्षमतेनुसार ती तयार होत असते. एका विशिष्ट मर्यादेनंतर साखर पिवळी पडायला लागते. ती पिवळी पडल्यावर आमचा केमिस्ट सॅम्पल घेतो. त्याचं पृथक्करण करतो आणि सांगतो, 'अमुक-अमुक गोष्ट आपण बदलली पाहिजे.' ते समजायला त्याला साधारणतः चाळीस ते पन्नास मिनिटं लागतात. तोपर्यंत साखर तयार होतच असते. ती साखर बाजारात २५ ते ३० टक्के कमी दरानं विकली जाते. कारण, ती पांढरी नसते.

साखर पांढरी, स्वच्छ, दाणेदार पाहिजे, असं आपल्याला परदेशी लोकांनी शिकवलं आहे. मुळात तशी काहीही आवश्यकता नाही. आपण जी खांडसरी साखर करतो ती जास्त उपयुक्त आहे, स्वस्त आहे. परंतु तरीही, आपल्या डोक्यात ती पांढरी साखर फिट्ट बसली आहे.

इन्स्टिट्यूटमधील लोकांच्या समस्या ऐकल्यानंतर मी त्यांना म्हणालो, "आपण वस्तुस्थिती मान्य करू या आणि त्यावर काय पर्याय काढता येईल ते पाहू या."

याबाबत सीओईपीमध्ये आमची एकत्रित चर्चा झाली आणि हा प्रश्न आपण सोडवू शकतो, असं आमच्या लक्षात आलं. त्यानंतर मीही काही अनुभवी तज्ज्ञांशी बोललो. त्यानंतर 'तुम्ही सर्व जण तातडीनं कामाला लागा, बजेटचा काही प्रश्न नाही,' असं मी प्राध्यापकांना सांगितलं.

दरम्यान, शिवाजीराव देशमुख यांच्याशी चर्चा झाली. ते म्हणाले, "प्रतापराव, तुम्ही सांगाल ते बजेट देण्यास मी तयार आहे."

प्राध्यापक म्हणाले, "आम्हांला खर्च बऱ्यापैकी येईल."

त्यावर 'काळजी करू नका!' असं आश्वासन त्यांनी दिलं.

दोन्ही संस्थांनी एकत्र काम करायचं हा माझा आग्रह होता. कारण, जिथं एखाद्या कारखान्याच्या अध्यक्षांना, व्यवस्थापकीय संचालकांना भेटायचा प्रसंग आला असता

तिथं वसंतदादा शुगर इन्स्टिट्यूटचे लोक उपयोगाला येऊ शकले असते. कारण, त्यांना संबंधित संस्थेचे प्रश्नही माहीत असतात. त्यामुळे 'दोन्ही संस्थांनी एकत्रितपणे काम करा आणि प्रश्न सोडवा,' असं मी सांगितलं.

यानंतर सीओईपीच्या प्राध्यापकांना मी म्हणालो, ''वसंतदादा शुगर इन्स्टिट्यूटच्या लोकांनी संबंधित कारखान्यांना फोन केला की तुम्हांला तिथं प्रवेश मिळेल. आणि दुसरी बाब म्हणजे, इन्स्टिट्यूटच्या लोकांनी त्यात काम केलेलं असल्यानं त्यांना काही प्रश्नही माहीत आहेत. तुम्ही टीम म्हणून काम करा. आपल्याला प्रश्न सोडवायचा आहे. तो प्रश्न तुम्ही सोडवता की मी सोडवतो, हे महत्त्वाचं नाही. आपण एकत्रितपणे काम करत आहोत हे महत्त्वाचं आहे.''

तीन महिन्यांनंतर हा प्रश्न सोडवला गेला. त्यानंतर मी काही कारखान्यांच्या संबंधितांशी बोलून वेळेबाबत त्यांच्या काय अपेक्षा आहेत, हे जाणून घेण्याचा प्रयत्न केला. त्यावर कुणी म्हणालं, 'वीस मिनिटं लागतील...', कुणी म्हणालं, 'दहा मिनिटं लागतील...', कुणी म्हणालं, 'पाच मिनिटं लागतील...' प्रत्यक्षात या समस्येवरील उत्तर 'काही सेकंद' असं मिळवलं. यावर कुणाचा विश्वासच बसत नव्हता. त्यांच्या दृष्टीनं हा सुखद धक्का होता.

तांत्रिकदृष्ट्या या प्रयोगाची चाचणी यशस्वीरीत्या पूर्णही झाली आहे. याबाबत ज्येष्ठ नेते आणि इन्स्टिट्यूटचे अध्यक्ष या नात्यानं शरद पवार यांना ही बाब सांगितली. सीओईपी आणि वसंतदादा शुगर इन्स्टिट्यूट यांच्या एकत्रित प्रयत्नांमुळे इतक्या कमी वेळेत समस्या सुटणार असल्यानं साखर कारखान्यांचे अर्थात शेतकऱ्यांचे, म्हणजेच समाजाचे काही कोटी रुपये वाचणार आहेत.

आता या प्रयोगामुळे सीओईपीच्या लोकांमध्ये खूप उत्साह निर्माण झाला आहे. त्यांनी साखर कारखान्यांच्या सतरा-अठरा समस्या शोधल्या असून, त्यांवर काम करण्यास सुरुवात केली आहे. अर्थात, यासाठी लागणारी रक्कम वसंतदादा शुगर इन्स्टिट्यूटकडून मिळणार आहे. यामधील महत्त्वाची बाब म्हणजे, सीओईपीचे विद्यार्थी, प्राध्यापक आणि वसंतदादा शुगर इन्स्टिट्यूटचे लोक असे तिघं मिळून काम करत आहेत. आणि तिघांच्या प्रयत्नांचं हे फलित आहे. दोन संस्थांनी एकत्रित काम केलं आहे. दोन्ही संस्था पुण्यातील आहेत. दोन्ही संस्थांचा एकत्रित संवाद झाल्यानं हा प्रश्न सुटला. माझं नेहमीच म्हणणं असतं की, 'बंद खोलीत काम करू नका... भिंती तोडा... एकमेकांशी संवाद साधा... तुम्ही एकमेकांना मोठी मदत करू शकाल.'

वरील उदाहरण हे अशा मदतीचं चांगलं व परिपूर्ण उदाहरण आहे. अशा पद्धतीनं अनेक संस्थांत, औद्योगिक संस्थांत काम होऊ शकतं. एखाद्या समस्येवर एकत्रितरीत्या काम केलं जातं तेव्हा उत्तम गोष्टी घडू शकतात.

सीओईपी या संस्थेत मी बऱ्यापैकी सांगू आणि बोलू शकतो. दुसरीकडे, वसंतदादा शुगर इन्स्टिट्यूटही संशोधनात काम करत आहे, नवीन सुधारणा करू इच्छित आहे. आणि आमच्याकडे इंजिनिअरिंगचं ज्ञान आहे. आम्ही एकत्रित काही प्रयत्न करू शकतो, करायला पाहिजे का, असा विचार मनात आला आणि त्यातून समस्येवरील उपाय सापडला.

दोन किंवा अधिक संस्थांची मोट बांधणं शक्य आहे, तर तो प्रयत्न का करू नये? यात बहुतेक वेळा यश मिळतं. याचं कारण, दोन वेगवेगळ्या विषयांवर काम करणाऱ्या संस्थांमध्ये संवाद झाला पाहिजे. वेगवेगळ्या क्षेत्रांतील तज्ज्ञ एकत्र येऊन समाजाचं भलं करण्यासाठी काहीतरी करू शकतात, एकमेकांना मदत करू शकतात. अर्थात, हा प्रयत्न स्वतःहून व्हायला पाहिजे. दोन्ही संस्थांचं कार्यक्षेत्र वेगळं असलं तरी त्या सामूहिकरीत्या चांगलं काम करू शकतात, हे लक्षात घेतलं पाहिजे. त्याचा समाजावरील परिणाम लक्षात घेतला पाहिजे.

अशी अन्य काही उदाहरणं आहेत. एवढी मोठी रक्कम वाचवण्याचा हा सिद्ध झालेला प्रयोग आहे. आता दोन संस्थांदरम्यान पूल तयार झाल्यामुळे आमच्या प्राध्यापकांना मला काही सांगावं लागत नाही. त्यांच्यात उत्साह, स्वयंप्रेरणा निर्माण झाली आहे. त्यांच्यात आत्मविश्वास निर्माण झाल्यानं मला आता वेगळं सांगायची आवश्यकता राहिलेली नाही. माझ्या दृष्टीनं ही बाब खूप महत्त्वाची आहे. स्वयंप्रेरित होऊन कार्य केलं तर त्याचा खूप चांगला परिणाम होतो. संस्थेचं आणि त्या अनुषंगानं समाजाचं भलं करणं हा मुख्य उद्देश त्यामागं असतो.

एकमेकांना मदत करण्यासारख्या कितीतरी चांगल्या गोष्टी आहेत, त्या केल्या पाहिजेत हे वरील उदाहरणावरून लक्षात येतं. एकमेकांशी बोलल्यानंतर हेही लक्षात येतं की, आपल्याकडे आणि समोरच्या संस्थेकडे अनेक चांगल्या गोष्टी आहेत. माहितीचं आदानप्रदान चांगल्या पद्धतीनं होऊ शकतं. जिथं प्रतिसाद मिळू शकेल किंवा आपण प्रयत्न करणं योग्य होईल, त्या ठिकाणी संस्थाप्रमुखांनी प्रयत्न करावा, असं वाटतं. असं केल्यानं अधिक वेगानं प्रगती होऊ शकेल.

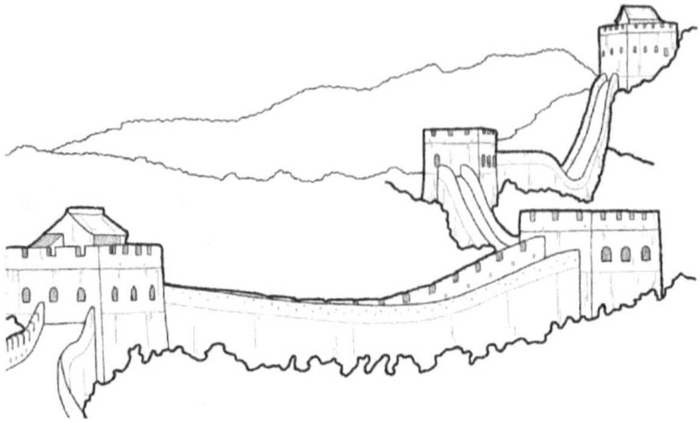

लोकशाहीतील मोकळा श्वास

सध्या आपण असं वाचतो की, चीनचा आधुनिक विकासाचा सर्व प्रवास आहे गेल्या तीस-चाळीस वर्षांचा; आणि आपला साधारणतः १९९१पासूनचा. आपल्या प्रवासाच्या बाबतीत सांगायचं म्हणजे, आर्थिक आणि ज्ञानाच्या क्षेत्रांत मोठी प्रगती झालेली आहे आणि होत आहे, ही वस्तुस्थिती आहे. सर्वसाधारणपणे आपण नेहमी तुलना करतो. भारताची पुरेशी प्रगती झालेली नाही, असं समाजालाही वाटतं.

सर्वसाधारणपणे ही तक्रार असते आणि राजकीय दृष्टिकोनातून तिचा वापर केला जातो. भारतातील राजकारणात ही तक्रार सुरू असते. 'भारतात जी काही प्रगती आहे ती २०१४पासून आणि त्याआधी काहीच नव्हतं,' असा तक्रारीचा सूर आहे. माझ्या दृष्टीनं हे म्हणणं चुकीचं आहे. आपण प्रगतीची पावलं टाकू लागलो तेव्हाची परिस्थिती काय होती आणि आजची काय आहे, हे विचारात घेतलं पाहिजे. प्रगती करण्याचा वेग आणि त्यासाठी ज्या पायाभूत सुविधा लागतात त्या निर्माण करायला खूप वेळ लागतो. त्या निर्माण झाल्याशिवाय प्रगतीचा वेग वाढू शकत नाही.

हे कुठंतरी मान्य करावं लागेल की, ब्रिटिशांनी आपल्याला अक्षरशः नागवं करून सोडलं. शिक्षण नाही, संधी नाही, भारतात कुठं उद्योग-व्यवसाय नाही, आर्थिक परिस्थिती चांगली नाही, अशा परिस्थितीत आपण कामाला सुरुवात केल्यानंतर सर्व उभं करायला वेळ लागतो. यात अनेक वर्षं गेली. काही चुका होऊ शकतात. परंतु हे करताना

चीननं काय केलं? चीनच्या माओ त्से तुंगनं ज्या पद्धतीनं धोरणं अमलात आणली, त्यात लाखो लोकांची हत्या झालेली आहे, असं इतिहास सांगतो. ते आपल्याकडे होणं शक्य नव्हतं. त्या धोरणांमुळे माओ त्से तुंग यशस्वी झाला, असं नाही. त्यानं केलेल्या गोष्टी त्या काळातही चुकीच्या होत्या. चीनमध्ये १९७८नंतर सर्व धोरण बदललं आणि परिवर्तन झालं.

चिनी माणूस हा कष्टाळू आणि व्यवहारी आहे. तुम्ही ऑस्ट्रेलिया-सिंगापूर-थायलंड-मलेशिया येथे जा. तिथं मोठ्या प्रमाणात चिनी लोकांचे व्यवसाय आहेत. हाँगकाँग तर आहेच. चिनी माणसाचा स्वभाव हा व्यापारी वृत्तीचा आणि कष्टाचा आहे. माझ्या मते, भारतात या दोन्ही गोष्टींची कमतरता आहे किंवा मर्यादित लोक व्यापारात आहेत. कष्टाळूपणात पुष्कळच लोक कमी पडतात. याचाही परिणाम होत असतो. त्यामुळे नावं ठेवण्यापेक्षा आपली परिस्थिती, संस्कार, आपले स्वभाव कसे आहेत, मानसिकता काय आहे, याचाही अभ्यास करणं योग्य असतं. या परिस्थितीत काय करता येईल हा धोरणांचा प्रश्न असतो. त्या धोरणांतून जास्त परिणाम साधला जाऊ शकतो. आपल्याला सोयीस्कर असं धोरण ठरवलं गेलं पाहिजे.

'तुम्ही मूर्ख आणि मी शहाणा' आणि 'हे सर्व माझ्यामुळे होतं', हे म्हणणं अत्यंत चुकीचं आहे. यातून टीमवर्क साधलं जाऊ शकत नाही. उलट, विरोध करण्याची प्रवृत्ती वाढत जाते. आपल्या देशात हे वातावरण आहे. हे सातत्यानं व्यक्तिगत पातळीवरसुद्धा जात असल्याचं आपल्याला दिसतं.

याउलट, चीनमध्ये आज आर्थिक स्वातंत्र्य असलं तरी राजकीय स्वातंत्र्य नाही. म्हणजे काय, याची कुणाला फारशी माहिती नाही. माझ्या पाहण्यात आणि वाचनात आलेली गोष्टी अशा की, चीनमध्ये प्रत्येक दहा कुटुंबांमागं एक युनिट असतं. त्या युनिटवर लक्ष ठेवणारा एक जण असतो आणि तो पार्टीला (पक्षाला) माहिती देणारा असतो. अमुक एक व्यक्ती आपल्या पक्षाच्या विरोधात काम करत आहे, असं त्याच्याकडून समजलं तर पक्षाच्या विरोधात काम करणाऱ्या त्या व्यक्तीला पकडलं जातं, त्याला शिक्षा होऊ शकते किंवा त्याच्या सर्व सवलती बंद होऊ शकतात. १४४ कोटींच्या देशांमध्ये तीस किंवा पन्नास व्यक्तींच्या गटापासून नियंत्रण आहे. राजकारणात तुम्ही काही करू शकत नाही, बोलू शकत नाही. आणि केलं तर तुम्हांला जबरदस्त शिक्षा मिळेल, हे तिथं त्यांना माहीत आहे. यातून पक्षाचं समाजावरील नियंत्रण किती भक्कम आहे, हे दिसून येतं. उदाहरणार्थ, तिआनमेन चौकातील आंदोलन ज्या पद्धतीनं चिरडून टाकण्यात आलं होतं, त्यातून या गोष्टीची साक्ष मिळते.

आपल्याकडे हा प्रकार नाही. कुणी वाटेल तिथं कुणावरही शेरेबाजी करू शकतं. अगदी पंतप्रधानांबाबतही शेरेबाजी केली जाऊ शकते. हे स्वातंत्र्य चीनमध्ये अजिबात नाही. नागरिकांमध्ये सरकारचा प्रचंड दरारा आहे. 'व्यक्तिस्वातंत्र्य म्हणजे काय?' याचा गंधही तिथं असू शकत नाही, असं जाणवतं.

आपल्याकडे अनेक कारणांमुळे वेळेवर जो बदल व्हायला पाहिजे तो राजकीयदृष्ट्या करण्याची हिंमत कुणात नाही. कुणाला नाखूश करण्याची तयारी नाही. ज्या काही सुविधा दिल्या जातात त्यासुद्धा तपासून पाहण्याची कुणाची हिंमत नाही. मात्र, लोकशाहीत विचारमंथन करून सुधारणा केल्या जाऊ शकतात.

रशियामध्येही याचं छोटंसं उदाहरण माझ्या पाहण्यात आलं होतं.

मॉस्कोमध्ये ज्ञानेश्वर मुळे अधिकारी होते. त्यांच्याशी फार परिचय नव्हता. परंतु मराठी असल्यामुळे भेटलो. एके शनिवारी सकाळी ते मला एका बगिच्यात घेऊन गेले. तिथं शेकडो लोक चित्र काढत होते. कुणी कुणाशी काही बोलत नव्हतं. हे मला वेगळंच वाटलं. कम्युनिस्ट विचारसरणी मानणाऱ्या देशात कलेला महत्त्व कसं? मन मोकळं असेल तर कला, साहित्य, संगीत फुलतं. मुस्कटदाबी केल्यानंतर हे सर्व कसं फुलणार, असा स्वाभाविक प्रश्न माझ्या मनात निर्माण झाला.

मी मुळे यांना म्हणालो, "मला हे विचित्र वाटत आहे."

त्यामागचं कारण समजून घेताना काही गोष्टींचा उलगडा झाला. कम्युनिझम सिस्टिममध्ये, कुटुंबात नवरा-बायको हे कम्युनिझमच्या बाजूचे आहेत की नाहीत, हे एकमेकांना माहीत नसतं. आपला मुलगा कम्युनिस्ट विचारांचा आहे की नाही, हे माहीत नसतं. कुणी विरोधात बोललं तर संबंधिताची उचलबांगडी होईल, एवढंच माहीत असतं. कुणीच कुणावर विश्वास ठेवू शकत नाही, त्यामुळे कुटुंबात संवाद नाही. मग मनमोकळं करायचं कुठं? तर, लोक चित्र काढतात.

चित्र काढायला दर शनिवार-रविवार सर्व जण ओळीनं बसतात. नंतर एकमेकांना चित्रं दाखवली जातात. त्यातील चांगल्या चित्रांना मान मिळतो. समाजात काहीतरी मान्यता मिळावी... मी वेगळा आहे... वेगळं काहीतरी करतो... हे सिद्ध व्हावं यासाठी आपल्याकडे व इतरही ठिकाणी पारितोषिक पुरस्कार देऊन सन्मान केला जातो. चांगलं

काम करणाऱ्यांना त्यातून प्रोत्साहन, उत्तेजन मिळतं. तशा तिथं अशा बाकीच्या गोष्टीच नाहीत, त्यामुळे ते लोक चित्र काढतात. अर्थात, हा प्रकार केवळ या मुस्कटदाबीमुळे आहे, व्यक्तिस्वातंत्र्य नसल्यामुळे आहे.

सामाजिक मान्यतेची व्यक्तीला एक गरज असते. कुणीतरी माझ्या पाठीवर थाप मारावी, समाजानं कौतुक करावं, अशी आस असते... इच्छा असते. ती कम्युनिझममध्ये पूर्ण होऊ शकत नाही. कारण, कायम भीतीच असते. मी काही बोललो तर काय होईल...? आपल्याकडे आपण कुणावर टीका केली तर किंवा स्तुती केली तर अमक्याला काय वाटेल, याबद्दल आपल्या मनात तशी भीती नसते.

आपल्याकडे व्यक्तिस्वातंत्र्य आहे. आपल्याकडे सर्व गोष्टींचं स्वातंत्र्य आहे, अधिकार आहेत. सर्वसामान्य व्यक्ती कुणावर टीकाही करू शकते, कुणाचं कौतुकही करू शकते. हे कम्युनिझम सिस्टिममध्ये– म्हणजे रशिया असो किंवा चीन या ठिकाणी– नाही. रशियात सामाजिक न्यायांतर्गत प्रत्येक गोष्ट सरकारचीच असल्यानं आणि कुणाची मालकी नसल्यानं, त्या देशात अपेक्षित आर्थिक विकास झाला नाही. आपल्याकडे जशी सरकारी बाबूंमध्ये धडाडीनं काम करण्याची मानसिकता आढळत नाही, तसंच हे!

'मी काहीही नाही केलं तरी मला माझा पगार मिळणार आहे, निवृत्तिवेतन मिळणार आहे, मला कुणी हलवू शकणार नाही,' अशा मानसिकतेनं काम करताना काही करायला त्यांना रसच उरत नाही. माणसाला शाश्वती, स्थैर्य दिल्यावर तो उत्तम काम करेल असं आपल्याला वाटतं; परंतु तसं काही नसतं, याचं आपल्याकडची सरकारी यंत्रणा हे उत्तम उदाहरण आहे.

याउलट, खासगी उद्योग-व्यवसायातला शाश्वती नसलेला कर्मचारीही चांगलं काम करत असतो. आपली नोकरी टिकवण्यासाठी प्रगती करत राहतो, नवीन शिकत राहतो. अर्थात, हे सर्व क्रमप्राप्तच आहे. स्पर्धेमुळे या गोष्टी होतात. सुरक्षितता मिळाली की काम होत नाही. आपल्याकडे व्यवसाय करणाऱ्या बहुतांश सरकारी संस्था-महामंडळांची अशी उदाहरणं आहेत, जी कायम तोट्यात असतात. कारण, त्यांना स्पर्धेची पर्वा नसते, त्यांना पूर्णपणे सुरक्षितता असते, वेगळं काही करण्याची उमेद नसते, त्याचबरोबर काम करण्यात फारसा रसही नसतो. अर्थात, ज्यांना काहीतरी कळकळ वाटत असते असे दोन-पाच टक्के लोक असतात. ते काम करतात.

मात्र, बहुतांश लोकांमध्ये या सिस्टिममुळे काम करण्याची इच्छा नसते. व्यक्तीचा काहीही दोष नाही. शासकीय खात्यात काम करणारा कर्मचारी हा बुद्धिमान आहे. परंतु

सिस्टिममुळे तो बहुतांश नकारात्मक असतो किंवा आळशी होतो, असं मला नेहमी वाटतं. माझ्या मते, त्या व्यक्तीपेक्षा सिस्टिमचा हा दोष आहे.

अमेरिकेत शासकीय कर्मचाऱ्यांना नोकरीत कायम असण्याची शाश्वती नाही. त्यांना केव्हाही कामावरून कमी केलं जाऊ शकतं किंवा गुणवत्तेच्या आधारे वयाच्या सत्तरीपर्यंतही काम करणारे कर्मचारी तिकडे असतात. याचे काही चांगले परिणाम अमेरिकेसारख्या प्रगत देशांमध्ये दिसतात.

आपल्याकडे अनेक कारणांमुळे वेळेवर जो बदल व्हायला पाहिजे तो राजकीयदृष्ट्या करण्याची हिंमत कुणात नाही. कुणाला नाखूश करण्याची तयारी नाही. ज्या काही सुविधा दिल्या जातात त्यासुद्धा तपासून पाहण्याची कुणाची हिंमत नाही. मात्र, लोकशाहीत विचारमंथन करून सुधारणा केल्या जाऊ शकतात.

अशीच गोष्ट मला इराणमध्येही अनुभवायला मिळाली.

व्यवसायाच्या निमित्तानं तिथं माझं अनेकदा जाणं झालं. हुकूमशहा हा नेहमी देशप्रेमी, निःस्वार्थी आणि फक्त समाजाच्या प्रगतीचा ध्यास घेतलेला असतो अशी समजूत सर्वसामान्यपणे समाजात असते. एकदा सत्ता आल्यावर ती टिकवण्यासाठी तो काहीही करतो, असं इतिहास सांगतो. तुम्ही थोडं काही विरोधात बोललात तर दुसऱ्या दिवशी दिसणारच नाही! हुकूमशाहीचे मोठे परिणाम असू शकतात. लोकशाहीत लोकांना हे समजत नाही. हुकूमशाही पाहिजे असं लोकांना अजूनही वाटतं. मात्र, ती जगात कुठंही यशस्वी झाल्याचं आपल्याला दिसत नाही.

युरोप-अमेरिकेत प्रगत लोकशाहीमुळे प्रगती झालेली आहे. आताचं चीनचं मॉडेल 'पार्टी पॉलिटिक्स' म्हणून वेगळं आहे आणि 'आर्थिक धोरण' म्हणून वेगळं आहे. काय करायला पाहिजे, काय करायला नको, याबद्दल ते जागरूक आहेत. हा त्यांचा शहाणपणा आहे. आपल्याकडे एकत्रितरीत्या साकल्यानं विचार करणाऱ्या गोष्टींचा बराचसा अभाव आहे. त्यामुळे भारताची आणि चीनची प्रगती यांमध्ये फरक आहे.

●●●

आक्रमकांची मानसिकता

आपण अलीकडे अनेक वेळा टीव्हीच्या किंवा यूट्यूबच्या माध्यमातून कार्यक्रम पाहत असतो. कधी सांस्कृतिक, आध्यात्मिक किंवा वेगवेगळ्या प्रकारचे हे कार्यक्रम असतात. जगात काय चाललं आहे याची माहिती त्यातून मिळते. वेगवेगळ्या संस्कृती, जमाती वेगवेगळ्या भौगोलिक परिस्थितीत कशा राहतात, ते त्यातून समजतं. सांस्कृतिक, धार्मिक अशा सर्व गोष्टींचं प्रतिबिंब आपल्याला पाहायला मिळतं. उदाहरणार्थ, आफ्रिकेतील काही जमाती किंवा तत्सम लोकांचं नृत्य, संगीत, पेहराव; तसंच त्यांच्या आसपासचं वातावरण आपण पाहतो तेव्हा असं लक्षात येतं की, आर्थिकदृष्ट्या किंवा ज्ञानाच्या दृष्टिकोनातून या लोकांची प्रगती झालेली नाही. याचं मुख्य कारण निसर्ग हे आहे, असं मला वाटतं. कारण, निसर्ग त्यांना इतकं विपुल देत असतो, की नवीन काही घडावं, नवीन काही सुधारणा कराव्यात, धडपड करावी, असं त्यांना वाटत नाही. नवीन काही करायची आवश्यकता नाही, अशी त्यांची मानसिकता झालेली असते. कारण, जीवनासाठी आवश्यक असलेली परिपूर्णता निसर्गानं त्यांना मूलतःच दिलेली आहे. याउलट, युरोप, अमेरिका, चीनचा काही भाग या ठिकाणचं वातावरण पाहता तिथं हिवाळ्यात एवढी थंडी असते, की अन्न, वस्त्र आणि निवारा या तीन मूलभूत गरजांची तजवीज सहा महिन्यांसाठी करून ठेवावी लागते. कारण, सहा महिने तिथं बर्फच असतो. आणखी एक गोष्ट होते. ती म्हणजे, त्या काळात ते शेती करू शकत

नाहीत. आपल्या भारतात हिमालयीन भागात नेमकी वेगळी परिस्थिती निर्माण झालेली आहे; म्हणजे हवामान चांगलं, सुपीक जमीन, मुबलक पाणी आहे. नैसर्गिक सुबत्ता मिळालेली आहे.

एका मर्यादेनंतर लढाई करणं किंवा आक्रमण करणं हा विचार कधी भारतीयांच्या मनात आला नाही. आपल्या नैसर्गिक सुबत्तेमुळे आपण कायम 'वसुधैव कुटुंबकम्' असाच विचार करतो. उझबेकिस्तान-अफगाणिस्तानातून बाबर, मुघल आल्याचं आपण म्हणतो. त्याविषयी विचार केल्यास असं लक्षात येतं की, त्या प्रदेशात काहीच नव्हतं. त्यामुळे लढाया करणं, दुसऱ्यांचं जिंकून आणणं यावरच त्यांची उपजीविका होती. त्याशिवाय त्यांचं जगणंच अवघड होतं.

आता वेगळ्या दृष्टिकोनातून पाहिल्यास, आपण 'वसुधैव कुटुंबकम्'चा विचार करत असताना युद्धाचा विचार करू शकत नाही. आणखी महत्त्वाची गोष्ट म्हणजे, आपल्याकडे बारा बलुतेदारीच्या पद्धतीमुळे सर्व खेडी स्वयंपूर्ण होती. कौशल्याधारित सर्व गोष्टी उपलब्ध असल्यामुळे ती स्वतंत्र होती. फार लांब जाऊन काहीतरी करावं अशी आवश्यकताही नव्हती. आपल्याकडे एक प्रकारची सुबत्ता होती. सुबत्तेमुळे शिथिलता येते आणि झगडा करण्याची वृत्ती, तसंच विजिगीषु वृत्ती नाहीशी होते. सर्वच सहजतेनं मिळत आहे, कशासाठी काही करायचं ही वृत्ती वाढीस लागते. हे सांगण्यामागचा उद्देश असा की, आपल्या भौगोलिक-सांस्कृतिक परिस्थितीचा आपल्या मानसिकतेवर परिणाम होत असतो. त्यातून अनेक गोष्टी निर्माण होत असतात.

आपण मुस्लीम धर्माचं उदाहरण घेऊ या. हा धर्म स्थापन झाल्याच्या काळात तो जिवंत ठेवण्यासाठी लढाईचा, 'जिहाद'चा संदेश होता. आजच्या काळात सर्वांच्या मते जिहादचा गैरवापर होत आहे, केला जात आहे, त्यामुळे मुस्लीमधर्मीयांबद्दल अप्रीती निर्माण झालेली आहे. ही मानसिकतेतून निर्माण झालेली गोष्ट आहे.

दुसरं आणखी एक उदाहरण सांगता येईल. नालंदा, तक्षशिला या संस्थांवर मुस्लिमांचं आक्रमण झालं, त्या वेळी त्यांची ग्रंथालयं जाळून नष्ट केली गेली. काही महिन्यांपर्यंत तो ग्रंथसंभार जळत होता, म्हणतात. इमारती उद्‌ध्वस्त केल्या गेल्या. मारामारी करणं, प्रतिकार करणं असले प्रकार बौद्धधर्मीयांत शक्यच नव्हते. कारण, त्यांना शांततेचा संदेश शिकवला गेला आहे. आक्रमण करणं हा मुस्लीमधर्मीयांचा, तर शांतता हा बौद्ध आणि जैनधर्मीयांचा स्थायीभाव झाला होता. त्यामुळे 'सर्वांनी शस्त्रत्याग केला तर लढायचं कुणी?' असा प्रश्न शंकराचार्यांनी उपस्थित केला, असं म्हटलं जातं. परिणामस्वरूप, हिंदू धर्माचं पुनरुज्जीवन केलं गेलं. मुळात परिस्थितीनं

निर्माण केलेला हा रेटा आहे. मुस्लिमांचं आक्रमण विस्तारत गेल्यामुळे छत्रपती शिवाजीमहाराजांनी स्वराज्य स्थापन केलं. सर्वसामान्यांमध्ये लढण्याची ताकद त्यांनी निर्माण केली. परिस्थितीतून निर्माण झालेला हा परिणाम आहे.

वर म्हटल्यानुसार आपल्याकडे, म्हणजे भारतात हवामानामुळे, पाण्यामुळे, सुपीक जमिनीमुळे आपण तीन-तीन पिकं घेऊ शकत होतो. युरोपात मात्र एकच पीक घेता येत असे. अन्नपुरवठा ही भारताची संपत्ती होती, त्यामुळे भारत दर वर्षी युरोपपेक्षा श्रीमंत होत होता. मसाले असोत वा धान्य; त्यातून विक्री होऊन सोनं-नाणं भारतात मोठ्या प्रमाणावर येत होतं, त्यामुळे 'भारतात सोन्याचा धूर निघत होता,' असं आपण म्हणत असू. अर्थात, याचं मुख्य श्रेय नैसर्गिक परिस्थितीला होतं.

अधिक बलवान होत असताना अधिकाधिक अधिकार मिळवण्याचा प्रयत्न करत राहणं आणि विरोधी बाजूचं खच्चीकरण करणं यात सातत्य आढळतं; मग तो देश-संस्था-व्यक्ती-राजकीय पक्ष-धर्म असं काहीही असो, हे सर्वत्र लागू पडतं. हा मनुष्यस्वभाव आहे. तुम्ही भले दुसऱ्यावर आक्रमण करू नका. तुमच्यावर आक्रमण होऊ नये याची काळजी मात्र घेतलीच पाहिजे.

युरोपमध्ये औद्योगिक क्रांतीला सुरुवात झाली, त्या वेळी आपल्याला लागणाऱ्या गरजा शोधण्यासाठी ते बाहेर पडले. म्हणजे, वास्को-द-गामा कोझिकोडला (केरळ) आला, कोलंबस अमेरिकेत गेला. स्पेनचे लोक अमेरिकेत गेले. त्या वेळी त्यांच्या लक्षात आलं की, हे लोक लष्कराच्या बाबतीत, युद्धसामग्रीच्या बाबतीत खूप मागासलेले आहेत. या बाबीचा त्यांनी जगभर फायदा घेतला आणि प्रचंड लूट केली. स्पेनच्या लोकांनी दक्षिण अमेरिकेतील पेरू या देशाच्या माचू-पिचू या भागात अनेक लोकांची अत्यंत निर्घृणपणे कत्तल केली. त्यातून खूप मोठी लूट केली. या लुटीतून त्यांचे मोह पराकोटीचे वाढले. त्यामुळे इतरही युरोपीय देश त्यात सामील व्हायला लागले. त्यांच्यापेक्षा जे मागासलेले देश होते त्यांच्यावर त्यांनी आक्रमण तर केलंच; पण मोठ्या प्रमाणावर मानवी हत्याही केल्या.

त्यामुळे असं दिसतं की, तुम्ही कितीही सुसंस्कृत, निरपराध, निष्पाप असा; ज्यांना आपण बार्बेरियन, म्हणजे राक्षसी प्रवृत्तीचे लोक म्हणतो, त्यांच्यापासून स्वसंरक्षण करू न शकल्यास तुमचं अस्तित्व नष्ट होऊ शकतं, जे ऑस्ट्रेलियात, अमेरिकेत गोऱ्या

लोकांनी केलेले आहे किंवा कॅनडामध्येही! याबाबत पुरेशी माहिती, पुरावे आपल्याकडे उपलब्ध आहेत.

तेव्हा, नुसतं सुसंस्कृत असून भागणार नाही, स्वतःचं संरक्षणही करता आलं पाहिजे, असा धडा यातून मिळतो. किंवा दुसरं कुणी आक्रमण करणार नाही इतपत सजग राहणं कायम आवश्यक आहे.

दुसरं असं की, मनुष्यस्वभावाला सतत काहीतरी अधिक पाहिजे असतं. मग तो कुणीही असो – नोकरी करणारा, शेती करणारा, किराणा मालाचा व्यवसाय करणारा असो की सरकारी बाबू असो – या सर्वांना आपल्याला अधिकचं मिळालं पाहिजे, असं वाटतं. जो ग्रामपंचायतीत निवडून येतो त्याला जिल्हा परिषदेत निवडून येण्याची इच्छा असते. त्यानंतर आमदार, खासदार, मंत्री, मुख्यमंत्री होण्याची इच्छा असते. मनुष्याचं कधीच समाधान होत नाही. अगदी सरकारी नोकरीचंच उदाहरण घेऊ या. या नोकरीत शंभर टक्के सुरक्षितता आहे, निवृत्तिवेतन मिळणार आहे. तरीही, यातही दोन गोष्टी दिसतात... बढती आणि वेतनवाढही पाहिजे असते. थोडक्यात, कितीही मिळालं तरी अजून काहीतरी पाहिजे असतं. विशेषतः जमिनीच्या बाबतीत, संबंधित व्यक्ती असो वा देश, एक इंचही आपली जागा द्यायला कुणी तयार होत नाही. अनेकदा टिकून राहण्यासाठीही हे आवश्यक असतं.

एखादा उद्योग असेल तर त्याला व्यवसाय वाढवणं, नफा मिळवणं क्रमप्राप्त आहे. यासाठी कुणाचातरी व्यवसाय मिळवला पाहिजे किंवा नवीन मिळवला पाहिजे, म्हणजे क्रियाशीलता आली किंवा आक्रमण आलं. अगदी वर्तमानपत्रांतील स्पर्धा पाहा, 'एक रुपयात वर्तमानपत्र देतो.' वस्तुतः पाच रुपयांतही ते परवडत नाही, हे माहीत आहे. परंतु ही आक्रमकता आहे. माझ्याकडे पैसा आहे तर मी आक्रमण करेन, स्पर्धकाचा व्यवसाय खेचून घेईन. आपलं उत्तम चाललं असतानाही दुसऱ्याचं घेणं हा मनुष्यस्वभाव आहे. यामध्ये 'वसुधैव कुटुंबकम्' हे खोटं वाटायला लागतं.

आज चीनसारखा देश आपल्यापेक्षा साडेतीन पट मोठा आहे. तरीही, त्याला आपला काही भाग पाहिजे आहे. आपलाच नव्हे, तर शेजारच्या देशांचा भागही त्यांना पाहिजे आहे. तुमच्याकडे सुबत्ता आहे, पोट भरलं आहे तर तुम्ही शांत बसाल, अशी परिस्थिती नाही. तीच गोष्ट अमेरिकेच्या बाबतीतही सांगता येईल. वस्तुस्थिती अशी आहे की, तुम्ही एखादा माल उत्पादित करता, त्या वेळी तो विकला जावा अशी मानसिकता असते.

शस्त्रास्त्रं निर्माण करणारा अमेरिकेसारखा देश शस्त्रास्त्रं विकली जाण्याचा प्रयत्न कायमच करेल. अमेरिका काय करते? तर, स्वतः युद्ध करते किंवा युद्ध घडवून आणते. सीरिया, इराक, युक्रेन ही त्याची उदाहरणं आहेत. यात लक्षावधी लोक उद्ध्वस्त झाले, याची त्यांना पर्वा नाही. भारत-पाकिस्तानमध्ये भांडणं लावून पाकिस्तानला रणगाडे दे, विमानं दे, सौदे अरेबियाला संरक्षण दे, त्यातून तेलाचा फायदा मिळव हे सर्व उद्योग अमेरिका आज राजरोसपणे करत आहे. अमेरिकेचं लष्करी साहित्यनिर्मितीचं बजेट जगात सर्वाधिक आहे. एखादा कारखाना बंदुका तयार करत असल्यास तो बंदुका विकण्याचा कसोशीनं प्रयत्न करणारच. त्यानुसार, अमेरिकेसारखा देश उत्पादन खपवायचा प्रयत्न करतच राहतो, त्यासाठी युद्ध करण्याची किंवा युद्धाची स्थिती निर्माण करतो. त्याचे उदाहरण म्हणजे इराक आणि युक्रेन. या देशानं लीबिया, इराक, इराण येथील कोट्यवधी लोकांना भिकेला लावलं आहे.

'अमेरिका हा सुसंस्कृत देश असून तो कुणाला त्रास देणार नाही,' असं समजणं हे भाबडेपणाचं लक्षण आहे. यामध्ये अमेरिकेची माणुसकी आली कुठं? यामागं 'आम्ही सांगू ते ऐकलं पाहिजे' ही वृत्ती आहे. आणि तेलाच्या अल्प किमतीत उपलब्धतेसाठी हे सर्व केलं जात आहे. शक्ती हाच नियम आहे. अधिक बलवान होत असताना अधिकाधिक अधिकार मिळवण्याचा प्रयत्न करत राहणं आणि विरोधी बाजूचं खच्चीकरण करणं यात सातत्य आढळतं; मग तो देश-संस्था-व्यक्ती-राजकीय पक्ष-धर्म असं काहीही असो, हे सर्वत्र लागू पडतं. हा मनुष्यस्वभाव आहे. तुम्ही भले दुसऱ्यावर आक्रमण करू नका. तुमच्यावर आक्रमण होऊ नये याची काळजी मात्र घेतलीच पाहिजे. दुसरं कुणी आपल्याकडे वाकड्या नजरेनं पाहू शकणार नाही, याचं उत्तम उदाहरण म्हणजे इस्रायल! आपणही देश म्हणून बलवान होण्यासाठी एकत्रित प्रयत्न केले पाहिजेत.

संशोधनाचा धर्म आणि कृत्रिम बुद्धिमत्ता

तेराव्या-चौदाव्या शतकापासून युरोपमध्ये अनेक क्षेत्रांत संशोधन होत नव्या कल्पना आणि त्यांचा उपयुक्तरीत्या वापर या गोष्टींना सुरुवात झाली. वेगवेगळ्या देशांत जरी या वेगवेगळ्या गोष्टी निर्माण झाल्या, तरी त्यांचा वापर मात्र सर्व युरोपीय देशांनी केला आणि आपल्या प्रगतीचा रथ ते कायमच पुढं नेत राहिले.

उदाहरणार्थ, पब्लिक लिमिटेड कंपन्या. यांमध्ये भागभांडवल मोठ्या प्रमाणात उपलब्ध झालं. वैयक्तिक जोखीम मर्यादित राहिली. याचा उपयोग भारतात शिरलेल्या 'ईस्ट इंडिया'सारख्या कंपन्यांनी पुरेपूर करून घेतला. यांसारख्या कंपन्यांनी अफाट पैसा कमावला. त्याचा फायदा भागधारकांनाही झाला. परिणामी, मुबलक पैसा उभा करणं सोपं झालं. भारतात युद्धासाठी त्यांनी हा पैसा वापरला. याउलट, युद्धासाठी पेशव्यांना कर्ज घ्यावं लागत असे.

आपल्याकडे आजही लहानमोठ्या संस्था या कुटुंबाच्या मालकीनं, परंपरेनं चालतात. मग ती रिलायन्स असो, किर्लोस्कर असो किंवा अन्य कुठलीही कंपनी असो.

नवीन कल्पना, त्यांचं व्यावसायिक रूपांतर, वापरतानाचे धोके स्वीकारणं हे जणू युरोपीयांच्या स्वभावातच आहे. आजकालची 'उबर' ही याच प्रकारची कंपनी. अमेरिकेतील आर्थिक कंपन्यांनी हजारो कोटी रुपये यात ओतले. नावीन्य, गुणवत्तेला महत्त्व आणि प्राधान्य ही त्यांची संस्कृतीच झाली आहे.

आपले लोक अमेरिकेत याचमुळे यशस्वी होतात. आपल्या देशात सतत अडथळ्यांच्या स्पर्धेत उतरूनच प्रगती करावी लागते.

यासंदर्भात वस्तुस्थिती कशी असते ते पुढील उदाहरणानं स्पष्ट करता येईल : आपल्या देशात एखादं बीज जंगलात फेकून त्याचं वृक्षात रूपांतर करण्याचा प्रयत्न आपण करत असतो. याविरुद्ध, अमेरिकेसारख्या देशात तेच बीज एखाद्या बागेत लावतात. त्यासाठी खत, पाणी, संरक्षण यांची व्यवस्था केलेली असते. परिणामी, बीज तेच; परंतु त्यातून वृक्ष होण्याची भारतातील आणि अमेरिकेतील शक्यता मात्र शंभर टक्के वेगवेगळी असते.

सातत्यानं संशोधन, त्याला उत्तेजन, संरक्षण अशा वातावरणात तिकडे 'कॉम्प्युटर चिप्स' वगैरे गोष्टींचा जन्म झाला आणि त्यात सतत प्रगती होत राहिली. कॉम्प्युटरप्रमाणेच मोबाइलसारखी वस्तूही दर वर्षी चांगल्या गुणवत्तेची आणि कमी किमतीत उपलब्ध व्हायला लागली. अर्थात, त्यामुळे मोबाइलचा जगभर झपाट्यानं विस्तार होत त्याचा वापर सर्वत्र सुरू झाला आहे. त्यातून मिळणारा नफाही त्याच प्रमाणात आहे हे लक्षात घेतलं पाहिजे. बिल गेट्स यांच्यासारख्यांनी जागतिक बाजारपेठेच्या जोरावर आणि आपल्या संशोधनाचं औद्योगिकीकरण करूनच प्रचंड पैसा कमावला. अशी इतरही उदाहरणं आहेत.

हे सर्व क्षेत्रांत घडत असतानाच कृत्रिम बुद्धिमत्तेबाबत विचार, संशोधन सुरू झालं. त्यात अल्गोरिदम म्हणजे गणित वगैरेंचा समावेश होऊन ते आपल्या जीवनात कधी प्रवेशकर्ते झाले याचा सर्वसामान्य माणसाला पत्ताही लागला नाही. याचा भस्मासुर होईल की काय; असा प्रश्न पडावा, अशी परिस्थिती आता दिसते आहे. अणुबॉम्बनंतरचं उदाहरण म्हणजे, कृत्रिम बुद्धिमत्ता. कृत्रिम बुद्धिमत्ता ही पुढील दहा ते बारा वर्षांत संपूर्ण मानवजातीवरच नियंत्रण ठेवेल की काय, अशी वस्तुनिष्ठ भीती जगभर निर्माण झाली आहे! ज्येष्ठ शास्त्रज्ञ स्टीफन हॉकिंग यांनी ही भीती काही वर्षांपूर्वी व्यक्त केली होती.

'चॅट-जीपीटी' या प्रकारात तुमची बहुतांश सर्व कामं करून मिळतील. उदाहरणार्थ, तुम्हांला एखादा निबंध लिहायचा आहे... चॅट-जीपीटीला फक्त सांगायचं, काही सेकंदांत तुम्हांला उत्कृष्ट निबंध मिळेल. तुमच्या मेडिकल रिपोर्टवरून औषधपाणी, उपाय, भविष्यकाळातील संभाव्य आजार यांचं मार्गदर्शन तत्परतेनं या माध्यमातून केलं जाईल. ते एखाद्या तज्ज्ञ डॉक्टरपेक्षा सरस असू शकेल, असं म्हटलं जातं.

चॅट-जीपीटी तुम्हांला सिनेमाची पटकथा, संगीत वगैरेंबाबत शंभर टक्के मदत करेल. आपण कॅल्क्युलेटर, गुगल वगैरे वापरत आहोतच (एक वेळ अशी येईल की, मनुष्यानं करायचं तरी काय, असा प्रश्न निर्माण होईल!) यातून मानव आळशी, निष्क्रिय होईल का? समुद्रामध्ये स्केट नावाचा प्राणी असतो. तो धडपडत सोयीस्कर जागा शोधतो. ती शाश्वती मिळाल्यावर त्याला आपल्या अवयवांचा, मेंदूचा काही उपयोग नसतो. मग तो त्यांनाच खाऊन टाकतो आणि एखाद्या वनस्पतीसारखा जगतो! अशी टोकाची स्थिती शंभर ते दीडशे वर्षांनी होईल की काय, अशी भीती शास्त्रज्ञांना वाटते आहे! हे थांबवता येणार नाही, ही वस्तुस्थिती आहे.

प्रगतशील राहणं, गुणात्मक विकास करत राहणं ही युरोपीय लोकांची वृत्ती आहे. आपल्याकडे याचा काही प्रमाणात अभाव आहे. फार मोठे आर्थिक प्रकल्प किंवा यश हे भारतीय मानसिकतेत बसत नाही. परदेशातील कंपन्यांना अपयश येत नसेल का? नक्कीच येतं. तरीही, त्या हिंमत करून पुन्हा उभ्या राहतात. नवीन गोष्टी उभी करण्याची हिंमत त्या कंपन्या बाळगून असतात. त्याचे त्यांना फायदे मिळतात. केवळ हिमतीच्या जोरावरच त्या कंपन्या जागतिक बाजारपेठ काबीज करतात. ही वृत्ती महत्त्वाची आहे. ती आपण शिकली पाहिजे.

कृत्रिम बुद्धिमत्ता या विषयावर चीननं २२ वर्षांपासून जाणीवपूर्वक प्रचंड भर दिला आहे. २०२५ ते २०३० या कालावधीत अमेरिकेला तांत्रिक क्षेत्रात मागं टाकून चीनला जगात प्रथम स्थान मिळवायचं आहे. आपण आताशा जागे झालो आहोत. फक्त चीनच नव्हे, तर अनेक देशांबरोबर अशा अनेक आव्हानांना सामोरं जात आपलं स्थान आपल्याला टिकवायचं आहे. सुदैवानं त्याची जाणीव आणि त्या दृष्टीनं कामाला सुरुवात झालेली आहे. झालेल्या उशिरावर, चुकांवर मात करता येते हा आत्मविश्वास बाळगून आपल्याला जगाच्या पुढं जायचं आहे.

काही दशकांपूर्वी आयबीएमच्या 'डीप ब्लू' या कॉम्प्युटरनं जागतिक बुद्धिबळात गॅरी कास्पारोव्ह यांना हरवून स्पर्धा जिंकून खळबळ माजवली होती. आणखी एक उदाहरण... दोन-तीन वर्षांपूर्वी एक सर्वोत्कृष्ट पेंटिंग निवडलं गेलं होतं, ते कॉम्प्युटरनं कृत्रिम बुद्धिमत्तेच्या साहाय्यानं काढलेलं होतं. गुगल ही सर्व माहिती देत आहे.

'ओपन एआय' किंवा 'चॅट-जीपीटी' आता निबंधापासून ते गणितं सोडवण्यापर्यंत सर्व गोष्टींची काळजी घेईल. मग शिक्षण संस्था काय करणार? शाळा, महाविद्यालयं, विद्यापीठांचं काय होणार? कदाचित, याचमुळे मनुष्याला सातत्यानं तंत्रज्ञानाच्या पुढं राहण्याचा प्रयत्न करावा लागेल. त्याला अनेक अंगांनी शिकत राहावं लागेल. कायम विद्यार्थी राहावं लागेल, म्हणजे नवं-नवं शिकत राहावं लागेल.

हजार वर्षांपूर्वी शेतीव्यवसाय सर्वांत महत्त्वाचा होता. औद्योगिक क्रांती झाल्यावर माणसाच्या कामाचा मोठा ताबा यंत्रांनी घेतला. यानंतर बुद्धीच्या जोरावर चालणाऱ्या व्यवसायांचं प्राबल्य निर्माण झालं आहे, म्हणजेच कृत्रिम बुद्धिमत्तेचं आक्रमण सुरू झालं आहे.

भारतीय परिभाषेत याचा विचार करायचा झाल्यास, आपली वृत्ती आणि मानसिकता यांचा बारकाईनं अभ्यास केला पाहिजे. प्रगतशील राहणं, गुणात्मक विकास करत राहणं ही युरोपीय लोकांची वृत्ती आहे. आपल्याकडे याचा काही प्रमाणात अभाव आहे. फार मोठे आर्थिक प्रकल्प किंवा यश हे भारतीय मानसिकतेत बसत नाही. कदाचित, आपल्यावर तसे संस्कार आहेत. अमेरिकेतील बिल गेट्स, जेफ बेझोस, इलॉन मस्क पुन्हा उभे राहतात. परदेशातील कंपन्यांना अपयश येत नसेल का? नक्कीच येतं. तरीही, त्या हिंमत करून पुन्हा उभ्या राहतात. नवीन गोष्टी उभी करण्याची हिंमत त्या कंपन्या बाळगून असतात. त्याचे त्यांना फायदे मिळतात. केवळ हिमतीच्या जोरावरच त्या कंपन्या जागतिक बाजारपेठ काबीज करतात. ही वृत्ती महत्त्वाची आहे. ती आपण शिकली पाहिजे.

● ● ●

जनतेला गृहीत धरणं चुकीचं!

केंद्रीय अर्थसंकल्प ही देशाच्या आर्थिक विकासापेक्षा मुख्यतः राजकीय तडजोड असते, असं माझं मत आहे. वीस वर्षं झाली, मी अर्थसंकल्प ऐकत नाही. जनतेचाच पैसा आणि जनतेलाच किरकोळ लालूच दाखवत, हे सगळं सर्वसामान्यांच्या आणि देशाच्या हिताचं आहे, असं सांगणं म्हणजे, राज्य करणाऱ्या राजकीय पक्षाचा विजय मिळवल्यासारखा दावा असतो. शिवाय, अर्थसंकल्पात बऱ्याच गोष्टी 'जर-तर'च्या असतात. ते 'काटे' आपल्याला नंतर कळतात. हे काटे त्या-त्या संबंधित खात्याच्या मंत्रालयातील सरकारी बाबूंनी पेरलेले असतात. कारण, बहुतांश कायदे करणारे तेच असतात आणि त्यांची त्यांच्या दृष्टिकोनातून अंमलबजावणी करणारेही तेच असतात. यात राजकीय सहभाग किंवा डोळेझाक सोयीस्कर पद्धतीनं असते.

व्यवसायासाठी – विशेषतः पब्लिक लिमिटेड कंपन्यांसाठी – अक्षरशः दीडशेच्या वर बंधनं आणि शेकडो कायदे-अटी असतात. व्यवसाय करणं आणि त्यातून नफा मिळवणं म्हणजे पाप आहे, असंच सर्वसामान्य राजकीय धोरण आजही आहे. पण ते सार्वजनिक उद्योगांना (सरकारी) लागू नाही.

अशी पुष्कळ उदाहरणं देता येतील. पंतप्रधान नरेंद्र मोदी यांनी आणि भारतीय जनता पक्षाच्या इतर मंडळींनी सत्तेत येण्यापूर्वी जीएसटी, आधारकार्ड, एक लाख कोटी अन्नधान्याचं मोफत वाटप, पेट्रोल-गॅसच्या वाढत्या किमती, रुपयाची डॉलरबरोबर होणारी घसरण वगैरेंवर कडाडून हल्ले केले होते. त्या वेळच्या सरकारला बदनाम केलं होतं. आज या सर्व गोष्टींमध्ये मोदी सरकार शंभर टक्के त्याच परिस्थितीत आहे. पण याबाबत एक शब्दही उच्चारला जाणार नाही. तेव्हा, हे सर्व राजकीय असतं; मग राज्य कोणत्या का पक्षाचं असेना! या राजकीय तडजोडी असतात आणि त्या मतांच्या किंवा सत्तेच्या राजकारणासाठी कराव्याही लागतात. उदाहरण द्यायचं झालं तर 'एअर इंडिया'चं देता येईल. माजी पंतप्रधान इंदिरा गांधी यांनी एअर इंडियाचं राष्ट्रीयीकरण केलं होतं. एअर इंडियाला दर वर्षी हजारो कोटींचा तोटा होत गेला. सेवांचा दर्जा 'सर्वोत्तमवरून सर्वांत कमी' दर्जाचा झाला. हे लोकांना चाललं. राजकीय पक्षांमध्ये चूक दुरुस्त करण्याची हिंमत नव्हती. कारण, तसं केल्यास विरोधी पक्षांनी धारेवर धरलं असतं.

आपल्याला फार मोठे उद्योजक झालेले किंवा उद्योजकांनी मोठे प्रकल्प घेतलेले, चालवलेले आवडत नाही. त्यांच्या विरोधात जनमत निर्माण करायला शेकडो लोक आणि राजकीय पक्ष उभे असतात. 'एनरॉनचा प्रकल्प शंभर टक्के धोकादायक आहे, अर्थपूर्ण कारणांतून झाला आहे, तो समुद्रात बुडवू' असे सांगणारे राजकीय पक्ष सत्ता मिळाल्यानंतर आठवड्याभरात त्याला मान्यता देऊन शांत झाले. जनतेनंही याचा जाब विचारला नाही.

व्यवसायासाठी – विशेषतः पब्लिक लिमिटेड कंपन्यांसाठी – अक्षरशः दीडशेच्या वर बंधनं आणि शेकडो कायदे-अटी असतात. व्यवसाय करणं आणि त्यातून नफा मिळवणं म्हणजे पाप आहे, असंच सर्वसामान्य राजकीय धोरण आजही आहे. पण ते सार्वजनिक उद्योगांना (सरकारी) लागू नाही.

उदाहरणच सांगायचं झालं तर, जबलपूरच्या वाहननिर्मितीच्या कारखान्यात गेली काही दशकं दहा टक्केही उत्पादन होत नाही. तिथं कामगार अक्षरशः कंपनीत अंघोळी करताना, झोपा काढताना पाहायला मिळतं. हे मी स्वतः पाहिलं आहे. अशा अनेक सरकारी, विशेषतः संरक्षण क्षेत्रातील संस्था/कंपन्या आहेत. हे राज्यकर्त्यांना चालतं. सर्व राजकीय पक्षांना हे माहीत आहे. पण त्याविषयी बोलणं किंवा त्यावर बंदी घालणं याबाबत, मतांच्या रेट्यामुळे सर्वच पक्ष सोयीस्करपणे डोळेझाक करतात. शेवटी, कुणाच्या खिशातून पैसे जात आहेत... जनतेच्याच ना? मग जनतेला आवडेल तसं वागा.

दुसऱ्या महायुद्धानंतर जर्मनीची पूर्ण वाताहत झाली होती. त्या वेळी एऱ्हार्ड नावाच्या तिथल्या अर्थमंत्र्यानं अनेक धोरणं आखून अर्थव्यवस्थेची गाडी जवळपास रुळावर आणली होती. त्याचं जर्मनीत खूप कौतुक झालं. पण काही टीकाकारांनी विचारलं, 'हे सर्व ठीक आहे. पण तुम्ही उद्योजकांचे जरा जास्तच लाड केलेत....'

एऱ्हार्ड उत्तरले, 'मला देशासाठी एखादा असा भागीदार मिळत असेल, जो कर्जांच्या धोक्याची जबाबदारी घेतो, तसंच तोटा झाल्यास स्वतः सहन करतो आणि नफा झाल्यास त्यातील ४० टक्के पैसे बिनबोभाट आणून देतो... तर मग अशी 'दुभती गाय' मी सांभाळणार नाही का?'

आपल्याकडे असा विचार होतो का? काही अंशी गेल्या वीस-तीस वर्षांत या दृष्टीनं पावलं उचलली गेली आहेत, हेही खरं आहे.

शेवटी, राजकीय प्रणाली चालवणं ही एक कला आहे. तुम्ही उत्तम कामं केली म्हणून मतं मिळतीलच असं नाही. राजकीयदृष्ट्या सर्वसामान्य माणसाला 'तुम्हांला यातून काही मिळालेलं नाही' असं पटवणं सोपं असतं. चंद्राबाबू नायडू विरुद्ध लालूप्रसाद यादव यांचं उदाहरण देता येईल. आंध्र प्रदेशात चंद्राबाबू नायडूंनी 'आयटी'मध्ये चांगली प्रगती करून दाखवली, तरीही त्यांची नंतर सत्ता गेली. मात्र, बिहारमध्ये विकास शून्य असूनही लालूप्रसाद यांना सत्ता मिळाली. जनतेच्या मानसिकतेवर काहींना राज्य करता आलं, काहींना नाही.

नेते, राजकीय पक्ष आपलं राजकीय हित सांभाळत देशाची प्रगती करण्याचा प्रयत्न करत असतात. त्यांच्या अनेक मर्यादा आपण समजून घ्यायला पाहिजेत. परंतु त्यांच्या भूलभुलैयाला हुरळून जाण्याचंही कारण नाही.

सध्याच्या सरकारनं अप्रत्यक्ष करांतून दीड लाख कोटी रुपये गोळा केलेले आहेत. जमेल त्या सर्व गोष्टींवर कर लादले आहेत. अनेक शहरांत शिक्षणासाठी ग्रामीण भागांतून विद्यार्थी येत असतात. गरीब - सामान्य - शेतकरी कुटुंबातून येणाऱ्या अशा विद्यार्थ्यांच्या जेवणाची सोय करणाऱ्या सामाजिक संस्था व त्यांची वसतिगृहं यांच्या जेवणावर १८ टक्के कर लादला जात आहे. हे कितपत योग्य आहे? मग हा सरकारनं लावलेला विद्यार्थ्यांच्या शिक्षणावरील कर समजायचा का?

आताच्या अर्थसंकल्पात वैयक्तिक उत्पन्नावरील नव्या करप्रणालीत वार्षिक उत्पन्नात दोन लाख रुपयांपर्यंत प्राप्तिकरात वाढीव सवलत देऊन क्षणभर श्रेय घेतलं

गेलं आहे. राष्ट्रीय अन्नसुरक्षा योजनेंतर्गत मोफत अन्नधान्यांसाठी एक लाख कोटींची तरतूद करण्यास विरोध करणाऱ्या मोदी सरकारनंच यंदा ही तरतूद दोन लाख कोटी रुपयांपर्यंत केली आहे. मग हा विरोधाभास नाही का? देशातील कोणतीही गरीब, गरजू व्यक्ती उपाशी राहू नये हे पाहणं नक्कीच योग्य आहे. परंतु या योजनेंतर्गत मिळालेलं हे धान्य बाहेर विकलं जातं किंवा त्याबदल्यात किराणा माल घेतला जातो. म्हणजेच, हे धान्य काळ्या बाजारातून पुन्हा दुकानात येतं. याचा परिणाम थेट शेतात तयार होणाऱ्या पिकाच्या दरावर होतो. मग या अशा लाख-कोटी व्यवहारांवर इन्कमटॅक्स, ईडी, अन्न व नागरी पुरवठा खातं यांची नजर कशी पडत नाही? म्हणजे, जिथं सरकारी नियंत्रण हवं तिथं ते दिसत नाही आणि जिथं स्वातंत्र्य द्यायला हवं तिथं मात्र अनावश्यक नियंत्रण प्रस्थापित केलं जातं.

शेतकऱ्यांच्या बाबतीतील उदाहरण लक्षात घेण्याजोगं आहे. उत्पादन जास्त झाल्यानंतर केलेली निर्यात असो अथवा देशांतर्गत पातळीवर भाव वाढू लागल्यावर केलेली आयात असो; पीक पिकवणाऱ्या उत्पादक घटकाचं म्हणजे शेतकऱ्याचं दोन्ही वेळा नुकसानच होतं. मग त्यांच्या दुरवस्थेचा प्रश्न ऐरणीवर आल्यानंतर आणि राजकीय रेटा निर्माण झाल्यानंतर सरकारच त्यांना तुटपुंज्या सवलती, अंशदान, थेट आर्थिक मदत देणं अशा उपायांद्वारे तात्पुरती मलमपट्टी करतं.

थोडक्यात, शेतकऱ्याला या माध्यमातून शासनावलंबी बनवलं जातं. तसं करणं सत्ताधाऱ्यांना राजकीयदृष्ट्या सोयीस्कर वाटतं. नेते, राजकीय पक्ष आपलं राजकीय हित सांभाळत देशाची प्रगती करण्याचा प्रयत्न करत असतात. त्यांच्या अनेक मर्यादा आपण समजून घ्यायला पाहिजेत. परंतु त्यांच्या भूलभुलैयाला हुरळून जाण्याचंही कारण नाही. मात्र, आपण आपल्या वैयक्तिक क्षमतेतून आपला हातभार लावत राहावं. कारण, देशाचं भलं व्हावं, असं तुम्हां-आम्हां सर्वांनाच वाटतं. फक्त अपेक्षा एवढीच की, जनतेला गृहीत धरणं किंवा आपण जे काही करत आहोत, त्यातलं तिला काही समजत नाही, असा समज बाळगणं चुकीचं आहे.

या लेखातून कुणावरही टीका करण्याचा किंवा स्तुती करण्याचा माझा उद्देश नाही. सध्याच्या सरकारनंही चांगली कामं केली आहेत हे मान्य करावं लागेल. परंतु सर्वसामान्य जनतेला जे हवं आहे, ते सगळं केलं जाताना दिसत नाही, या वास्तवाची जाणीवही करून द्यायला हवी.

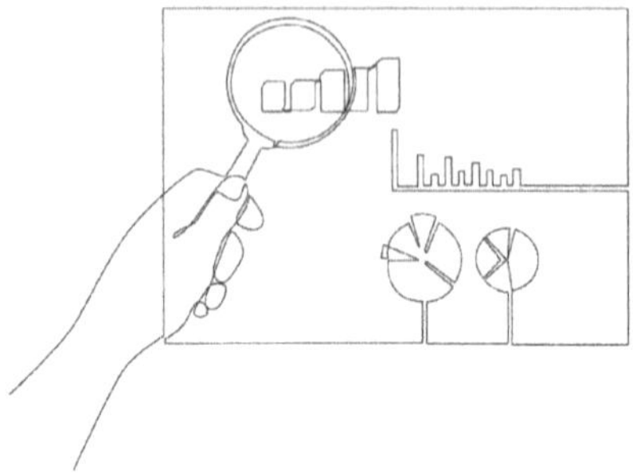

परिणामांच्या कारणांचा शोध

आपण मूळ कारणापेक्षा त्यामुळे झालेल्या परिणामांवर प्रतिक्रिया व्यक्त करतो आणि त्या अनुषंगानं मत तयार करतो. यातून बहुतांश वेळा चुकीची प्रतिक्रिया व्यक्त होते. त्यामुळे परिणामांवर लक्ष केंद्रित करण्यापेक्षा तो कोणत्या कारणामुळे झाला आहे, याचा विचार नेहमी केला पाहिजे. प्रत्येक परिणामाच्या मुळाशी असलेल्या कारणांचा शोध घेतल्यास आपल्याला सत्याची जाणीव होते.

सुमारे दहा-पंधरा वर्षांपूर्वीची गोष्ट आहे. माझ्या अगदी जवळच्या एका मित्राचा जपानी सल्लागार होता. वेगवेगळ्या कंपन्यांना काय अडचणी आहेत, त्यावर काय करता येईल, याचं तो अचूक मार्गदर्शन करत असे. त्यांनी मला काही अनुभव ऐकवले. त्यावर वाटलं की, 'सकाळ'मध्ये या अनुषंगानं काही प्रयोग केला पाहिजे. मार्गदर्शन करणाऱ्या जपानी व्यक्तीचं नाव यामागोची असं होतं. त्यांची एकच अट असायची. ती म्हणजे, मी पाहणी करत असताना संबंधित कंपनीच्या सर्वोच्च अधिकाऱ्यानं सोबत असलं पाहिजे. त्यांची प्रचंड उपयुक्तता असल्यानं लोक ती अट पाळत असत. त्यामुळे यामागोची यांना मी 'सकाळ'च्या दिवे घाटातील प्रिंटिंग प्रेसमध्ये घेऊन गेलो.

अर्थातच, त्यांना वर्तमानपत्राची काहीही माहिती नव्हती. आम्ही युनिटची पाहणी करत होतो. नेहमीच्या पद्धतीनं प्रिंटिंग सुरू झालं आणि अर्ध्या तासानं एका मशीनवरील

प्रिंटिंग थांबलं. त्यांनी स्वाभाविकपणे विचारलं, ''काय झालं?'' त्या वेळी तिथं उपस्थित असलेल्या कर्मचाऱ्यानं कागद तुटल्याचं सांगितलं. यानंतर प्रश्नोत्तरांची एक मालिकाच सुरू झाली. त्यातून परिणामांच्या मुळाशी जाण्याची वृत्ती लक्षात येत होती. अर्थातच, यामागोचींनी विचारलं, ''आता काय करणार?''

त्यावर कर्मचाऱ्यानं उत्तर दिलं, ''काही नाही. कागद ओढून घेणार, रुळावर लावणार आणि पुन्हा प्रिंटिंग सुरू करणार.'' त्यांनी शांतपणे ऐकलं आणि पुढील क्षणी विचारलं, ''कागद का तुटला?'' त्या कर्मचाऱ्यानं त्रोटक काहीतरी सांगितलं. त्यावर यामागोची म्हणाले, ''जिथं कागद तुटला आहे तिथं जा आणि तो तिथंच का तुटला ते पाहून या!''

कर्मचाऱ्यानं त्याप्रमाणे पाहणी केली. त्या वेळी असं लक्षात आलं की, त्या ठिकाणाहून जलवाहिनी जात होती आणि तीमधून अगदी किरकोळ लीकेज होत होतं. पाण्याचा थेंब कागदावर पडत असल्यानं तो तुटला होता. संबंधित कर्मचाऱ्यानं हे सांगताच यामागोची यांनी पुढचा प्रश्न केला, ''तिथं पाणी कसं आलं?'' या प्रश्नानं कर्मचारी पुरता गोंधळला. त्यानं पुन्हा जाऊन पाहणी केली. जलवाहिनी त्या ठिकाणी गंजल्यानं लीकेज झाल्याचं त्यानं सांगितलं. त्यावर यामागोची यांनी ''का गंजली?'' असा प्रश्न केला. प्रश्नांच्या या मालिकेनं तो कर्मचारी पूर्णपणे चक्रावून गेला होता. कोणतंही कारण देता येत नसल्यानं तो शांत बसला.

त्यानंतर यामागोची म्हणाले, ''तुम्ही हे पाणी वापरता, त्यामध्ये क्षाराचं प्रमाण जरा जास्त असणार आहे. त्यामुळे गंज निर्माण झाला आहे. पाण्यात क्षाराचं प्रमाण जास्त असण्याचं कारण काय?''

''या ठिकाणी पाणीशुद्धीकरणाचा प्लँट असेल ना,'' असंही त्यांनी विचारलं. पाणीशुद्धीकरणाचा प्लँट असल्याचं कर्मचाऱ्यानं सांगितलं. त्यावर यामागोची यांनी, पाणीशुद्धीकरणाचा प्लँट असतानाही पाण्यात क्षाराचं प्रमाण का वाढलं आहे हे पाहिलं पाहिजे, असं सांगितलं. आणि तो प्लँट व्यवस्थित काम करतो की नाही, याची तपासणी करा, असं सुचवलं. झालंही तसंच होतं. त्या प्लँटसाठी लागणारी रसायनं बदलण्यात आली नव्हती. स्वाभाविकच यामागोची यांनी विचारलं, ''ती का बदलली नाहीत?''

उत्तर दिलं गेलं, ''आमच्या पर्चेस विभागानं आणली नाहीत.''

पुन्हा प्रश्न, ''का नाही आणली?''

त्यावर त्या विभागातील संबंधितांना फोन लावला तर 'आमच्याकडे वसुली नसल्यानं पैसा उपलब्ध नव्हता, त्यामुळे खरेदी करू शकलो नाही' असं उत्तर मिळालं. त्यातून दोन-तीन विभागांशी संबंधित व्यक्तींशी बराच वेळ प्रश्नोत्तरं झाली.

हे सर्व सविस्तर सांगायचं कारण म्हणजे, कोणत्याही समस्येच्या मुळाशी जाणं. कागद तुटणं ही समस्या नव्हे, तर परिणाम आहे. परंतु ती परिस्थिती का निर्माण झाली, याच्या मुळाशी गेल्यावर आपल्याला त्याचं उत्तर मिळतं.

आपण मुळाशी जात नाही तोपर्यंत परिणाम भोगतच राहणार. आयुष्यात प्रत्येक ठिकाणी प्रश्न विचारा. त्याला इंग्लिशमध्ये 'व्हाय-व्हाय ॲनॅलिसिस' असं म्हणतात. म्हणजे, प्रत्येक गोष्टीच्या मुळाशी जाणं हा आपला स्थायीभाव झाला पाहिजे.

याचा अंगीकार संस्थास्तराबरोबरच व्यक्तिगत स्तरावरही होणं आवश्यक आहे. त्यातून अनेक समस्या सहजतेनं सुटतात; मग त्या कामगार, दर्जा अशा कोणत्याही प्रकारच्या असोत! मनाला ही सवयच लावली पाहिजे. आपण एखादा प्रसंग पाहतो, घटना अनुभवतो, त्याचे परिणाम पाहतो. त्याच्या थेट मुळाशी जाण्याचा फारसा प्रयत्न करत नाही. आपण परिणामावर केवळ अवलंबून राहतो. त्या परिणामांच्या कारणांच्या खोलात जात नाही.

वरील प्रसंग सविस्तर सांगायचं आणखी एक महत्त्वाचं कारण आहे. ते म्हणजे, सोशल मीडिया. सोशल मीडियावर एखादी घटना वाचली की तिची शहानिशा कुणी करत नाही. मीडियात आलं म्हणजे सत्यच आहे, असं आपण समजून चालतो आणि ते आणखी फॉरवर्ड करत राहतो. त्याचा परिणाम एखादी व्यक्ती किंवा संस्था बदनाम होण्यामध्ये होतो, हे आपण जाणून घेतलं पाहिजे.

कोणत्याही समस्येच्या मुळाशी जाणं आवश्यक असतं. कागद तुटणं ही समस्या नव्हे, तर परिणाम आहे. परंतु ती परिस्थिती का निर्माण झाली, याच्या मुळाशी गेल्यावर आपल्याला त्याचं उत्तर मिळतं. आपण मुळाशी जात नाही तोपर्यंत परिणाम भोगतच राहणार. प्रत्येक गोष्टीच्या मुळाशी जाणं हा आपला स्थायीभाव झाला पाहिजे.

काही वर्षांपूर्वीची घटना मला आठवते. माझ्या मित्रपरिवारातील एकाबाबतची ही घटना आहे. त्याच्या शेजारच्यानं मित्राबाबत वाईट पद्धतीची अफवा पसरवली. त्याचा संबंधित व्यक्तीवर इतका परिमाण झाला, की त्यानं न्यायालयात धाव घेतली.

न्यायालयानं सर्व बाजू तपासल्या. त्यानंतर लक्षात आलं की, शेजारच्यानं सर्व गोष्टी खोडसाळपणे केल्या आहेत. यामध्ये न्यायालयानं वेगळ्या पद्धतीनं शिक्षा केली. न्यायालयानं सांगितलं, ''झाल्या गोष्टीचा मला पश्चात्ताप झाला आहे,' असं तुम्ही कागदावर लिहून द्या.' शेजाऱ्याला वाटलं, सोपी शिक्षा आहे. त्यानं तातडीनं तसं लिहून दिलं.

आता न्यायालयानं सांगितलं, 'हा कागद घेऊन बाहेर जा आणि त्याचे तुकडे करून फेकून द्या आणि उद्या मला भेटायला या!' तो शेजारी अचंबित झाला. 'ही काय शिक्षा आहे!' असे भाव त्याच्या चेहऱ्यावर होते. परंतु आदेशानुसार त्यानं कागदाचे तुकडे करून फेकून दिले. त्यानंतर तो दुसऱ्या दिवशी न्यायालयात आला. त्याला न्यायालयानं सांगितलं, 'काल फेकून दिलेले सर्व तुकडे एकत्र करून आणा.'

आता मात्र तो शेजारी हवालदिल झाला. 'हे कसं शक्य आहे... आणि वाऱ्यामुळे कागदाचे तुकडे सर्वत्र पसरले, ते कसे गोळा करू,' असं त्यानं न्यायालयाला विचारलं. त्यावर न्यायालय त्याला म्हणालं, 'तुम्ही अफवा पसरवता ना, त्या अफवांचंही असंच होत असतं. त्या कुठपर्यंत पोहोचतात हे तुम्ही सांगू शकत नाही. त्यांचे काय परिणाम होतात, याचा अंदाज तुम्हांला येत नाही. कागदाचे तुकडे तुम्ही परत आणू शकत नाही, तसंच अफवांचंही असतं.'

हे सांगण्याचं कारण म्हणजे, आपण एखादं कृत्य करतो तेव्हा त्याचे संस्थांवर, व्यक्तींवर विपरीत परिणाम होत असतात. विशेषतः सोशल मीडियाच्या बाबतीत हे होताना दिसत आहे. अनेक प्रथितयश लोकांना, राजकीय व्यक्तींना याचा त्रास होतो. या गोष्टी अज्ञानातूनच होतात असं नाही. हे जाणीवपूर्वक करण्याची मानसिकताही काही जणांमध्ये असते.

आपण एखादी गोष्ट करतो. तिचे परिणाम काय होऊ शकतात, याचा विचार केला पाहिजे. आजकाल काय झालं आहे की, लोकांना गॉसिपिंग आवडतं. दुसऱ्याबद्दल वाईट बोलणं, पसरवणं सोपं असतं; परंतु त्याचा समोरच्यावर काय परिणाम होतो, हे संबंधित लक्षात घेत नाहीत. आपण नेहमी परिणाम पाहतो आणि त्यावर टिप्पणी करत असतो. त्याचं मूळ कारण शोधण्याचा प्रयत्नच करत नाही. मुळाशी गेल्याशिवाय आपल्याला त्यातील वस्तुस्थिती समजत नाही. परिणामावर मत व्यक्त करण्यापेक्षा कारणाचा शोध घेऊनच बोललं पाहिजे. हा कारणाचा शोध आपल्याला चुकीचं मत व्यक्त करण्यापासून वाचवतो.

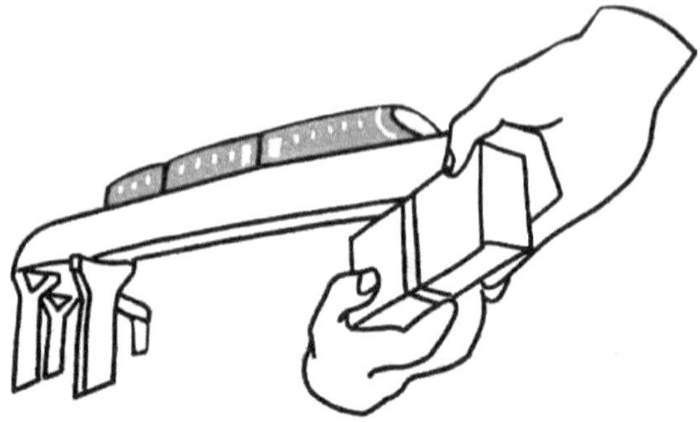

आपल्याला राग का येत नाही?

गेल्या महिन्याच्या अखेरीला सीओईपी - पुणे येथील एक पदवीधर विद्यार्थी ओळखीतून भेटायला आला. वर्षभरापूर्वी त्यानं व्यवसाय सुरू केल्याचं मला सांगण्यात आलं होतं. अशा नवउद्योजकांना भेटायला मला नेहमीच आवडतं. अवांतर गप्पा झाल्यावर मी त्याला विचारलं, ''कोणता व्यवसाय करतोस आणि कसा चालला आहे?''

तो उत्तरला, ''साहेब, मी बांधकामव्यवसायात पदार्पण केलं. धडपड करून तीस-चाळीस लाख रुपयांचं सरकारी काम मिळवलं. मात्र, आता सर्व थंड आहे.''

कारण विचारल्यावर तो म्हणाला, ''घरून आणि कर्ज घेऊन किती भांडवल उभं करणार? सर्वांत कमी दरानं काम मिळाल्यावर सरकारी यंत्रणेतून कामाचे पैसे मिळायला विलंब आणि त्रास होतो. प्रत्येक धनादेशामागं दोन ते दहा टक्के रोख रक्कम मागितली जाते. आता माझे दोन लाख गेले आहेत, तरी काही महिन्यांपासून बिल अडकलं आहे. माझ्याकडे दहा हजार रुपये देण्याचीही क्षमता नाही. त्यामुळे पुढची कामं घेणं बंद करावं लागलं.''

त्याच्या या उत्तरानं मनात विचारांचं काहूर निर्माण झालं. यावर मी अनेक सरकारी, निमसरकारी खात्यांचा आढावा घेण्याचा प्रयत्न केला. बांधकाम खातं असो वा महसूल; किंवा महानगरपालिका असो अथवा सामाजिक न्याय खातं असो; पैसे दिल्याशिवाय कुठल्याच ठिकाणी कामं होत नाहीत, असं सांगणारे अनेक जण पुढं आले.

मी एका सरकारी धर्मादाय संस्थेचा चाळीस वर्षं विश्वस्त आहे. अपंगांसाठी काम करणाऱ्या धर्मादाय संस्थांची प्रशासनानं देणे असलेली रक्कम अर्थपूर्ण व्यवस्था केल्याशिवाय मिळत नाही. तिथल्या अधिकाऱ्याला कोणतीही भीती किंवा शरम वाटत नाहीत. 'तुम्ही कुणाकडेही जा, पैसे दिल्याशिवाय काम होणार नाही,' असं अत्यंत निर्ढावलेल्या सुरात सांगितलं जातं.

'ब्रिटिशांनी भारतीय जनतेची लूट आपल्याच लोकांच्या साहाय्यानं कशी केली?' असा लेख मी नुकताच लिहिला होता. त्याला खूप प्रतिसाद मिळाला. आता फक्त, 'गोरे गेले आणि आपले लोक आले,' अशी परिस्थिती निर्माण झाली आहे. अर्थात, आता लूट ही देशातच राहते हे केवढं भाग्य आहे! या लुटीतून कुणी गाड्या, जमीन, सदनिका, सोनं-नाणं वगैरे खरेदी करत असतील, सामान्यांनी वाईट वाटून घेण्यात काहीच अर्थ नाही. पैसा तर समाजातच खेळतोय ना, यातच आपण जनतेनं आनंद मानला पाहिजे!

आपल्याला पैसे घेणाऱ्यांचा उगीचच राग येतो. सरकारी यंत्रणेत काम करणाऱ्यांचा जनतेच्या विविध करांमधूनच जनतेची सेवा करण्यासाठी पगार होत असतो. शिवाय, नोकरीची शाश्वती, निवृत्तिवेतन, 'सहावा-सातवा आयोग' यांद्वारे अधिकाऱ्यांची, कर्मचाऱ्यांची आर्थिक काळजी घेण्यात येते. परंतु ते काही महत्त्वाच्या लोकांना पुरत नाही. मग त्यांनी जनतेकडून आणखी मिळवलं तर वावगं काय, असा प्रश्न संबंधितांच्या मनात आला तर त्यात सामान्यांनी कष्टी होण्याचं काहीच कारण नाही! शिवाय, जनता बिनबोभाट सोशीकपणे देत असते. यामुळे या पद्धतीत सुधारणा करण्याची गरज कुणाला वाटत नाही.

'सरकारी काम, मग वर्षभर थांब' हे आपण मान्यच केलं आहे. सामान्यांच्या सेवेसाठी अगदी गावपातळीपासून ते जिल्हापातळीपर्यंत सर्व विभागांसाठी सुविधा केंद्र सुरू केलं गेलं आहे. परंतु या सुविधा केंद्रातील 'सर्व्हर' नेमका कामाच्या वेळीच बंद असेल तर प्रशासन तरी काय करणार...! हे समजून घेतलं पाहिजे.

समाजाचा पैसा समाजाच्या करांवर जगणाऱ्या काही लोकांसाठी गेला तर बिघडलं काय? आपलं कुठं रक्त उसळून येतं? आपणही त्यांना 'सहकार्य' करतोच ना...! एरवीही, आपल्याला काही वर्षं थांबावं लागेल याची काळजी वाटते. जनतेकडे थांबायला वेळ कुठं आहे...? काही व्यावसायिक लोकांनीच 'वर'कमाईची सवय लावलेली आहे ना...! जनता खूश नसेल; परंतु बाबूगिरी करणारे हे लोक तरी खूश आहेत ना! हे सर्व विश्व आपलं कुटुंब आहे, असं आपण मानत आहोतच ना! मग हेसुद्धा त्याचाच भाग आहेत. यामुळे जनतेला सांगणं आहे, की मुळीच रागावू नका किंवा निषेध करू

नका. कुणीतरी आत्मनिर्भर होऊन स्वतःची प्रगती करत आहे, असं समजून त्यात आनंद माना. यात बदल करण्यासाठी उठाव, निषेध वगैरे काहीही करू नका. आपली स्थिती पाकिस्तानसारखी तर झाली नाही ना! आपण पाकिस्तानपेक्षा समृद्ध आहोत ना! बांगला देश, इंडोनेशिया, थायलंड, मलेशिया वगैरे देश आपल्यापेक्षा अधिक समृद्ध झाले म्हणून काय झालं! चीनशी तर तुलना करायलाच नको. तो कम्युनिस्ट देश आहे आणि आपला द्वेष करतो तरी आपण चीनमधून माल आयात करतोच ना? कारण, 'वसुधैव कुटुंबकम्'.

'वर'कमाई दिलीच पाहिजे, अशीच सर्वसामान्य जनतेची मानसिकता झाली आहे. शेकडो कायदे, ईडी, सीबीआय वगैरे असले म्हणून काय झालं? प्रत्येक गोष्ट तपासायला नको का? आणि ईडी, सीबीआय वगैरे विभाग किती आत्मीयतेनं धाडी घालतात? कारण, त्या गोष्टी अर्थपूर्ण असतात म्हणून का? त्यांना सूचना देणाऱ्यांवर उगीचच संशय घेऊ नका. हे सर्व देशप्रेमातूनच होत आहे. सर्व बाबूलोकांना आपल्याच राजकीय नेत्यांनी वाढते अधिकार दिले आहेत, त्यांचा गैरवापर होतोय, असं वाटून घेऊ नका. शेवटी, तेही आपलेच लोक आहेत. ब्रिटिशांनी, मुघलांनी अत्याचार केले तेव्हासुद्धा आपण सहनच केलं ना, मग इथून पुढंही करा. हे लिखाण करण्यात कुणावरही दोषारोप करायचा नाही. आपली सहनशीलता, बंधुभाव वाढावा यासाठीच हा प्रयत्न आहे. आपण सहमत व्हाल, अशी अपेक्षा आहे.

आम्ही लहान, तरुण होतो तोपर्यंत परमिटराज होतं. कुणी अधिक उत्पादन करू नये, एअर इंडियासारख्या संस्था टाटा, बिर्ला यांच्यासारख्या धनदांडग्यांकडे राहू नयेत म्हणून राजकीय शक्ती आणि सरकारी अधिकारी यांनी किती कसोशीनं प्रयत्न केले हे विसरू नका. जनतेनं फार मनस्ताप करून घेण्यात काहीच अर्थ नाही. खाबूगिरीतून कुणाचंतरी कल्याण होत आहे, यात समाधान माना!

तुम्ही म्हणाल, इस्रोसारखी यशस्वी संस्था किंवा सॉफ्टवेअरमध्ये जगन्मान्यता मिळवलेल्या जगातील अनेक प्रमुख कंपन्यांमध्ये भारतीय लोक सर्वोच्च पदावर आहेत. परंतु आम्हांला साधा रस्ता करता येत नाही? अहो, मुळात आम्हांला करायचाच नाही, हेच तुम्हांला समजत नाही. दर वर्षी पावसाळ्यात वर्तमानपत्रांना खड्डे, अपघात यांबाबत बातम्या कशा मिळतील मग...? एवढा साधा विचारही जनतेच्या मनात येत नाही. यामधील वस्तुस्थिती, कार्य करण्याची पद्धती बाबूंना, राजकीय लोकांना माहीत असते. एखादा प्रश्न 'अडवायचा कसा' आणि इच्छा असेल तर 'सोडवायचा कसा?' याची त्यांना पुरेपूर माहिती असते. दर वर्षी टेंडर कसं काढता येणार? बजेटमधील जनतेचा

पैसा रस्तेदुरुस्तीच्या रूपानं खर्च करायला नको का? साधं गणित जनतेला कळत नाही.

सुदैवानं सर्वच असे नाहीत. अनेक उत्तम सरकारी अधिकारी आहेत. उत्तम योजना, कल्पकता ते दाखवतात. झीरो पेंडन्सीसारखे किंवा सिकॉम, एमआयडीसी, सिडकोसारखे अनेक प्रकल्प याच अधिकाऱ्यांनी यशस्वीपणे राबवले आहेत. वस्तुस्थिती अशी आहे की, हे सर्व करणारे बुद्धिमान, सुशिक्षित आहेत. भारताचा उत्कर्ष हे लोक दहा वर्षांत सहज घडवून आणतील, अशी यांच्यात क्षमता आहे. प्रश्न आहे तो 'इच्छाशक्तीचा आणि एकूण परिस्थितीचा रेटा आहे का?' याचा. अनेक चांगल्या अधिकाऱ्यांना तडफेनं काम करण्याची इच्छा असते. परंतु अनेक वेळा परिस्थिती आड येते. त्यामुळे त्यांच्या कार्यक्षमतेवर मर्यादा येतात.

वस्तुस्थिती आता बदलली आहे व एमआयडीसीमध्ये कसा कारभार चालतो हे जगजाहीर असल्यानं विनंती आहे की, रागावू नका! काहींची आर्थिक गरज मोठी असते. त्यात म्हणे वाटण्या असतात... वरपर्यंत पैसे द्यावे लागतात... त्यामुळे संबंधित विभाग गिऱ्हाइकांकडून म्हणजे जनतेकडून वसूल करणार ना, असं नेहमी सांगण्यात येतं. हे 'वरपर्यंत' म्हणजे कोण अजून समजलेलं नाही. विजेच्या दरांतील तफावतसुद्धा चोऱ्या, फुकट देणं, यंत्रणेतील दोष वगैरे गोष्टींमुळे आलेली आहे. त्यामुळे पैसे देऊ शकतात अथवा मुकाट्यानं देत असतात त्यांच्याकडून वसूल करावे लागणारच ना? रागावू नका...! आपलेच लोक आहेत यात! एके काळी इंडोनेशियाला प्रत्येक सरकारी कामाचा दर सरकारनंच ठरवून दिला, त्यामुळे घासाघीस करण्याचा प्रश्न सुटला होता. आपण तसं काम करावं का?

या सर्व सरकारी यंत्रणेसाठी आपण रोज प्रार्थना करू या...

सर्वे भवन्तु सुखिनः सर्वे सन्तु निरामया।
सर्वे भद्राणि पश्यन्तु मा कश्चित् दुःखभाग् भवेत्।।

आपण एक उदाहरण घेऊ या : पुण्यात बाणेर रस्त्यावर मेट्रोचं काम सुरू आहे. एक-दीड हजार कोटींचा हा प्रकल्प गेली काही वर्षं सुरू आहे आणि अजून एक ते दीड वर्ष तो सुरू राहणार आहे. समजा, ही रक्कम टप्प्याटप्प्यानं बँकेत ठेवली असती तर पाच वर्षांत १० टक्के व्याजदराप्रमाणे सुमारे ९५० कोटी रुपये मिळाले असते. त्याशिवाय, लोकांचा वाया गेलेला वेळ, पेट्रोल, डिझेल, हळू वाहतुकीमुळे झालेली नासाडी, त्यातून निर्माण झालेलं प्रदूषण याची किंमत सात-आठशे कोटींच्या घरात सहजच

जाईल. म्हणजे, पंधराशे कोटी रुपयांच्या प्रकल्पावर समाज तितकेच नुकसान सोसणार आहे. हेच एक किंवा फारतर दोन वर्षांत झालं असतं, तर एक हजार कोटी रुपये नवीन प्रकल्पासाठी उपलब्ध झाले असते आणि मेट्रोचं तीन वर्षांत उत्पन्न सुरू झालं असतं. हे दुबई, चीनमध्ये होतं. दुबईत आपले लोकच काम करतात. मग आपण का करू शकत नाही? कारण, प्रशासनाच्या खिशातून पैसा जात नाही. जातो तो कररूपानं शासनाकडे पैसे भरणाऱ्या सामान्यांच्या खिशातून!

विचार करा, दुबई, चीन यांची प्रगती ही आपल्या काही पटींनी झाली तर आश्चर्य काय! परंतु कुणाला याची खंत आणि समज नाही. हे सर्व आपल्या देशातील उधळपट्टीमुळे घडत आहे. श्रीमंत देशांनाच अशी वेळेची आणि पैशांची उधळपट्टी परवडू शकते. म्हणतात ना, 'भारत असा श्रीमंत देश आहे, जिथं गरीब जनता राहत आहे.' ही उधळपट्टी आपल्याला खरोखरच परवडणारी आहे की नाही, याचा विचार व्हावा.

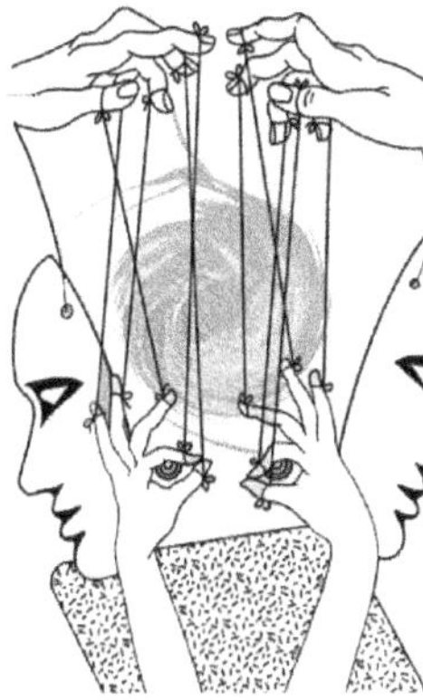

(सु)संवाद हवा

रोजच्या जीवनात आपण ज्या क्षेत्रात काम करत असतो, त्या क्षेत्रांतील अनेक व्यक्ती, संस्था यांची माहिती आपल्याला विविध माध्यमांतून मिळत असते. आपली व्यक्तिगत जिज्ञासा असेल तर आपण एखाद्या संस्थेबद्दल माहिती मिळवण्याचाही प्रयत्न करतो. मात्र, अनेकदा असं अनुभवास येतं की, आज कोणतंही तंत्रज्ञान, विज्ञान एका शाखेपुरतं मर्यादित नसतं, तर ते अनेक तंत्रज्ञानांचं मिळून तयार झालेलं एक उपयुक्त; परंतु सामूहिक अशा ज्ञानाचं प्रतीक असतं. रोजच्या वापरातील मोबाइल-फोनचं उदाहरण घ्या. तुमच्यापर्यंत पोहोचेपर्यंत असंख्य गोष्टींचा समावेश त्यात झालेला असतो. याचा अर्थ असा आहे की, अनेक लोकांनी एकत्र हातभार लावल्याशिवाय कोणतीही अशी गोष्ट होऊ शकणार नाही. याची शेकडो उदाहरणं देता येतील.

वैद्यकीय क्षेत्रातील उपयुक्त साधनं किंवा मशीन्स पाहिल्यावर आपल्या लक्षात येतं की, केवळ इंजिनिअरिंगच नव्हे, तर वैद्यकीय शास्त्रातील तज्ज्ञांनी एकत्र काम केल्याशिवाय ती साधनं अथवा ती मशीन्स तयार होणारच नाहीत. एमआरआय किंवा डायलिसिस ही त्यातील सर्वांना माहीत असलेली साधनं आहेत. पेसमेकर, स्टेंट अशी कितीतरी उदाहरणं देता येतील. सध्या जोरदार चर्चेत असलेल्या कृत्रिम बुद्धिमत्तेचा वापर विविध क्षेत्रांत करायला कितीतरी इतर तंत्रज्ञानं, अगदी गणितापासून अल्गोरिदम वापरावी लागतात. हे सर्व विस्तारानं सांगण्याचं कारण, जिथं-जिथं अशा गोष्टी विकसित

होतात किंवा त्यांत सातत्यानं संशोधन, विकास केला जातो तिथं-तिथं समन्वयानं काम होत असतं.

पुण्यात देशपातळीवरील २७ संशोधन संस्था आहेत. तिथं काय काम चाललं आहे, कोणती तंत्रज्ञाने उत्पादन-उद्योजकांना उपलब्ध आहेत हे जवळपास कुणालाच माहीत नाही. त्यांच्या गरजा काय आहेत, ज्या पुण्यातील उद्योजक भरून काढू शकतात, हेही कुणाला माहीत नाही. यातून देशाची प्रगती खुंटते, खर्च होत राहतात. यामुळे आता मराठा चेंबरमध्ये असा एक विचार/प्रयत्न सुरू आहे, ज्यातून वर्षातून निदान एकदा अशा सर्व संस्थांना एकत्रित आणून त्यांचा एकमेकींशी आणि उद्योजकांशी संवाद घडवून आणायचा. सुदैवानं आता संरक्षण क्षेत्रातही 'आत्मनिर्भरता' (उशिरा सुचलेलं शहाणपण) आणण्याचे भारत सरकारचे प्रयत्न सुरू झाले आहेत.

> संवाद हा फक्त एका क्षेत्रापुरता मर्यादित नाही, तर व्यक्तिव्यक्तीत, जातिधर्मांमध्ये, विविध राजकीय प्रणालींमध्ये तो असायला हवा. सर्वसाधारणतः सामान्य माणूस हा –जगात कुठंही जा – चांगलाच असतो. त्याला आपण जात-धर्म-राजकीय प्रणाली-प्रांत-देश वगैरेंमध्ये अडकवलं की सर्व बदलतं. सुज्ञ समाजानं हे लक्षात घेऊन व्यक्तिगत आणि सामूहिक विकास केल्यास परिस्थिती किती लवकर बदलेल!

एक उदाहरण सांगतो... कॉलेज ऑफ इंजिनिअरिंग-पुणे, वसंतदादा शुगर इन्स्टिटयूट आणि एनसीएलमधील एक शास्त्रज्ञ यांच्या संयुक्त प्रयत्नांतून महाराष्ट्राच्या सर्व साखर कारखान्यांचं दोनशे-तीनशे कोटी रुपयांची बचत करणारं संशोधन यशस्वी झालं आहे. (त्याची सविस्तर माहिती 'संवादातून बांधला ज्ञानाचा पूल' यात दिली आहे.) त्यांचे अनेक अडचणींवर मात करण्याचे एकत्रित प्रयत्न सुरू आहेत. हे केवळ संवादातून शक्य झालं.

तिन्ही संस्था आपापल्या परीनं स्वतःच्या क्षेत्रात उत्तम काम करत आहेतच; परंतु एकत्र आल्याबरोबर त्याची परिणामकारकता खूप व्यापक आणि यशस्वी झाली आहे. हेच संशोधन संस्था, औद्योगिक संस्था, शिक्षण संस्था यांनी एकत्रित काम करून स्वतःची प्रगती साधत, देशाच्या प्रगतीत योगदान देणं अभिप्रेत आहे.

असा प्रामाणिक प्रयत्न झाल्यास हे शंभर टक्के यशस्वी होईल, असा विश्वास निर्माण झाला आहे. विविध प्रदर्शनं, परिषदा, चर्चासत्रं यांतून संवाद जरूर होतो; परंतु त्याची व्याप्ती सर्वच पातळ्यांवर व्हायला हवी. आश्चर्य वाटेल कदाचित; परंतु अनेक शिक्षण संस्थांमध्ये वेगवेगळ्या खात्यांमधील प्राध्यापकांमध्ये संवाद नसतो किंवा नाममात्र असतो! 'तुम्ही माझ्या कामात किंवा मी तुमच्या कामात ढवळाढवळ करायची नाही,' हे जवळपास अलिखित आहे आणि हे माझ्यासारख्याला प्रकर्षानं जाणवतं. यातील आणखी एक महत्त्वाचा मुद्दा सांगायचा म्हणजे, 'सकाळ माध्यम समूहा'च्या वतीनं गेल्या १५ वर्षांपासून 'एज्युकॉन' परिषदेच्या उपक्रमाचं आयोजन केलं जातं. जगभरातील वेगवेगळ्या देशांत ही परिषद होत असते. राष्ट्रीय - आंतरराष्ट्रीय शैक्षणिक संस्थांचे प्रतिनिधी या परिषदेत सहभागी होत असतात.

या परिषदेचा मुख्य उद्देश म्हणजे, या क्षेत्रात काम करणाऱ्या प्रतिनिधींनी माहितीचं आदानप्रदान करणं. अनेक वेगवेगळे उपक्रम शिक्षण क्षेत्रात राबवले जात असतात. परंतु त्या माहितीची देवाणघेवाण होत नाही. या परिषदेच्या निमित्तानं विविध शैक्षणिक संस्थांच्या प्रतिनिधींची एकमेकांशी थेट भेट होते, चर्चा होते, संवाद साधला जातो. विविध प्रयोगांची एकमेकांना माहिती होते.

संवादाचा हा पूल सकाळ माध्यम समूहाच्या वतीनं बांधला जातो. एकमेकांशी प्रत्यक्ष संवाद होत असल्यानं एज्युकॉनच्या परिषदेची आता शैक्षणिक जगतात वाट पाहिली जाते. ही सर्व किमया संवादामुळे घडली.

संवाद हा फक्त एका क्षेत्रापुरता मर्यादित नाही, तर व्यक्तिव्यक्तीत, जातिधर्मांमध्ये, विविध राजकीय प्रणालींमध्ये तो असायला हवा. सर्वसाधारणतः सामान्य माणूस हा – जगात कुठंही जा – चांगलाच असतो. त्याला आपण जात-धर्म-राजकीय प्रणाली-प्रांत-देश वगैरेंमध्ये अडकवलं की सर्व बदलतं. सुज्ञ समाजानं हे लक्षात घेऊन व्यक्तिगत आणि सामूहिक विकास केल्यास परिस्थिती किती लवकर बदलेल! आपण आपल्या परीनं तरी प्रयत्न करू या!

विख्यात अमेरिकी साहित्यिक मार्क ट्वेन यानं दिलेलं एक उदाहरण यानिमित्तानं सांगावंसं वाटतं, शंभर काळ्या मुंग्या आणि शंभर लाल मुंग्या एका काचेच्या बरणीत भरा... या मुंग्यांचं सर्व काही ठीक चाललेलं तुम्हांला आढळेल. पण कुठपर्यंत? तर, तुम्ही ती बरणी हलवत नाही तोपर्यंत! मात्र, एका दिवसानंतर ती बरणी काही काळ जोरजोरात हलवून उलटीपालटी केली आणि टेबलावर ठेवली तर आढळेल की, त्या मुंग्यांमध्ये जोरदार संघर्ष सुरू झाला आहे! कारण, या हलवाहलवीनंतर लाल मुंग्यांना

वाटेल की, काळ्या मुंग्या आपल्या शत्रू आहेत आणि काळ्या मुंग्यांना वाटेल की, लाल मुंग्या आपल्या शत्रू आहेत. मग दोन्ही प्रकारच्या मुंग्या जिवावर उदार होऊन एकमेकींवर तुटून पडलेल्या आढळतील...

मात्र, या मुंग्यांचा खरा शत्रू कोण? तर, ज्यानं बरणी जोरजोरात हलवून ठेवली तो! हेच सध्या समाजात जात-धर्म-राजकीय पक्ष यांच्या नेत्यांमुळे होत आहे. काळे विरुद्ध गोरे, पुरुष विरुद्ध महिला, श्रद्धा विरुद्ध शास्त्र, तरुण विरुद्ध वृद्ध वगैरे.

कुणीतरी बरणी हलवणारा असतो, त्यामुळे हे सर्व होत आहे. एकमेकांशी शत्रुत्व करण्याआधी 'बरणी कुणी घुसळली? हा प्रश्न आपण स्वतःला विचारला पाहिजे व त्याचं उत्तर शोधलं पाहिजे.

मात्र, आपण संवाद साधण्याचा प्रयत्न करतो का, हा खरा प्रश्न आहे. संवादात विलक्षण शक्ती आहे. ती सकारात्मक पद्धतीनं उपयोगात आणली पाहिजे. आणि महत्त्वाचं म्हणजे, केवळ एकमेकांशी बोलणं म्हणजे संवाद नव्हे, तर हृदयापासून बोललं पाहिजे, तरच तो सुसंवाद होईल.

●●●

इतिहासाची पानं उलगडताना...

काही वर्षांपूर्वी आम्ही उभयता आयर्लंडच्या डब्लिन शहरात गेलो होतो. 'वर्ल्ड असोसिएशन ऑफ न्यूजपेपर'ची तिथं बोर्ड मीटिंग होती. कोणत्याही देशात गेल्यावर त्या ठिकाणचा इतिहास जाणून घेण्याची मला उत्सुकता असते. त्या अनुषंगानं आपोआपच आयर्लंडचा इतिहास वगैरेबाबत माहिती घेतली. सुमारे ७०० वर्षं इंग्लंडनं त्यांच्यावर कब्जा करून कसे हाल केले याबाबतची कटुता त्यांच्या मनात अजूनही असल्याचं स्थानिकांशी बोलताना जाणवलं. डब्लिन इथलं काम झाल्यावर तिथून आम्ही स्कॉटलंडच्या ग्लासगो इथं सहज चार-पाच दिवस घालवायचे म्हणून गेलो. यासाठी आमच्या ट्रॅव्हल एजंटकडे आम्ही एखादी मोटार आणि ड्रायव्हर, जो आम्हांला विविध ठिकाणी नेईल आणि माहितीही सांगेल, यांची मागणी केली होती.

त्याप्रमाणे दुसऱ्या दिवशी सकाळी एक धिप्पाड स्कॉटिश व्यक्ती उत्तम दर्जाची मोटार घेऊन हजर झाली. सुटाबुटातील ती व्यक्ती पाहिल्यावर मला जरा आश्चर्यच वाटलं! माझा गैरसमज होत नाही ना, याची खात्री मी करून घेतली. हा मोटारमालक असून आम्हांला घेण्यासाठी आला असेल, असं मला वाटलं होतं. चौकशी केल्यावर समजलं की, तो चालक असून तोच आमच्या पुढील प्रवासातील गाइडही असेल. त्या प्रवासात आमच्या गप्पा सुरू झाल्या. तो खूपच अनुभवी आणि हुशार वाटला. वय असेल अंदाजे ६०-६५. मी साहजिकच विचारलं, "ही मोटार कुणाची? तुम्ही किती वर्षं गाडी चालवता?"

संवाद साधल्यावर लक्षात आलं की, ही व्यक्ती परदेशातून उच्च पदावरून निवृत्त झालेली होती आणि केवळ आवड आणि स्कॉटलंडचा अभिमान म्हणून हे काम करत होती. त्यानं स्पष्टपणे सांगितलं, ''तुमची निवड मी करतो. काम स्वीकारण्याच्या आधी तुमची सर्व माहिती मी मिळवली आणि मग तुमच्यासाठी गाइड आणि चालक हे काम स्वीकारलं.'' हा मला आश्चर्याचा आणखी एक धक्काच होता! या गाइडला अनेक विषयांत उत्तम गती होती; विशेषतः इतिहासात!

बोलता-बोलता तिथलं शिक्षण या विषयावर आमची गाडी आली. तो म्हणाला, ''तुम्हांला तेवढा वेळ नाही; अन्यथा माझ्या आवडत्या विद्यापीठात तुम्हांला घेऊन जायला मला आवडलं असतं.''

यावर, 'सकाळ'च्या वतीनं सुरू असलेल्या 'एज्युकॉन' या उपक्रमाची थोडी माहिती मी त्याला दिली. त्यावर त्या महाशयांनी 'मी आता माझ्या आवडीच्या विद्यापीठाची माहिती तुम्हांला सांगतो,' असं आग्रहपूर्वक म्हणत माहिती द्यायला सुरुवात केली.

''या विद्यापीठाचं नाव सेंट ॲण्ड्रयूज. त्याची स्थापना २८ ऑगस्ट १४१३ रोजी झाली असून स्कॉटलंडच्या चार प्राचीन विद्यापीठांपैकी ते एक आहे. ऑक्सफर्ड आणि केंब्रिज या विद्यापीठांनंतर इंग्लिशभाषक-जगतातील तिसऱ्या क्रमांकाचे ते जुनं विद्यापीठ आहे. त्याचं वैशिष्ट्य म्हणजे, ते इतिहास या विषयाला सर्वोच्च महत्त्व देतं.'' ही आमच्यासाठी नवीनच माहिती होती.

गाइड पुढं सांगू लागला, ''आपण इतिहास हा प्रामुख्यानं आपल्या भागाचा, आपल्या देशाचा शिकतो. इतर देशांतील जुजबी माहितीही आपल्याला आपल्या शिक्षणातून मिळते. परंतु स्कॉटिश, ब्रिटिश लोकांमध्ये जगाच्या इतिहासाबद्दल जागरूकता आहे. जगाच्या वेगवेगळ्या भागांत वेगवेगळ्या वेळी महत्त्वाचं काय घडलं, का घडलं, आणि त्याचे परिणाम काय झाले, हा त्या शिक्षणाचा गाभा आहे. त्याचबरोबर तिथल्या राजकीय-सामाजिक-आर्थिक परिस्थितीचा अभ्यास करणं हाही त्यातील एक भाग आहे.''

त्याचं म्हणणं असं की, त्या समाजाचं, देशाचं भवितव्य काय असू शकेल, याचा अंदाज या गोष्टींच्या परिस्थितीवरून बांधता येतो; त्याचबरोबर लोकशाही, समाजवाद, कम्युनिझम, हुकूमशाही यांचाही अभ्यास आणि त्यांचे संभाव्य परिणाम यांचा अंदाज बांधता येतो.

आपल्याला सबळ ठरू नये म्हणून ब्रिटिशांनी याचा उपयोग जगभर, विशेषतः भारतात, मोठ्या प्रमाणावर केला. ब्रिटिशांनी भारतात दुहीची बीजे पेरून पाकिस्तान,

बांगला देश निर्माण केले. त्याची आपण काश्मीरमध्ये आजही किंमत मोजतो आहोत. अशा गोष्टींमुळे संरक्षण वगैरे गोष्टीत देशाचे भरपूर खर्च होत असतात, जे उत्पादनाच्या विरुद्ध असतात. त्यांचा परिणाम तुमच्या शक्तिक्षयामध्ये होतो.

इंग्लंडच्या आधी पोर्तुगीजांचं समुद्रमार्गांवर जगभर नियंत्रण होतं. सोळाव्या शतकात ते ब्रिटिशांनी मिळवलं. शिस्त, तंत्रज्ञान, विचारवंत, संशोधन आणि देशप्रेम या बळाच्या जिवावर त्यांनी जगावर राज्य केलं. तसं पाहिलं तर हे इंग्लंडपुरतं मर्यादित नव्हतं. आपण युरोपचा तीनशे-चारशे वर्षांचा इतिहास अभ्यासला तर लक्षात येईल, त्यांनी संपूर्ण उत्तर अमेरिका, कॅनडा आणि यूएसए, ब्राझील, ऑस्ट्रेलिया, न्यूझीलंड, दक्षिण आफ्रिका इथं आपली राज्येच वसवली. म्हणजे, युरोपचा म्हटलं तर तो भूगोल आहे, जो त्यांचा इतिहास सांगतो.

आपल्याबाबत सांगायचं तर, आपण कंदाहार म्हणजे अफगाणिस्तान, पाकिस्तान, एक-तृतीयांश काश्मीर, भूतान, नेपाळ, ब्रह्मदेश, श्रीलंका गमावले. आपला भूगोलही आपला इतिहास सांगतो.

युरोपीय लोकांनी, विशेषतः ब्रिटिशांनी, इतिहासाची बारकाईनं नोंद ठेवली. आजही आपण आपल्या इतिहासाचे दाखले इंग्लंडमध्ये शोधतो. सेंट ॲण्ड्र्यूज् विद्यापीठात १३० देशांतील विद्यार्थी शिकतात. राजघराण्यांतील, परदेशांतील उच्च किंवा सर्वोच्च पदावरील कुटुंबीयांची मुलं तिथं शिकायला जातात. विल्यम प्रिन्स ऑफ वेल्स आणि कॅथरिन हे तिथंच भेटले.

जगातील अनेक उद्योग, संस्था यांच्या सर्वोच्चपदी या विद्यापीठातील विद्यार्थी आढळतात. आमच्या या स्कॉटिश मित्राला त्या विद्यापीठाचा अभिमान वाटला तर त्यात आश्चर्य करण्याचं कारण नव्हतं. परंतु यातून आपलंही विचारमंथन सुरू होतं.

विचार करत असताना मला ग्रीसमधील एक प्रसंग आठवला.

आम्ही उभयतांनी एकदा युरोपमधील न गेलेल्या ठिकाणी भेटी देण्याचं ठरवलं. त्यानुसार अथेन्समध्ये जाण्याचं नियोजन केलं. कोणत्याही ऐतिहासिक ठिकाणी भेटी देत असताना त्या ठिकाणी गाइड घेण्याची माझी सवय आहे. त्यामुळे अनेक गोष्टी समजतात. आम्ही मुक्कामाला असलेल्या हॉटेलच्या व्यवस्थापनाला याची कल्पना दिली. त्यानुसार इतिहासाचा पदव्युत्तर अभ्यास करणारी एक चुणचुणीत मुलगी 'गाइड' म्हणून आम्हांला देण्यात आली. ती आमच्याबरोबर तीन दिवस होती. त्यामुळे आमचा चांगला स्नेह निर्माण झाला. प्रवास संपायच्या आदल्या दिवशी आम्ही तिला भोजनासाठी आमंत्रित केलं. त्या वेळी आमच्या चांगल्या गप्पा रंगल्या.

गप्पांच्या ओघात तिनं मला विचारलं, ''सर, एक वैयक्तिक प्रश्न विचारू का? आणि त्याचं तुम्ही खरं उत्तर द्याल का?''

मी म्हणालो, ''निश्चितच प्रयत्न करेन.''

तिनं विचारलं, ''युरोपात कितीतरी सुंदर ठिकाणं पाहण्यासारखी असताना, पडझड झालेल्या अथेन्स शहराला भेट द्यावी, असं तुम्हांला का वाटलं?''

तिचा प्रश्न मी शांतपणे ऐकून घेतला आणि म्हणालो, ''माझं उत्तर ऐकून तुला कदाचित वाईट वाटेल.''

त्यावर ती म्हणाली, ''नाही सर, सांगा.''

मी म्हणालो, ''तुझ्या देशानं अॅलेक्झांडरसारखा अनेक देश जिंकणारा योद्धा निर्माण केला, सॉक्रेटिस - अॅरिस्टॉटलसारखे महान तत्त्ववेत्ते निर्माण केले. तरीही, तुझ्या देशावर तीन हजार वर्षं परकीयांची सत्ता आहे. माझ्या देशावर हजार वर्षं परकीयांनी राज्य केलं. तुझ्या देशात काय आहे, हे समजून घेण्यासाठी मी आलो आहे.''

माझं उत्तर पूर्ण होत असतानाच तिच्या डोळ्यांत पाणी आलं. त्यातून सावरत ती म्हणाली, ''आमच्यात वैयक्तिक स्वार्थ, हेवेदावे आणि 'बाहेरचा माणूस चालेल; परंतु आपल्यातील कुणी नको,' अशी मानसिकता आहे. त्यातूनच हे घडलं आहे. माझ्या पिढीला याबाबतची अस्वस्थता कायमच वाटत राहते.''

आपल्याही देशात यापेक्षा वेगळं काय घडलं आहे? आपण इतिहासापासून काय शिकलो? आज जिथं-जिथं अधिकार मिळाले आहेत तिथं-तिथं कर्तव्याचा विसर पडलेला आढळून येतो. त्याचबरोबरच त्यांचा गैरवापर केला जात असल्याचे परिणाम आपण सर्वत्र पाहतो. जेव्हा कर्तव्य हे अधिकारापेक्षा समाजानं महत्त्वाचं ठरवलं, तेव्हाच त्याची प्रगती झाली.

छत्रपती शिवाजीमहाराजांचा काळ पाहा... आपल्याला स्वातंत्र्य मिळण्याआधीचा काळ पाहा... त्या काळातील लोकांनी कर्तव्यासाठी सर्वस्वाचा त्याग करण्याची भूमिका घेतली होती आणि त्याची चांगली फळं आपण चाखत आहोत. मात्र, आज आपल्यातील बहुतांश लोक कर्तव्याऐवजी अधिकाराला सर्वोच्च महत्त्व देत असतील तर समाजही तसाच निर्माण होणार आहे... समाजाची प्रगतीही त्याच दिशेनं होणार आहे.

'आमच्याकडे पुष्पक विमान होतं... आम्ही खूप प्रगल्भ होतो...' अशा काळात रमण्याऐवजी आपण आपलं भविष्य घडवणार आहोत की नाही? चीनचं उदाहरण (सध्याच्या काळात) पुरेसं नाही का? इतिहासापासून आपण काहीतरी शिकू या!

•••

भारत सरकार, याची नोंद घ्याच...!

गेल्या वर्षभरात आपण राज्यातील, भारतातील, जगातील अनेक गोष्टींचा मारा सोसत आहोत. काही चांगल्या गोष्टींबरोबरच अनेक गोष्टी चिंतनीय आहेत. आपल्यापुढे अनेक आव्हानं आहेत, हे मान्य आहे. सुरुवातीला आपलं घर खऱ्या अर्थी आर्थिक सुस्थितीत आणणं महत्त्वाचं आहे – जे दक्षिण कोरियानं आणि चीननं केलं आहे – तरच आपण जागतिक स्तरावर ताकदीनं उभे राहू शकतो. केवळ आम्ही जगातील सर्वांत वेगानं वाढणारी अर्थव्यवस्था आहोत, अशी वल्गना वारंवार करण्यात धन्यता मानू नका! खरंतर आपल्या वाढीचा वेग दहा टक्क्यांच्या पुढं जाणं आवश्यक आहे. प्रत्यक्षात तो सहा टक्क्यांच्या आसपास आहे. बांगला देशाचे गेल्या आठ वर्षांत – म्हणजे भारतीय जनता पक्षाचं सरकार आल्यानंतर – दरडोई उत्पन्न आपल्यापेक्षा अधिक झालं आहे. उगीचच पाकिस्तान, श्रीलंका, म्यानमार यांसारख्या देशांशी तुलना करू नका. इंडोनेशियासुद्धा आपल्यापेक्षा पुढं गेला आहे. मलेशिया, थायलंड यांच्याशी तुलना करण्याइतकी आपली आर्थिक क्षमता राहत नाही. चीन जवळपास दहा पटींनी पुढं आहे.

चीननं गेल्या वीस वर्षांत आर्थिक प्रगतीबरोबरच तंत्रज्ञान सर्व मार्गांनी प्रगल्भ केलं आहे. 'युरोप-अमेरिकेतील ज्ञान त्यांनी चोरलं आहे,' वगैरे आरोप स्वीकारूनसुद्धा आपण त्यांच्या खूप मागं आहोत, ही वस्तुस्थिती आहे. 'कृत्रिम बुद्धिमत्ता' या विषयावर त्यांनी गेली २२ वर्षं भर दिला असून अनेकदा जगातील सर्वोत्तम संशोधननिबंध चीनचे असतात.

आफ्रिका खंडात गेली पंधरा-वीस वर्षं त्यांनी हुशारीनं आर्थिक मदतीच्या नावाखाली खनिजांचा ताबा घेतला आहे. विश्वास बसणार नाही; परंतु वस्तुस्थिती पुढीलप्रमाणे आहे : चीन जगातील ६८ टक्के निकेल, ४० टक्के तांबे, ६० टक्के लिथियम, ७३ टक्के कोबाल्ट तयार करतं. हे सर्व पाहूनही आपण अजून झोपेतच आहोत. मात्र, अमेरिका खडबडून जागी झाली आहे. याशिवाय, ग्रॅफाईट वगैरेंच्या अनेक देशांतील खाणींवर चीनचा ताबा आहे. चीन या आर्थिक युद्धात साम-दाम-दंड-भेद या सर्व नीतींचा वापर त्यांची शक्ती वाढवण्यासाठी करत आहे. त्यामुळे एके काळी 'मोठा भाऊ' म्हणून असलेला रशिया आता त्यांचा 'धाकटा भाऊ' झालेला आहे. बलवान अमेरिका आता चीनला 'तुल्यबळ शत्रू' म्हणून मान्यता देते.

चीनची दादागिरी वाढायला नको म्हणून आता युरोप, अमेरिका एकत्र आले आहेत. भारत तुल्यबळ व्हावा, असं त्यांना त्यांच्या हिताकरिता वाटतं, म्हणून ते आपल्याला मदत करत आहेत. त्याचा आपण पुरेपूर फायदा घेतला पाहिजे. आपल्याकडे मोठ्या प्रमाणावर उत्पादकता, पायाभूत सुविधा वाढवण्याचा वेग, क्षमता, परिस्थिती, सहकार्य आहे का? तर, त्याचं उत्तर 'नाही' असंच येतं. शंभर रुपये खर्चातील सरकारी यंत्रणेमधून जेमतेम आठ-दहा रुपये खऱ्याअर्थी उपयोगी येतात (सरकारी प्रकल्पातील गुंतवणुकीची आकडेवारी प्रचंड असते. मात्र, प्रत्यक्षात त्यातील फार कमी वाटा अमलात येतो); तेही काही वर्षांनंतर. कारण, प्रत्येक प्रकल्पाला दोन-पाच वर्षं सहज विलंब होतो आहे.

राजकारणामुळे, व्यक्तिगत महत्त्वाकांक्षांपुढे आपल्याच अथवा विरोधी पक्षांतील अनेक कार्यक्षम, अनुभवी, बुद्धिमान नेत्यांच्या खच्चीकरणाचं काम गेल्या काही वर्षांत सुरू आहे. कोणत्याही व्यक्ती, संस्था यांचा उपयोग राजकारण बाजूला ठेवून देशहितासाठी केला गेला पाहिजे. माझ्या माहितीनुसार, अनेकदा देशांतील सर्वोत्तम उद्योगपतींना दिल्लीला चर्चेसाठी बोलावलं जातं. नंतर त्यासंदर्भात कोणतीही अंमलबजावणी झालेली दिसत नाही. मग हा वर्तमानपत्रांत, दूरदर्शनवर फोटो दाखवण्याच्या उद्देशाशिवाय दुसरा असू शकत नाही.

सर्व बुद्धिमत्ता, क्षमता ही दोन-चार लोकांपुरती नसते. देशात अनेक प्रगल्भ व्यक्ती, संस्था आहेत. त्यांना विश्वासात घेऊन जबाबदाऱ्या आणि अधिकार देऊन गुणवत्ता, कार्यक्षमता वाढवता येते. यातून देशाबरोबरच राज्यकर्त्यांचाही फायदा असतो.

नरेंद्र मोदींनी गुजरातमध्ये सरकारी हस्तक्षेप कमी करून उद्योजकांचं काम सोपं केलं. त्याचा फायदा गुजरातला आणि वैयक्तिकरीत्या त्यांना राजकीयदृष्ट्या झाला

आहे. मग भाजपप्रणित महाराष्ट्रात किंवा अन्य राज्यांतील सरकारमध्ये याच पद्धतीनं काम करायला लावण्यात काय अडचण असू शकते? याउलट, नीती आयोगानं सुचवलेली 'एक खिडकी' योजना महाराष्ट्र सरकारनं चालू अधिवेशात रद्द केली आहे, याची नोंद गांभीर्यानं घेणं आवश्यक आहे.

महाराष्ट्रात उद्योग सुरू करण्यासाठी अर्थपूर्ण गरजा पूर्ण केल्याशिवाय व्यवसाय सर्व स्तरांवर सुरू होऊ शकत नाही, हे इथल्या अथवा दिल्लीतील राज्यकर्त्यांना माहीत नाही, हे म्हणणं भाबडेपणाचं ठरेल. मोदींनी गुजरातमध्ये औद्योगिक धोरणात आणि केंद्रात आयकरात मानवी हस्तक्षेप टाळून डिजिटल प्रणाली अवलंबली. त्यामुळे प्रकल्प लवकर, कमी खर्चात आणि गुणवत्तापूर्ण होण्यास मदत झाली आहे. असंच धोरण देशभरात राबवल्यास त्यातून लक्षावधी कोटी रुपयांची बचत होऊ शकेल. शिवाय, वेळेचा अपव्यय टाळण्यामुळे अन्य फायदे होऊ शकतात. या फायद्यांतून अन्य विकासात्मक कामं अधिक वेगानं साधता येतील.

शेती-उत्पादन जास्त झाल्यावर निर्यातीला बंदी करणं, उत्पन्न कमी झाल्यावर आयात करणं यांत शेतकरी मरतो. त्यांचं कोट्यवधी रुपयांचं नुकसान होतं. त्याऐवजी आपलं आर्थिक सामर्थ्य भक्कम असल्यास तो माल शेतकऱ्यांना परवडेल अशा दरानं घेऊन गरीब जनतेला फुकट किंवा कमी दरात द्यावा. नाहीतरी तुम्ही ऐंशी कोटी जनतेला गहू, तांदूळ वगैरे फुकट देत आहातच.

बारीकसारीक गोष्टींवर जीएसटी लावून भारत सरकारनं महिन्याला सुमारे दीड लाख कोटी रुपयांची कमाई सुरू केलेलीच आहे. हा कर वस्तुतः जनताच भरते. मग उत्पादक-शेतकऱ्याला जगवलं तर तो पैसा पुन्हा मार्केटमध्ये येईल, हे आपल्याला माहीत आहे.

कोणत्याही व्यक्ती, संस्था यांचा उपयोग राजकारण बाजूला ठेवून देशहितासाठी केला गेला पाहिजे. माझ्या माहितीनुसार, अनेकदा देशांतील सर्वोत्तम उद्योगपतींना दिल्लीला चर्चेसाठी बोलावलं जातं. नंतर त्यासंदर्भात कोणतीही अंमलबजावणी झालेली दिसत नाही. सर्व बुद्धिमत्ता, क्षमता ही दोन-चार लोकांपुरती नसते. देशात अनेक प्रगल्भ व्यक्ती, संस्था आहेत. त्यांना विश्वासात घेऊन जबाबदाऱ्या आणि अधिकार देऊन गुणवत्ता, कार्यक्षमता वाढवता येते. यातून देशाबरोबरच राज्यकर्त्यांचाही फायदा असतो.

देशाची जगातील पत ही वस्तुस्थितीवर असते, केवळ आपल्या बोलण्यावर ती नसते. भारत सरकार चेकबुक घेऊन रशिया, अमेरिका, इस्त्रायल, युरोप येथून संरक्षण खात्यासाठी आणि विमानं घेण्यासाठी लक्षावधी कोटी खर्च करते. आपल्या 'आत्मनिर्भर' विचारांसाठी हे घातक आहे. अर्थात, आता संरक्षण क्षेत्रात धोरणात्मक निर्णय घेतले गेल्यामुळे चांगली प्रगती व्हायला लागली आहे. दरम्यान, चाळीस वर्षांत चीन मात्र निश्चितपणे आत्मनिर्भर झालेला आहे. आत्मबळ सक्षम करूनच आपण जनतेचा वेगानं विकास करू शकू आणि प्रबळ शत्रूचा सामना करू शकू, असं आमच्यासारख्या सामान्य जनतेला वाटतं.

लहान तोंडी मोठा घास होईल; परंतु अटलबिहारी वाजपेयींप्रमाणे विरोधी पक्षांतील ज्ञानी लोकांचा देशाकरिता उपयोग करून घ्यायला हवा. चांगल्या कार्यक्षम नेत्यांचं, मग ते कोणत्याही पक्षातील असोत, खच्चीकरण करू नका. या गोष्टी सामान्यांच्या नजरेतून सुटत नाहीत. अकारण संघर्षापेक्षा आपली शक्ती प्रगतीसाठी आपल्या पाठीशी उभी करण्यात लोकांना स्वारस्य आहे. कृपया विचार व्हावा! सुदैवानं जनता आज तरी आपल्या पाठीशी आहे.

●●●

शिक्षणपद्धती आमची आणि त्यांची

जगात कुठंही फिरलो तरी साधारणपणे शिक्षण प्रणालीबद्दल असमाधान दिसतं. तीसेक वर्षांपूर्वी लंडनच्या *फायनान्शिअल एक्सप्रेस*मध्ये एक लेख वाचला होता. त्यात लेखकानं म्हटलं होतं की, 'पुस्तक लिहिणारी व्यक्ती ही त्याआधी सुमारे तीस वर्षांपूर्वी पदवीधर झालेली असते. त्या वेळच्या अनुभवांवर हे पुस्तक लिहिलेलं असतं; जे पुढची तीस वर्षं वापरलं जाणार आहे. म्हणजे, पुढील विद्यार्थ्यांना तीस ते साठ वर्षं जुनं ज्ञान शिकावं लागणार आहे.' यात मला खूपच तथ्य वाटलं. आपल्या शिक्षणपद्धतीत काहीच बदल झालेला नाही. 'रट्टा मारो, पास हो जाओ...' हे सुरूच आहे.

यानिमित्तानं एक अनुभव सांगावासा वाटतो. कदाचित काहींना तो माहीत असावा.

पुण्याचे डॉ. निळकंठराव कल्याणी यांचे वडील प्रसिद्ध व्यापारी. त्यांनी डॉ. निळकंठरावांना पुण्याला कॉमर्स शिकायला पाठवलं. त्यांनी पाच-सहा महिन्यांनंतर पुण्यात येऊन आपला मुलगा काय शिकतो, हे त्याच्याकडून समजावून घेतलं. वडिलांनी निळकंठरावांना विचारलं, ''व्यवसायातील धोके कसे स्वीकारायचे आणि त्यांच्यावर मात करण्यासाठी काय करायचं, हे इथं शिकवतात का?''

उत्तर अर्थातच 'नाही' असं आलं.

वडील म्हणाले, ''चल घरी, या शिक्षणात काहीच अर्थ नाही. कारण, तू जे शिकणार आहेस ते मी तुला घरीपण शिकवेन!''

त्यांनी निळकंठरावांना सरळ कऱ्हाडला नेलं. पुढचा भारत फोर्जचा इतिहास सर्वांना ज्ञात आहेच. ती जगातील या क्षेत्रातील सर्वोत्कृष्ट औद्योगिक संस्था आहे.

'सकाळ'च्या एज्युकॉन परिषदेच्या निमित्तानं अनेक देशांमध्ये जाणं होत असतं. अनेक तज्ज्ञांशी विचारविनिमय होत असतो. यामध्ये विसरता येणार नाहीत असे काही अनुभव आले. त्यातील इस्रायलमधील एक अनुभव प्रथमतः सांगावासा वाटतो.

तिथल्या एका बिझनेस आणि आंत्रप्रेन्युअरशिप विद्यापीठातील प्रमुख आपलं वेगळेपण सांगत होते. त्यांनी सांगितलं की, 'आमच्या विद्यापीठातील विद्यार्थ्यांपैकी सत्तर ते ऐंशी टक्के विद्यार्थी-विद्यार्थिनी शिक्षण पूर्ण होण्यापूर्वी, म्हणजे पदवीधर होण्यापूर्वीच, व्यवसायात यशस्वीपणे पदार्पण करतात!' हे समजण्यापलीकडचं होतं. या वेळी माझी नात माझ्याबरोबर होती. ती मुंबईच्या प्रथितयश महाविद्यालयात याच प्रकारचं शिक्षण घेत होती. तिनं इस्रायलच्या विद्यापीठात शिकण्याची इच्छा व्यक्त केली. अर्थात, आमची त्याला मान्यता होती. आता ती पदवीधर झाली आहे आणि तिथल्या सर्व अपेक्षांपेक्षा तिनं अधिक यश मिळवलं आहे.

तिथं कसं शिकवतात? तर, महत्त्वाचे म्हणजे, तिथं कुणीही शैक्षणिक पात्रतेनुसार शिकवणारे प्राध्यापक नाहीत. तिथं शिकवणारे शंभर टक्के प्राध्यापक हे उद्योगपती, यशस्वी उद्योजक, उद्योगसंस्थांचे सर्वोच्च अधिकारी असतात. ते त्यांना दिलेल्या विषयाशी संबंधित आपल्या अनुभवांवर विद्यार्थ्यांना प्रशिक्षित करत असतात; तेही आपल्या सोयीच्या वेळेनुसार! यामुळे पुढील आठवड्यात कोण, काय शिकवणार आहे ते आदल्या आठवड्यातच समजतं. हे शिकवणारे प्राध्यापक, काय वाचून यायला पाहिजे, याची यादी विद्यार्थ्यांना पाठवतात. शिकवताना आणि नंतर प्रश्नोत्तरं होतात व शंकासमाधान केलं जातं. यामुळे विद्यार्थ्याला वस्तुनिष्ठ शिक्षण मिळतं.

हे शिकताना विद्यार्थ्यांना एखाद्या सेमिस्टरमध्ये आपल्या विषयातील एखाद्या कंपनीत अनुभव घ्यावा लागतो. यामुळे काही विद्यार्थी उत्तम प्रगती करतात. त्यांना वेगवेगळ्या सेमिस्टर लेक्चर्सला जाण्यासाठी प्रवृत्त केलं जातं. यानंतर शेवटच्या वर्षात विद्यार्थ्यांना स्पर्धेत भाग घ्यावा लागतो. सर्वोत्तम प्रबंधाला सुमारे एक लाख रुपये मिळतात. त्याला आर्थिक मदत करणाऱ्या संस्थांची ओळख करून दिली जाते आणि व्यवसायात पदार्पण करायला उद्युक्त केलं जातं. इतरही काही गोष्टी आहेत. यामुळे विद्यार्थी हा खऱ्या अर्थानं तावून-सुलाखून विद्यापीठातून बाहेर पडतो ते भरारी मारण्यासाठीच!

सुदैवानं भारतामध्येही अशा पद्धतीची 'प्रोफेसर इन प्रॅक्टिस' योजना सुरू झाली आहे. तीत बारा ते पंधरा वर्षं अनुभव असलेले उद्योजकांमधील तज्ज्ञ शिकवू शकतात. याचे चांगले परिणाम दिसू लागले आहेत.

यानिमित्तानं मला आणखी एक अनुभव सांगावासा वाटतो.

मी पिलानी इथं शिकायला असतानाचा हा अनुभव आहे. त्या काळी प्रत्येक वर्षी आपल्या विषयाशी संबंधित कंपनीत प्रशिक्षण घेणं आणि त्याचा अहवाल करणं अनिवार्य होतं. त्यासाठी शंभर गुणही दिले जायचे. प्रशिक्षण घेत प्रत्येक वर्षी मी मन लावून काम केलं. त्याचा परिणाम असा झाला की, प्रत्येक कंपनीनं मला शिक्षण पूर्ण झाल्यावर 'आमच्याकडे या' असं सांगितलं. शिक्षण पूर्ण होत असतानाच माझ्या हातात नोकऱ्यांचे चार पर्याय उपलब्ध होते. एक मराठी मुलगा म्हणून मला त्याचं खूप महत्त्व होतं. त्याचबरोबर मला स्पष्टपणे लक्षात आलं की, आणखी शिक्षण घेण्यापेक्षा मी व्यवसायात पदार्पण केलं पाहिजे. थोडक्यात, या प्रशिक्षणांमुळे मला माझ्या बलस्थानांची आणि उणिवांचीही जाणीव झाली.

एज्युकॉन परिषदेच्या निमित्तानं सिंगापूरला जाणं झालं. तिथल्या एका विद्यापीठात जगातील उत्कृष्ट संस्थांची संशोधन केंद्रेच सुरू करायला उद्युक्त केलेलं असल्याचं जाणवलं. उदाहरणार्थ, रोल्स राईस, बीएमडब्ल्यू, मर्सिडीज बेंझ आदी. त्यामुळे विद्यार्थ्यांना आणि प्राध्यापकांना संशोधनासाठी काम करण्याची संधी तर मिळतेच; शिवाय, भविष्यकाळात कोणती तंत्रज्ञानं येणार आहेत त्याचं प्रशिक्षण आणि अनुभवही मिळतो. त्यामुळे तिथल्या विद्यार्थ्यांना जगभरातून मागणी असते.

आपल्या देशातही शिक्षण क्षेत्रात अनेक जण वेगवेगळे प्रयोग करत असतात. गुरुकुल पद्धतीच्या तत्त्वावर मंगळूर इथल्या एका शिक्षणप्रेमीनं वेगळाच विचार केला आहे. तो मला खूपच उद्बोधक वाटला. सनी थरप्पन असं या शिक्षणप्रेमीचं नाव. त्यांनी जरा 'हट के' विचार केला आणि प्रत्यक्षात अमलात आणला.

थरप्पन यांच्या म्हणण्यानुसार, मूल जन्मल्यावर शाळेत जाईपर्यंत आईच त्याची शिक्षिका असते. त्या मुलाचा त्याच्या स्वभावानुसार सर्वांगीण विकास कसा होईल, हाच तिचा ध्यास असतो. नंतर शाळेत ते मूल शिक्षकांकडून शिकत राहतं. एका वर्गात साधारणपणे पन्नास ते साठ मुलं असतात. मग सर्वांची गुणवत्ता कशी सुधारणार? मात्र,

आपण शिक्षकाचं परिवर्तन आईच्या स्वरूपात केलं तर शिक्षक प्रत्येक मुलाला त्याचा कल, गुण-दोष पाहून घडवण्याचा प्रयत्न करेल.

थरप्पन गेली तीस ते चाळीस वर्षं हा ध्यास घेऊन कार्य करत आहेत. हा विचार मला खूपच भावला. आम्ही सीओईपीमधले ४० प्राध्यापक, बारामतीमधील हायस्कूलचे १८० शिक्षक, कॉलेजचे १७० प्राध्यापक यांना थरप्पन यांच्यामार्फत या कोर्सचं प्रशिक्षण दिलं. यात अनेक चर्चासत्रं एकत्र बसून केलेली असतात. तीन दिवसांच्या अशा प्रशिक्षणानंतर सर्वांमध्ये खूप चांगला बदल दिसला. सर्वांना एक नवीन दिशा मिळालीच; परंतु त्यांच्या वैयक्तिक जीवनातही चांगला उपयोग झाला. यामुळे याचा आम्ही सतत प्रचार करत असतो. उत्तम शिक्षक निर्माण केल्यामुळे चांगला विद्यार्थी निर्माण होईल, हे या प्रशिक्षणामागचं उद्दिष्ट आहे.

एज्युकॉनच्या निमित्तानं पॅरिस विद्यापीठात गेलो असता तिथला अनुभवही वेगळेपणा सांगणारा आहे. फ्रान्स आणि जर्मनी यांच्यात १८७२च्या सुमारास युद्ध झालं. त्यात फ्रान्सचा दारुण पराभव झाला. त्यामुळे तेथील विचारवंत एकत्र आले आणि पराभवाची कारणं व उपाय यांवर विचारविनिमय सुरू झाला. त्यातून पॅरिस विद्यापीठाचा जन्म झाला. आपल्याकडे योग्य नेते, संशोधक यांची वानवा आहे, असं त्यांच्या लक्षात आल्यामुळे या पॅरिस विद्यापीठाची आखणी केली गेली. या विद्यापीठानं आतापर्यंत १२ राष्ट्राध्यक्ष आणि १५ नोबल पारिषोतिक विजेते निर्माण केले आहेत.

आताशी आपण NEP म्हणजेच नवीन शिक्षण धोरण ठरवलं आहे. स्थानिक सरकार, शिक्षण खातं फ्रान्सप्रमाणे समाजाची कितपत चिंता करतं, की सरकारी नियमावलीत गुंतून मदत करण्याऐवजी दोषारोप करत राहतं? दुर्दैवानं दोषारोप, असहकार्य ही बाजू मजबूत आहे! मग उत्तम नेते, शास्त्रज्ञ कसे निर्माण होणार?

पुण्यातील डेक्कन एज्युकेशन सोसायटी, रयत शिक्षण संस्था, कर्वे शिक्षण संस्था, विद्यार्थी साहाय्यक समिती, तसंच अन्य ठिकाणच्या शिक्षण संस्था अशाच प्रेरणेतून निर्माण झाल्या आहेत, ही वस्तुस्थिती आहे. काळानुसार त्यांची शैक्षणिक धोरणं पूर्वीच्याच तळमळीतून पुढं यायला हवीत, अशी अपेक्षा असते. परंतु शासकीय नियम, बाबूशाहीचे अडथळे पार करण्यातच बहुतांश शिक्षण संस्थांची शक्ती संपते. या पार्श्वभूमीवर, आपण आपल्याच पूर्वीच्या त्यागी लोकांकडून पुनश्च काहीतरी शिकू या! तसं झालं तर, आपण बलशाली व्हायला फार काळ लागणार नाही. पटतंय का तुम्हांला?

●●●

कृतज्ञतेची जाणीव

आपल्या भोवती कोण लोक मित्र आहेत, त्यावरून आपलं व्यक्तिमत्त्व समजतं, असं मानलं जातं. आपला परिचय अनेक व्यक्तींशी, संस्थांशी आयुष्यभर होत असतो. सर्वच लोकांशी अथवा संस्थांशी आपलं नातं जुळतं असं नाही; परंतु अनेकदा ऋणानुबंध दोन्हीकडे जुळतात ते कायमचे! अर्थात, त्यांच्याकडूनही खूप काही शिकायला मिळालं व अनुभवांची शिदोरी वाढत गेली.

आयुष्याकडे मागं वळून पाहताना अनेकदा लक्षात येतं की, आजवर ज्या सामाजिक - शैक्षणिक संस्थांशी माझा संबंध आला – आणि त्यातून माझीही व्यक्तिगत जडणघडण व्हायला मदत झाली – अशा सर्व संस्थांचा एक व्यक्ती म्हणून आपण एक भाग असतो, हे विसरता येत नाही. अशा सर्व (चांगल्या अथवा वाईट) सांघिक प्रयत्नांतून त्यांना साथ अथवा विरोध करणाऱ्या व्यक्तींमधून एक दृश्य परिणाम आपल्याला दिसत असतो. संस्थेचं यश हे मर्यादित प्रमाणात समाजापुढं येत असतं. पाण्यात टाकलेल्या बर्फाच्या खड्याप्रमाणे आपण फक्त आठ-दहा टक्केच परिणाम पाहत असतो. ऐंशी-नव्वद टक्के परिणाम हा फक्त पाण्यात राहणाऱ्यांना दिसतो. त्यामुळे समाजात जी प्रतिमा दिसते किंवा दाखवली जाते – मग ती व्यक्तीची असो वा संस्थेची असो – ती मर्यादित असते.

सत्य काय आहे, वस्तुस्थिती काय आहे, हे फार कमी लोक जाणू इच्छितात. जे ऐकलं - वाचलं त्याची शहानिशा न करता त्यावरच आपलं मत तयार करतात. त्यात

सोयीस्करपणासुद्धा असतो. उदाहरणार्थ, एखादा नेता आपल्याला आवडतो वा आवडत नाही. त्यानुसार आपण वाचतो किंवा ऐकतो आणि त्यातून आपली मतं घट्ट होतात.

मला गेली ५४ वर्षं अनेक सामाजिक-शैक्षणिक-औद्योगिक संस्थांमध्ये काम करण्याची संधी मिळाली. त्यामुळे अगदी आंतरराष्ट्रीय स्तरावरसुद्धा सर्व प्रकारचे अनुभव आले. माझ्या सामाजिक आणि औद्योगिक क्षेत्रांत 'तुम्ही पवार, मग पैशाला काय कमी आहे,' हे व्यक्तिशः अनेकदा ऐकायला मिळालं, मग 'सकाळ' असो वा एखादी शैक्षणिक अथवा सामाजिक संस्था!

ज्यांनी कर्तव्याचे आणि सामाजिक जाणिवेचे संस्कार आम्हां सर्वांना दिले, त्या आमच्या आई-वडिलांच्या धोरणाप्रमाणे शिक्षण संपेपर्यंतच त्यांची आर्थिक जबाबदारी होती. नंतरचं आयुष्य हे आम्ही आमच्या हिमतीवर उभं करायचं होतं. त्यामुळे व्यवसाय सुरू करण्यासाठी मला पिलानीपासून वडीलबंधूप्रमाणे असणारे डॉ. अनंत गोंधळेकर यांनी भांडवल दिलं. त्या भांडवलावर मी एका गॅरेजमध्ये महिना ५० रुपये भाडेतत्त्वावर व्यवसाय सुरू केला. डॉ. गोंधळेकर यांनी भांडवल दिल्याचं आईला समजताच ती म्हणाली, ''तुझ्यावर भल्याकरिता टाकलेला हा विश्वास असून तो मला पदवीपेक्षा मोठा वाटतो.'' अर्थात, पहिली स्कूटर घेईपर्यंत धाकट्या बहिणीची सायकल मदतीला होतीच! अनेकांचं साहाय्य, आशीर्वाद यांतून माझी पुढची औद्योगिक वाटचाल झाली. सोबतीला आठवड्यातील सातही दिवसांचे प्रयत्न होतेच.

व्यवसाय सुरू करण्याआधी, म्हणजे पिलानीतून पुण्याला पोहोचायच्या आधीच, मी योगायोगानं मुंबईला उतरलो. तिथंच स. का. पाटील आणि बीडेश कुलकर्णी यांनी कोरेगाव पार्क इथल्या 'पुणे अंधशाळे'चा कार्यकारी विश्वस्त म्हणून माझ्यावर

याच गॅरेजमधून व्यवसायाची सुरुवात झाली

जबाबदारी टाकली. यात मला काहीच पर्याय नव्हता. म्हणजे, माझं सामाजिक क्षेत्र हे व्यावसायिक क्षेत्राच्या आधीच सुरू झालं.

अंधशाळेचे संस्थापक डॉ. माचवे हे शाळेला सर्वस्वी वाहून घेतलेलं व्यक्तिमत्त्व होतं. अंधशाळेपुढं त्यांनी आपल्या कुटुंबीयांना दुय्यम स्थान दिलं. ते दिवंगत होईपर्यंत मला त्यांचा सहवास लाभला. नंतर शंतनुराव किर्लोस्कर यांनी 'किर्लोस्कर फाउंडेशन' या न्यासावर माझी विश्वस्त म्हणून नेमणूक केली. नवमराठी उद्योजकांना आर्थिक-औद्योगिकबाबत मदत करून त्यांची प्रगती होईल असं पाहायचं होतं. यामागचा शंतनुरावांचा हेतू उदात्त होता. आपल्या वडिलांना अडचणीच्या काळात औंधच्या पंतप्रतिनिधी कुटुंबीयांनी मदत केल्यामुळे 'किर्लोस्कर औद्योगिक समूह' उभा राहिला, या कृतज्ञतेची जाणीव ठेवून एखादा तरी 'लक्ष्मणराव किर्लोस्कर' समाजातून उभा करून आपलं सामाजिक ऋण फेडण्याचा त्यांचा संकल्प होता, हे मला अतिशय भावलं. त्यामुळे जवळपास ४५ वर्षं मी तिथं विश्वस्त या नात्यानं माझा सहभाग देण्याचा प्रयत्न केला. शंतनुरावांवर दोन-तीन वेगवेगळ्या न्यासांची जबाबदारी पडली, तेव्हा तिथं त्यांनी माझी आग्रहानं नेमणूक केली. अर्थात, या सर्व ठिकाणी माझा सक्रिय सहभाग होता. एम्प्रेस गार्डन इथं सध्याही अध्यक्ष या नात्यानं मी कार्यरत आहे.

डॉ. अच्युतराव आपटे यांनी माझी १९७४-७५मध्ये भेट घेतली व 'विद्यार्थी साहाय्यक समिती'ची माहिती देऊन विश्वस्त होण्याची विनंती केली. त्यांचं व्यक्तिमत्त्व असं होतं की 'नाही' म्हणणं शक्य नव्हतं. या संस्थेत मी गेली ४२ वर्षं अध्यक्ष या नात्यानं जबाबदारी पाहतो आहे. मला १९८१मध्ये अध्यक्ष करण्यात त्यांचा मोठेपणा होता, हे आवर्जून सांगितलं पाहिजे.

बारामतीच्या वायनरीचं कामही असंच गळ्यात पडलं. शेतकऱ्यांच्या हिताचं ते काम होतं. सुदैवानं सर्वांच्या सहकार्यानं ते यशस्वी झालं. त्यामुळे इटलीच्या बोस्का, डॉ. रॉसी या कुटुंबीयांशी स्नेह जडला तो आजतागायत!

बालग्रामची स्थापना करण्यात बाबासाहेब जाधव यांचा पुढाकार होता. अनाथ मुलं आणि महिला यांना घर देऊन त्यांना सुरक्षितता, संगोपन, शिक्षण देणं हा यातील उद्देश होता. यात अनेक चांगले अनुभव आले. डॉ. अच्युतराव आपटे, शोभनाताई रानडे, बाबासाहेब देशमुख (सगरोळी) इत्यादी त्यागी व्यक्तींबरोबर काम करण्याची संधी मिळाली ती जवळपास ३५ वर्षं. यातील ब्रत्सुनर यांच्याबरोबर आलेला अनुभव मी 'माझी वाटचाल'मध्ये लिहिला आहे.

तत्कालीन राज्यपाल सादिक अली आणि त्यांच्या सुविद्य पत्नी यांनी १९७८मध्ये पुण्यातील सामाजिक कार्यकर्त्यांची (विशेषतः अपंगांसाठीच्या) एक बैठक बोलावली. त्यातून 'बालकल्याण' या संस्थेचा निर्णय झाला. यमुताई किर्लोस्कर यांच्यामुळे मला तिथं बोलावण्यात आलं. तेव्हापासून आजतागायत कार्यकारी विश्वस्त आणि आता अध्यक्ष या नात्यानं (गेली सुमारे ४५ वर्षं) काम करण्याची संधी मिळाली. देशांतील या क्षेत्रात काम करणाऱ्या सर्वोत्तम संस्थांमध्ये बालकल्याणचा समावेश होतो. संस्थेतील मुलांनी जागतिक स्पर्धेत सुवर्णपदक पटकावलं. अर्थात, हे पूर्वीसुद्धा अनेकदा घडलं आहे.

विशाल सह्याद्री हे वर्तमानपत्र चालवणाऱ्या न्यासामध्ये ज्येष्ठ नेते यशवंतराव चव्हाण यांच्या आज्ञेमुळे मी १९८१मध्ये काम केलं. तोट्यात गेलेलं हे वर्तमानपत्र तीन महिन्यांत नफ्यात आणण्यात यश मिळालं. हा अनुभव चार वर्षांनी 'सकाळ' घेण्याच्या निर्णयासाठी आणि नंतर 'सकाळ'ची प्रगती करण्यासाठी उपयोगी पडला. हा एकमेव सामाजिक अनुभव व्यावसायिक करिअरमध्ये रूपांतरित झाला. यामध्ये डॉ. बानूबाई, मा. यशवंतराव चंद्रचूड अशा लोकांबरोबर काम करण्याचा अनुभव मिळाला. 'सकाळ' संस्थेतील अनेक न्यासांवर, याशिवाय दोन-तीन संस्थांवर अध्यक्ष म्हणून काम करतो आहे. त्यामुळे देशपातळीवर, आंतरराष्ट्रीय पातळीवर काम करण्याचा अनुभव मिळाला.

दरम्यान, १९९०मध्ये अंधश्रद्धा निर्मूलन समितीचे डॉ. नरेंद्र दाभोलकर यांनी भेट घेऊन, समितीच्या अध्यक्षपदाची जबाबदारी स्वीकारावी, अशी विनंती केली. ही निवड विचारपूर्वक केली असल्याचं त्यांनी अन्य पदाधिकाऱ्यांना समजावून सांगितलं.

१९९३मध्ये डॉ. निळकंठराव कल्याणी, डॉ. आर. जे. राठी, प्रल्हाद छाब्रिया यांनी माझ्यावर मराठा चेंबर्सच्या इंटरनॅशनल कन्व्हेन्शन सेंटरची जबाबदारी टाकली. तो प्रकल्प सात वर्षं अखंड प्रयत्नांनंतर पूर्ण झाला. चेंबरसाठी आणि पुणे शहरासाठी योगदान दिल्याचं समाधान आहे.

अच्युतराव पटवर्धन, निर्मलाताई पुरंदरे, किशाभाऊ पटवर्धन यांच्यासारख्या अनेक निःस्पृह व्यक्तींबरोबर काम करता आलं याचं मनापासून समाधान आहे.

मी व्यावसायिक असलो तरी अत्यंत त्यागी, देशप्रेमी लोकांबरोबर माझी नाळ घट्ट जोडली गेली. त्यामुळे समाजाच्या एकाही पैशाला हात लावण्याचा विचारही मनात येणं शक्य नव्हतं, याचं अनेकांना नवल वाटतं! परंतु या सर्व धर्मादाय संस्थामध्ये त्यांच्या संस्थापकांचं फार मोठं नैतिक बळ माझ्या पाठीशी होतं.

सीओईपीमध्येही डॉ. एफ. सी. कोहली, डॉ. अनिल सहस्रबुद्धे यांच्याबरोबर २००३-०४पासून काम करण्याची संधी मिळाली. यामध्ये आर्थिक शिस्त आणि समाजातील उद्योगपतींच्या साहाय्यानं चांगली प्रगती करणं शक्य झालं. 'महाराष्ट्र मेडिकल फाउंडेशन'च्या जोशी हॉस्पिटलचाही असाच अनुभव आहे. ते स्थापन करणाऱ्या सर्व विश्वस्तांनी अतिशय निष्ठेनं काम करून संस्थेची भरीव वाढ केली आहे. अध्यक्ष या नात्यानं काम करण्याचं समाधान वेगळंच आहे.

मुळात हे अनुभव सांगताना खूप संकोचल्यासारखं वाटत आहे. हे एवढं विस्तारानं लिहिण्याचं कारण असं आहे की, ज्या व्यक्तींबरोबर मला खांद्याला खांदा लावून काम करण्याची संधी मिळाली त्यांच्यामुळे माझ्याभोवती एक जबरदस्त नैतिक भिंत उभी राहिली. त्यांच्या त्यागापुढं आपलं काम मला कायमच दुय्यम वाटतं. यामुळे फुकटच्या पैशांचा मोह होणं केवळ अशक्य होतं. 'पवार, तुम्हांला पैशाला काय कमी?' यावर 'मिळवलेले पैसे हे कष्टाचे आहेत, फुकटचा एक पैसाही नाही', हे सदसद्विवेकबुद्धीला स्मरून म्हणू शकतो. शांतपणे झोप लागते.

या अनुषंगानं लहानपणीचा एक अनुभव सांगावासा वाटतो.

मी चौथीत किंवा पाचवीत असेन. आमच्या घराच्या अंगणात पावसाचं पाणी साचलं होतं. ते चांगलं दहा-बारा फूट लांबपर्यंत पसरलेलं होतं. त्यामुळे पाण्यातून जाणं टाळण्यासाठी मला पंधरा-वीस पावलं जरा वळसा मारावा लागला असता. ते टाळण्यासाठी मी त्या साचलेल्या पाण्यातूनच उडी मारून पुढं आलो. हे सर्व माझी आई पाहत होती. तिनं मला फटकारलं आणि म्हणाली, 'तुला चांगल्या मार्गानं येता येत नाही का? त्या अस्वच्छ पाण्यात तू पाय घातलास हे अजिबात योग्य केलं नाहीस.' आईच्या त्या 'चांगल्या मार्गानं येता येत नाही का?' या शब्दांनी केलेले संस्कार आयुष्यभर स्मरणात आहेत.

राजकारण, स्पर्धक मीडिया यांमुळे आमची बाजू, चांगली कामं यांची नोंद होतेच असं नाही. जवळच्या हितचिंतकांनी आग्रह केल्यामुळेच – मनाची परवानगी नसतानाही – मी हे अनुभव लिहिले आहेत. आणखी पुष्कळ अनुभव सांगण्यासारखे आहेत. परंतु त्याचा ऊहापोह करण्याचा विचार नाही. अनेकदा चांगुलपणासुद्धा सिद्ध करावा लागतो, हे तुम्ही खुल्या दिलानं मान्य कराल, अशी आशा आहे!

काही आचार, काही विचार आणि निसर्ग

फावल्या वेळात किंवा प्रवासात एकटा असल्यास मला वाचन करायला आवडतं. त्यातून काहीतरी नवीन शिकायला मिळाल्यास ते समाधान वेगळंच असतं. सर्वच गोष्टी गंभीर, अभ्यासपूर्ण असाव्यात असं नसतं. अनेकदा हलकंफुलकं – अगदी व्हॉट्सॲपही – वाचायला आवडत मला!

काही पुस्तकं, काही प्रसंग मनावर कायमचे कोरले जातात. आता निवडणुकांचा काळ जवळ येतो आहे, तसा राजकीय मंथनाला अधिकाधिक वेग येत जाणार... या समुद्रमंथनात अमृत मिळेल की नाही, याबद्दल शंका आहे. मात्र, गरळ आतापासूनच दिसायला लागलं आहे. आपली लोकशाही आता पंचाहत्तर वर्षांची होत आहे. एका लेखकानं लोकशाही किंवा इतर प्रणाली यांची मनुष्याच्या जीवनाशी तुलना केली आहे. मला ती योग्य वाटली. म्हणजे असं की, बाळ मातेच्या पोटात असतं तेव्हा त्याला कुठलीच चिंता नसते. ते मजेत तरंगत असतं. सर्व पोषणाची काळजी माता घेत असते.

आपण जंगलातील जमाती पाहिल्यास, विशेषतः आफ्रिकेतील, निसर्गमाता या लोकांना फळफळावळ, कंदमुळे, पाणी, सावली, छान ऊबदार हवा, भटकायला भरपूर जागा देत असते. मग जगण्यासाठी संघर्ष कसा असणार? अशा जमातींची हजारो वर्षं तशीच परिस्थिती राहते.

बाळाचा जन्म झाल्यावर पहिली दोन-तीन वर्षं तरी माता बाळाची सर्वतोपरी काळजी घेते. एखाद्या वैशिष्ट्यपूर्ण जमातीत सर्व काळजी समाजप्रमुख घेत असतो. म्हणजे, एखादा मठाधिपती सांगतो तिथं तुम्हांला कुठलंच स्वातंत्र्य नसतं. बाळ चार-पाच वर्षांचं झालं की त्याला मर्यादित स्वातंत्र्य मिळतं; परंतु प्रत्येक हालचालीवर मातेची सुरक्षिततेच्या दृष्टीनं बारीक नजर असते. काय करावं अथवा काय करू नये, हे सर्व माता ठरवते. म्हणजे, एखाद्या हुकूमशाही प्रणालीप्रमाणे!

पुढं बाळ शाळेत वगैरे जायला लागतं, तेव्हा त्याला जगाचा परिचय व्हायला लागतो. इतरांबरोबर खेळणं, बागडणं, भांडणं वगैरे गोष्टी सुरू होतात. शिक्षण सुरू होतं. मनाचा विस्तार व्हायला सुरुवात होते. म्हणजे, जणू इंग्लंडमधली पाचशे-सहाशे वर्षांपूर्वीची लोकशाही, जी त्या वेळी अपरिपक्व होती.

बाळ बारा-तेरा वर्षांचं होतं तेव्हा ते वाद घालायला लागतं. आपले हट्ट पुरवण्यासाठी प्रसंगी अकांडतांडवही करतं. परंतु ते अजूनही सर्वदृष्ट्या – म्हणजे संगोपन, आर्थिक क्षमता वगैरेंबाबत – आई-वडिलांवरच अवलंबून असतं, त्यामुळे जबाबदारीची जाणीव नसते. मात्र, आपल्याला हवं ते मिळायला पाहिजे यासाठी ते दक्ष असतं.

आई-वडीलही फार ताणून न धरता जमेल तितकं त्याला खूश करण्याच्या प्रयत्नात असतात. मला वाटतं, भारतीय लोकशाहीचं वय हे यापेक्षा थोडंसं मोठं आहे. म्हणजे, अठरा-वीस. भावना भडकावणं किती सोपं असतं या वयात! आज आपण हेच पाहतो आहोत ना?

बाळ अठरा-वीस वर्षांच्या पुढं जातं तेव्हा ते सज्ञान होत असतं, तर वयाच्या बावीस-पंचवीसच्या दरम्यान सर्व निर्णय ते स्वतः घेऊ शकतं. अर्थार्जन करून स्वयंपूर्ण होतं. युरोपमधील लोकशाही या अवस्थेत आहे. तिथं सामाजिक जाण आणि कर्तव्यं यांची प्रचिती आपल्याला येते. याआधी दोन महायुद्धांतून युरोप तावून-सुलाखून निघालेला असल्यानं लोकशाहीचं महत्त्व त्याला अधिक समजतं. हक्क हवेत; परंतु कर्तव्याचं काय, हा भारतातील महत्त्वाचा प्रश्न आहे. समाजाची प्रगल्भताही यातूनच मोजता येते.

जे लोक 'हुकूमशाही हवी, लोकशाहीची सोंगं खूप झाली' असं म्हणतात, त्यांना हा प्रश्न विचारावास वाटतो की, 'आमचं लोकशाहीचं वय काय आहे?' आता शारीरिक वयाबरोबरच मानसिक वयही मोजण्याची नवी पद्धत रुजत आहे. त्या पद्धतीनुसार लोकशाहीचं सामाजिक वय लक्षात घ्यायला पाहिजे. त्यामुळेच सांगावंसं वाटतं की, जरा दमानं घ्या!

निसर्गसुद्धा आपल्या विचारसरणीवर, आचारविचारांवर प्रचंड परिणाम करत असतो. तोच आपले आचारविचार ठरवत असतो, यामुळे आपल्या धार्मिक भावना, विचार या इतरांवर लादणं हा गुन्हाच आहे. एखाद्यानं ऐच्छिक विचारांतून स्वीकार केला किंवा त्याग केला तर तो गुन्हा नाही.

आम्ही उभयता स्टॉकहोममध्ये 'वॅन इफ्रा'*च्या वार्षिक परिषदेसाठी गेलो होतो. वॅन इफ्राच्या संचालक मंडळावर अनेक वर्षं असल्यानं माझ्या ओळखीही बऱ्यापैकी होत्या. एक सत्र संपल्यावर जेवण होतं. लोक बाहेर येत होते आणि टेबलवर बसत होते. एक मोकळं टेबल पाहून आम्ही तिथं बसलो. समोरून *टाइम्स*चे मोहित जैन पत्नीसह आले आणि त्यांनी आमच्या शेजारी बसायची इच्छा व्यक्त केली. मी म्हटलं, 'जरूर या!' ते माझ्या शेजारी, तर त्यांची पत्नी भारतीसमवेत. समोरून एक चिनी गृहस्थ आले. स्मितहास्य करून, 'मिस्टर पवार, मी तुमच्या शेजारी बसू का?' असं त्यांनीही विचारलं. त्यांचंही आम्ही स्वागत केलं. ते आमच्याजवळ बसले.

जेवणाच्या सुरुवातीला पद्धतीप्रमाणे सॅलड आलं. जैनसाहेबांनी विचारलं, ''यात काही नॉनव्हेज आहे का?''

ते काय विचारत आहेत ते वाढप्याला कळेना.

मग मी वाढप्याला विचारलं, ''यात चिकन, मासे वगैरेंचे तुकडे आहेत का?''

तो ''होय.'' म्हणाला.

जैनसाहेब अशा गोष्टी खात नाहीत म्हटल्यावर वाढप्यानं हातानं ते पदार्थ काढले. परंतु जैनसाहेबांना ते अजिबात मान्य नव्हतं. सर्व गोष्टी माझ्या लक्षात आल्या. मी त्यांच्या मॅनेजरला बोलावलं आणि 'जैनदांपत्याला पाव, लोणी, फळांचा रस व फळं वगैरे द्यावीत,' अशी विनंती त्याला केली. या मागणीची पूर्तता झाल्यावर जैनदांपत्य खूश झालं.

इकडे शेजारी बसलेले चिनी गृहस्थ मात्र त्यांच्या समोर जे पदार्थ येतील त्या पदार्थांवर – म्हणजे कोंबडी, डुक्कर, बैल वगैरे – आनंदानं ताव मारत होते. माझ्या मनात मंथन सुरू झालं. हा दोघांमध्ये इतका फरक का...?

---

* World Association of Newspapers and News Publishers

तेव्हा लक्षात आलं की, चीन आणि भारत यांच्या दरम्यान हिमालय आहे. हिमालयाच्या पायथ्याशी गंगा आहे, तर चीनमध्ये काही भागांत पाच-सहा महिने बर्फ असल्यानं चिनी माणसाला अन्न, निवारा आणि ऊब पाहिजे. भारतात या गोष्टी विनासायास आहेत. आज युरोपमध्ये रशियानं गॅस बंद केल्याबरोबर त्यांचं धाबं दणाणलं आहे. कारण, हिवाळ्यात घरामध्ये ऊब नसल्यास जगणं शक्य नाही. शिवाय, पाच-सहा महिने चीनच्या काही भागांत बर्फ असल्यानं त्या काळात खाण्या-पिण्याची बेगमी करावी लागते. म्हणजे, साठा किंवा संचय आला. सर्वसाधारणपणे भारतात कुणीही सामान्य व्यक्ती झाडाखाली निवांत झोपू शकते. त्या व्यक्तीला दोन-तीन केळी आणि नारळाचं पाणी दिल्यास जगणं सहज शक्य! याचा अर्थ, चीनमध्ये इतका अहिंसेचा प्रचार करणारा या प्रकारचा धर्म जन्म घेणं अतिशय अवघड आहे. एखाद्या एस्किमोला 'मासे न खाता राहा,' असं म्हणण्यासारखं ते आहे. बंगालमध्ये देवीला प्रसाद म्हणून मासा दिला जातो, तर काही ठिकाणी दारूसुद्धा दिली जाते, असं ऐकिवात आलं.

असं म्हटलं जातं की, माणूस सोडून कोणताही हालचाल करणारा प्राणी, कीटक चिनी लोक खातात. म्हणजे, निसर्गसुद्धा आपल्या विचारसरणीवर, आचारविचारांवर प्रचंड परिणाम करत असतो. तोच आपले आचारविचार ठरवत असतो, यामुळे आपल्या धार्मिक भावना, विचार या इतरांवर लादणं हा गुन्हाच आहे. एखाद्यानं ऐच्छिक विचारांतून स्वीकार केला किंवा त्याग केला तर तो गुन्हा नाही.

आपण राजकीय दोषारोप अथवा अपेक्षा करताना आपलं सामाजिक वय आणि आपला निसर्ग यांची जरूर जाणीव ठेवावी. जिथं नैसर्गिक सुबत्ता आहे, तिथं सर्वसाधारणपणे लोक आळशी असतात. याउलट, प्रतिकूल परिस्थितीतील – म्हणजे राजस्थान, कच्छ इथले – लोक कष्टाळू, मेहनती असतात. (उदाहरणार्थ, मारवाडी, ज्यू समाज)

हे स्वीकारून आपल्या परीनं समाजाला मदत करत राहावी. समाजसुधारकांचं यामुळे योगदान खूप महत्त्वाचं ठरतं. याला आपण हातभार लावू या का? त्यांच्या पाठीशी उभं राहणं हे कितीतरी समाधानकारक असतं! चला, आपण निदान आपलं तरी योगदान देऊ या!

•••

तंत्रज्ञानाच्या माध्यमातून नवी पहाट

आजच्या आधुनिक काळात परदेशातील शेतकरी हे अत्याधुनिक तंत्रज्ञानाचा वापर करून शेतीत विविध प्रयोग यशस्वी करताना दिसतात; तर दुसरीकडे भारतासारख्या विकसनशील देशातील बहुतांश शेतकरी आजही पारंपरिक पद्धतीनं शेती करत आहेत. अशा प्रकारे केली जाणारी शेती ही शेतकऱ्यांसाठी कमी फायदेशीर व निसर्गावर अवलंबून असते. यामध्ये पिकांची निवड, योग्य नियोजन, हवामानात होणारे बदल, उत्पादकता, उत्पादनाचा दर्जा अशा कितीतरी गोष्टी शेतकऱ्यांसमोर रोज नवनवीन आव्हानं घेऊन येत आहेत.

'अत्याधुनिक तंत्रज्ञानाचा अर्थात कृत्रिम बुद्धिमत्तेचा वापर करून शेती व शेतीपूरक व्यवसायात येणाऱ्या समस्यांवर आपण यशस्वीपणे मात करू शकतो,' हाच विचार सातत्यानं समोर असल्यामुळेच बारामतीच्या ॲग्रीकल्चरल डेव्हलपमेंट ट्रस्टबरोबर ऑक्सफर्ड विद्यापीठ व मायक्रोसॉफ्ट या जागतिक अग्रगण्य संस्थांनी २०२२मध्ये सामंजस्य करार करण्यासाठी पुढाकार घेतला. या संस्थांना बरोबर घेऊन राज्यातील, देशातील व पर्यायानं जगातील शेतकऱ्यांना फायदेशीर होईल असं तंत्रज्ञान निर्माण करण्याच्या उद्देशानं बारामतीत ॲग्रीकल्चरल डेव्हलपमेंट ट्रस्ट पुढील काळात मार्गक्रमण करणार आहे. 'प्रोजेक्ट फार्मवाइब्ज' हा मायक्रोसॉफ्ट कंपनीचा जगभरातील शेतीला व शेतीकेंद्रित उद्योगांना चालना देण्यासाठी राबवण्यात येणाऱ्या संशोधनाचा

एक महत्त्वाकांक्षी भाग आहे. या प्रोजेक्टमार्फत होणारं संशोधन हे मायक्रोसॉफ्ट जगभरातील शेतकऱ्यांना मोफत उपलब्ध करून देतं, हेदेखील तितकंच महत्त्वाचं आहे.

आपल्या कक्षा उंचावण्यासाठी ट्रस्ट, मायक्रोसॉफ्ट व ऑक्सफर्ड हे तीन भागीदार येणाऱ्या काळात या 'सेंटर ऑफ एक्सलन्स'मार्फत होणारं नवनवीन संशोधन व तंत्रज्ञान हे फक्त शेतकऱ्यांसाठीच मर्यादित न ठेवता, डेटा-शास्त्रज्ञ, तरुण संशोधक, या क्षेत्राची आवड असणारे विद्यार्थी व उद्योजक यांनाही उपलब्ध करून दिलं जाणार आहे. मायक्रोसॉफ्टच्या 'एझूर' या प्लॅटफॉर्मवर चालणारं 'फार्मवाइब्ज अल्गोरिदम' हे जमिनीतील सेन्सर, आकाशातील ड्रोन व अवकाशातील उपग्रह (जो बिल गेट्स फाउंडेशननं उपलब्ध करून दिलेला आहे) यांमार्फत माहिती गोळा करून तिचा उपयोग हा शेती क्षेत्रात क्रांतिकारी बदल करण्यासाठी करत आहे. हे तंत्रज्ञान शेती व शेतीपूरक व्यवसायांमध्ये आमूलाग्र बदल घडवून आणू शकतं.

बारामतीमधील संशोधन केंद्र हे प्रामुख्यानं जमिनीची सुपीकता वाढवणं, मातीची शास्त्रोक्त पद्धतीनं काळजी घेऊन उत्पादन वाढवणं, पीकपद्धतीचं नियोजन करणं, पिकाचे आरोग्य उत्तम राखणं, शेतमालाची गुणवत्ता वाढवणं, हवामानाचा अचूक अंदाज वर्तवणं, खत व पाणी यांचं योग्य नियोजन करणं, तणनाशकांचा व कीटकनाशकांचा अतिरिक्त वापर टाळणं अशा व अशा तऱ्हेच्या विविध विषयांवर संशोधनातून उपाययोजना करणार आहे.

येणाऱ्या काळात कृत्रिम बुद्धिमत्तेचा उपयोग बारामती व परिसरातील विविध प्रकारच्या जमिनीतून येणारी माहिती वापरून नवीन तंत्रज्ञान तयार करण्यासाठी होणार आहे. या प्रक्रियेत सेंटर ऑफ एक्सलन्समध्ये ॲसिनिक फ्यूजन (ज्यामध्ये उपग्रहाच्या व ड्रोनच्या माध्यमातून मिळणारी माहिती जमिनीतून सेन्सरमार्फत येणाऱ्या डेटासोबत एकत्र करून पिकासंदर्भात व मातीसंदर्भात बहुमूल्य अशा गोष्टी समजावून घेतल्या जातात), स्पेस आय (ज्यामार्फत कृत्रिम बुद्धिमत्ता वापरून उपग्रहामार्फत घेतली जाणारी शेतीची छायाचित्रं ही अधिक स्पष्ट केली जातात) डीप, एमसी (हे तंत्रज्ञान सेन्सर व हवामान नियंत्रण कक्षाकडून येणारा डेटा वापरून तापमान व पाऊस यांच्याशी संबंधित अचूक भाकीत वर्तवण्यासाठी वापरलं जातं) अशा अनेक नावीन्यपूर्ण अल्गोरिदमचा लाभ घेतला जाणार आहे.

बारामती येथील कृषी विज्ञानकेंद्रात घेतल्या जाणाऱ्या सिमला मिरची या पिकाचा मागील वर्षीचा डेटा वापरून एक नवीन अल्गोरिदमची निर्मिती यशस्वी करून दाखवली आहे. याचा उपयोग पुढील काळात सिमला मिरचीच्या पिकावर येणाऱ्या विविध

रोगांबाबत अचूक अंदाज बांधण्यासाठी, तसंच जमिनीची योग्य प्रकारे काळजी घेऊन उत्पादन वाढवण्यासाठी होणार आहे.

ज्ञान मिळवू या... ज्ञान सर्वांना देऊ या... ज्ञानाचा फायदा समाजाला देऊ या... या दृष्टिकोनातून बारामतीचे हे दोन्ही न्यास गेली पन्नास वर्षं काम करत आहेत. अनेक वर्षं एखाद्या व्यक्तीनं झटून काम केल्यामुळेच अशा प्रकारचं कार्य उभं राहत असतं. त्यामुळे आयबीएम, मायक्रोसॉफ्ट, ऑक्सफर्ड युनिव्हर्सिटी आकर्षित झाल्यास नवल वाटत नाही. एखाद्या व्यक्तीचं मूल्यमापन करताना बहुअंगानं पाहिलं पाहिजे. तसा व्यापक दृष्टिकोन बाळगणं आवश्यक आहे.

बिल गेट्स फाउंडेशनच्या तज्ज्ञांनी बारामतीच्या ॲग्रीकल्चरल डेव्हलपमेंट ट्रस्टला भेट देऊन विविध उपक्रमांची माहिती घेतली. महिला सक्षमीकरण, शिक्षण, आरोग्य इत्यादी क्षेत्रांत ट्रस्ट करत असलेल्या कामाचं त्यांनी कौतुक केलं. सेंटर ऑफ एक्सलन्समध्ये ट्रस्टमधील तज्ज्ञांची एक टीम काम पाहणार आहे. विशेष बाब म्हणजे, या टीमसोबत संस्थेत पोस्ट-ग्रॅज्युएट विभागात शिक्षण घेणाऱ्या दहा विद्यार्थ्यांचीदेखील इंटर्न म्हणून निवड करण्यात आली आहे. हे विद्यार्थी पुढील काळात मायक्रोसॉफ्ट व ऑक्सफर्ड यांसारख्या नामवंत संस्थांमध्ये काम करणाऱ्या तज्ज्ञांसोबत खांद्याला खांदा लावून संशोधनात सहभागी होणार आहेत. या ट्रस्टसाठी अभिमानाची गोष्ट म्हणजे, ऑक्सफर्ड विद्यापीठामार्फत घेतल्या जाणाऱ्या 'आर्टिफिशिअल इंटेलिजन्स फॉर ॲग्रीकल्चर टेक्नॉलॉजी ॲण्ड क्लायमेट चेंज' या ऑनलाइन कोर्ससाठी जगभरातून विद्यार्थी प्रवेश घेणार असून, कोर्स यशस्वीरीत्या पूर्ण करणाऱ्या विद्यार्थ्यांना ऑक्सफर्ड विद्यापीठामार्फत प्रमाणपत्र दिलं जाणार आहे.

कृत्रिम बुद्धिमत्तेचा १९६०च्या दशकापासून सुरू झालेला प्रवास हा संपूर्ण जगामधील अनेक प्रगत देशांतून आता भारतासारख्या विकसनशील देशात येऊन पोहोचला आहे. जागतिक पातळीवर उद्योग व आरोग्यक्षेत्रात कृत्रिम बुद्धिमत्तेचा उपयोग मोठ्या प्रमाणावर होत असताना आपल्या देशात शेती व शेतीपूरक व्यवसाय कृत्रिम बुद्धिमत्तेच्या प्रभावाखाली आपण आणू शकल्यास नक्कीच येणारा काळ हा शेतकऱ्यांसाठी आशादायी असणार आहे.

यातून राज्यांत व देशात होणाऱ्या शेतकऱ्यांच्या आत्महत्या कमी होऊ शकल्या तर हे कृत्रिम बुद्धिमत्तेचं सर्वांत मोठं यश असणार आहे. हे सेंटर या प्रवासातला मैलाचा दगड ठरणार आहे, यात तिळमात्र शंका नाही.

कृत्रिम बुद्धिमत्ता, मशीन लर्निंग, डेटा सायन्स, आयओटी आणि सायबर सुरक्षेतील 'कटिंग एज' अभ्यासक्रमांसाठी आयबीएमचं आणि बारामतीचं विद्या प्रतिष्ठान सरसावले आहे. त्यामुळे बारामतीत एआय ॲप्लिकेशनशी निगडित परिपूर्ण परिसंस्थाच निर्माण होत असून, केवळ भारताच्या नव्हे, तर जगाच्या मानचित्रात बारामतीचं एक वेगळं स्थान निर्माण होत आहे. सध्या जगभरात आयटी क्षेत्रात कुशल मनुष्यबळाचा तुटवडा असून, जगाची ही गरज भारत पूर्ण करू शकतो. आयबीएमच्या माध्यमातून उद्योगान्मुख व किफायतशीर दरातील अभ्यासक्रम विद्या प्रतिष्ठान घेऊन येत आहे. पुढील काळात विद्यार्थ्यांना या क्षेत्रातील अद्ययावत ज्ञान यामुळे मिळणार आहे, तसंच विद्यार्थ्यांना जागतिक स्तरावर पोहोचवण्याचं काम या अभ्यासक्रमातून होईल. आंतरराष्ट्रीय प्रमाणपत्रामुळे विद्यार्थ्यांना जगभरात कुठंही नोकरीची संधी उपलब्ध होणार आहे.

बारामतीमधील विद्या प्रतिष्ठानच्या इंजिनिअरिंग कॉलेजमध्ये ग्रामीण भागात देशभरातील बहुधा पहिलंच असं डिजिटल मॅन्युफॅक्चरिंग ॲण्ड ऑटोमेशनचें सेंटर ऑफ एक्सलन्स उभारलं जात आहे. यामध्ये इंडस्ट्रिअल रोबोट्स, सीएनसी, व्हीएमसी मशीन्स, सेन्सर-आयओटी-पीएलसी लॅब, थ्रीडी प्रिंटर, व्हर्च्युअल रिॲलिटीयुक्त विविध सिम्युलेशन सॉफ्टवेअर्स हे सर्व मिळून सुमारे चार हजार स्क्वेअर फूट एवढ्या जागेत आधुनिक कारखान्याच्या एका शॉप फ्लोअरचीच प्रतिकृती बनवली जात आहे. यामध्ये फक्त अभ्यासक्रमातील ठरावीक निकषांची पूर्तता करण्यापेक्षा आजच्या विद्यार्थ्याला भविष्यातील इंडस्ट्रीवर आधारित कारखाना कसा असेल याचं मॉडेल अभ्यासता येणार आहे.

कॉम्प्युटर इंजिनिअरिंगचं प्रोग्रॅमिंग स्किल, इलेक्ट्रॉनिक्सचं - इलेक्ट्रिकलचं कंट्रोलिंग तंत्रज्ञान आणि मेकॅनिकल इंजिअरिंगची उत्पादनशैली या सर्व आंतर-विद्याशाखीय बाबी एकाच छताखाली मिळाल्या तरच सध्याच्या ऑटोमेशन क्षेत्राला न्याय मिळू शकतो आणि तोच प्रयोग यशस्वीरीत्या तज्ज्ञांच्या साहाय्यानं इथं साकारला जात आहे.

इतक्या आधुनिक दर्जाच्या यंत्रणेचा वापर करून पाठ्यक्रमाच्या कक्षेबाहेर जाऊन उद्योगांना हव्या असणाऱ्या गोष्टींचे शॉर्ट टर्म कोर्सेस देऊन ग्रामीण भागातील

अधिकाधिक युवकांना रोजगारक्षम बनवणं, इंजिनिअरिंगच्या - डिप्लोमाच्या विविध विभागांच्या आणि आजूबाजूच्या कॉलेजेसच्या विद्यार्थ्यांना इंटर्नशिप देणं, अद्ययावत मशिनरी, सिम्युलेशन सॉफ्टवेअर्सवर प्रत्यक्ष अनुभव देत कुशल युवकवर्ग तयार करणं, स्टार्टअपमधील क्रिएटिव्ह प्रॉडक्ट्स कमी खर्चात बनवून देणं, जवळच्या उद्योगांतील मनुष्यबळाला लागणारे ट्रेनिंग कोर्सेस देणं, आंतरविद्याशाखीय अभ्यासाला प्रोत्साहन देत त्यातील संशोधनासाठी हक्काचं व्यासपीठ होणं अशा अनेक परस्परपूरक गोष्टींची पूर्तता या जागतिक दर्जाच्या सेंटरमधून बारामतीत होणार आहे.

ज्ञान मिळवू या... ज्ञान सर्वांना देऊ या... ज्ञानाचा फायदा समाजाला देऊ या... या दृष्टिकोनातून बारामतीचे हे दोन्ही न्यास गेली पन्नास वर्षं काम करत आहेत. अनेक वर्षं एखाद्या व्यक्तीनं झटून काम केल्यामुळेच अशा प्रकारचं कार्य उभं राहत असतं. त्यामुळे आयबीएम, मायक्रोसॉफ्ट, ऑक्सफर्ड युनिव्हर्सिटी आकर्षित झाल्यास नवल वाटत नाही. एखाद्या व्यक्तीला फूटपट्टी लावायची असल्यास एकाच क्षेत्रावरून ठरवू नये. त्याबाबतचे इतरही कंगोरे पाहून मत ठरवावं, हे सांगावं लागतं. त्या व्यक्तीचं मूल्यमापन करताना बहुअंगानं पाहिलं पाहिजे. तसा व्यापक दृष्टिकोन बाळगणं आवश्यक आहे. एखादा कलाकार, राजकीय व्यक्ती त्याच्या क्षेत्रात उत्तम किंवा अत्युत्तम असेलही; परंतु त्याचा मानवीय चेहरा कसा आहे, हेही पाहावं एवढीच विनंती!

मानसिकता केव्हा बदलणार?

दूरदृष्टी, क्रियाशीलता, दुर्दम्य कष्ट, संघटना कौशल्य, आर्थिक जाण आणि धोके पत्करायची तयारी या गोष्टी असल्याशिवाय कोणताही उद्योग वा उद्योगसमूह उभा राहत नाही. पाण्याच्या प्रवाहाविरुद्ध पोहण्यासारखा हा प्रवास असतो किंवा वाहत्या पाण्याला आलेल्या अडथळ्यांतून अथवा बाजूनं मार्ग काढावा लागतो, नाहीतर तो तुंबतो. मी गेल्या आठवड्यात *Making of ISMT* हे पुस्तक वाचलं. अक्षरशः झोपच उडाली! शून्यातून उभी केलेली आंतरराष्ट्रीय कंपनी चाळीस वर्षांनंतर विकावी लागली. याला बहुतांश प्रमाणात बाह्य घटक कारणीभूत झाले. उद्योजकानं अतोनात प्रयत्न करूनही व्यवसाय दिवाळखोरीत गेला. व्यवसायातसुद्धा शाश्वत असं काहीच नसतं, याचा प्रत्यय आला. अर्थात, याबद्दल अनेकांना आश्चर्य वाटेल. जगातील सर्वोत्कृष्ट पाचशे कंपन्यांबद्दल नेहमी, म्हणजे दर वर्षी चर्चा होत असते. अनेकदा अनुभव असा आहे की, यातील पाच ते दहा टक्के कंपन्या पुढील दहा ते वीस वर्षांत बंद पडलेल्या असतात. आता तर तंत्रज्ञानानंही या गोष्टीमध्ये भर घालायला सुरुवात केली आहे. आपण कोडॅक कंपनीचं उदाहरण घेऊ या.

जगातील फोटोग्राफी क्षेत्रातील दहा ते वीस वर्षांपूर्वीची ही अग्रगण्य, सर्वोत्कृष्ट कंपनी. डिजिटल फोटोग्राफीनं, स्मार्टफोननं तिचं जवळपास दिवाळं वाजवलं. याबाबतचे मुबलक पर्याय जवळपास प्रत्येकाच्या हातात आले, तेही फुकट!

मग कोडॅक कशी टिकणार! अशी अनेक उदाहरणं आहेत. इंग्लिशमध्ये ज्याला Disruptive Technology म्हणतात, तिची ही किमया आहे. यापुढील काळात चॅट-जीपीटीसारखी अनेक तंत्रज्ञानं शेकडोंना घरी बसवणार आहेत – वाहनं आल्यावर टांग्यानं जाणं बंद झालं तसं! अर्थ एवढाच की, शाश्वत काही नाही!

आणखी एक अनुभव सांगावासा वाटतो : १९८०च्या सुमाराला मी काही कारणानं 'लकाकि'वर (शंतनुराव किर्लोस्कर यांच्या घरी) गेलो होतो. तिथं शंतनुराव आणि त्यांचे थोरले चिरंजीव चंद्रकांत यांच्यात गंभीरपणे चर्चा सुरू होती. चहा वगैरे घेतल्यानंतर मी त्यांना म्हणालो, ''तुम्ही काळजीत दिसता.''

ते म्हणाले, ''हो. आपली जर्मनीमधील 'शुले' कंपनी तोट्यात गेली आहे आणि जर्मनीच्या नियमाप्रमाणे आपल्याला तिथं अडीच लाख डॉइशमार्क घालणं आवश्यक होतं.''

किर्लोस्करांकडे पैसे होते. परंतु भारत सरकार हे पैसे एक्स्चेंजमध्ये द्यायला तयार नव्हतं. प्रश्न कंपनीच्या अस्तित्वाचा होता. अर्थात, त्यांचे सर्वतोपरी प्रयत्न सुरू होतेच. महिनाभरानं मी पुन्हा त्यांच्याकडे गेलो. त्या वेळी त्यांचा मूड वेगळा होता.

मी असंच विचारलं, ''काही चांगली बातमी दिसते. तुम्ही खुशीत दिसत आहात.''

शंतनुराव म्हणाले, ''आम्हांला जर्मन सरकारनं वाचवलं.''

मी विचारलं, ''कसं?''

ते म्हणाले, ''कंपनीचा ताळेबंद पाहून जर्मन सरकारनं मला पत्र पाठवून कळवलं की, 'तुम्ही आत्तापर्यंत कर भरत होता. या वर्षी तुम्हांला तोटा झाला आहे, त्यामुळे तुम्ही भरलेल्या करामधून आम्ही तुम्हांला पाच लाख डॉइशमार्क देत आहोत.' असं झाल्यानं आमचा प्रश्न तर सुटलाच. उलट, आम्हांला व्यवसायवृद्धीसाठी अडीच लाख डॉइशमार्कही उपलब्ध झाले.''

आपल्याकडे असं होईल का? तुमचा प्राप्तिकर, टीडीएस अशा प्रकारचे पैसे सरकारकडे पडून राहतात. ते वर्षानुवर्षं मिळत नाहीत. हेलपाटे मारावे लागतात. अनेकदा ते मिळण्यासाठी पैसेही द्यावे लागतात.

भारत सरकारला मला सांगावंसं वाटतं की, भ्रष्टाचार हा फक्त विरोधी पक्षातील राजकारण्यांपुरता नाही. तो अशा सरकारी संस्थांमध्ये प्रत्येक प्रांतात, जिल्ह्यात, गावात सुरू आहे. हे तुम्हांला माहीत नाही असं म्हणणं भाबडेपणाचं ठरेल.

काही पिढ्यांच्या कष्टातून बीज पेरणारे जमशेदजी टाटा, बिर्ला, लक्ष्मणराव किर्लोस्कर, वालचंद हिराचंद यांच्यापासून ते एक-दोन पिढ्यांत यशस्वी झालेले धीरूभाई अंबानी असोत अथवा सध्या गाजत असलेले गौतम अदानी यांच्यापर्यंत कुणीही असोत... हे सर्वसामान्य माणूस नाही करू शकत. प्रत्येकाला काळानुसार, कायद्यानुसार मार्ग काढावे लागले. हे अर्थातच खडतर असतं.

भारतीय समाज गेली हजारो वर्षं संपत्तीचा द्वेष का करतो किंवा तिला अतिदुय्यम का समजतो? इथल्या सुबत्तेमुळेच मुघलांनी आपल्यावर आक्रमणं केली. तीच गोष्ट नंतर ब्रिटिशांनीही केली. ब्रिटिशांनी तर आपल्या देशाला खूप धुऊन नेलं.

अत्यंत कठीण परिस्थितीत टाटांसारखे लोक उभे राहिले. त्यांचे परिश्रम कमी होते का...? ते आपोआप झाले का...? स्वातंत्र्य मिळाल्यावर गाड्या, टेलिफोन, महामार्ग या बाबी श्रीमंतांनाच लागणार असल्याचं गृहीत धरून राज्यकर्त्यांच्या धोरणामुळे उद्योग-व्यवसायांवर अनेक बंधनं घातली गेली व त्यांना खुजं ठेवण्यात आलं. यातून त्यांच्यावर, 'संरक्षण असल्यानं त्यांनी समाजाला लुटलं,' अशीही टीका झाली.

आपला देश १९९१नंतर प्रथमच आंतरराष्ट्रीय स्पर्धेत उतरला आणि आता आपण जगातील तिसऱ्या स्थानावरील आर्थिक पद मिळवण्याबद्दल बोलू लागलो आहोत. हे पूर्वीही होऊ शकलं असतं. उदाहरणार्थ, संरक्षण क्षेत्रात धोरण म्हणून कोणत्याही भारतीय खासगी कंपनीला उत्पादन करण्याला मनाई होती. त्यामुळे आपण लाखो रुपयांची आयात करत बसलो, ते समाजाला चाललं.

आणखी एक उदाहरण... 'बजाज'ची स्कूटर घेण्यासाठी आरंभीच्या काळात दहा-बारा वर्षं वाट पाहावी लागायची. आता दहा तास तरी वाट पाहावी लागते का? बजाज तेच आहेच. मागणी असताना त्यांना उत्पादन करू द्यायचं नाही हे कुणी ठरवलं...? का ठरवलं...? याचा जाब समाजानं विचारला का?

सुंदर पिचाईंसारख्या डझनभर भारतीयांनी जगातील सर्वोत्कृष्ट कंपन्यांचे प्रमुख अधिकारी म्हणून स्थान मिळवलं याचं आपण कौतुक करतो. परंतु आपण एकतरी 'ॲमेझॉन', 'ॲपल', 'टेस्ला' यांसारखी कंपनी उभी करू शकलो आहोत का? ते वातावरणच आपल्याकडे नाही. आपल्या समाजाला कदाचित ते पचणारच नाही.

आमच्या लहानपणी आम्ही पाच-दहा रुपये प्रति किलो दराच्या राखुंडीनं तयार केलेलं दंतमंजन वापरत असू. आता आपण बहुतांश भारतीय लोक आंतरराष्ट्रीय कंपनीची टूथपेस्ट वापरतो. ती ६०० रुपये किलो या दरानं विकत घेतो. हे किती जणांच्या लक्षात येतं? यातून मिळणाऱ्या व्यवसायातून ते मूळ कंपनीकडे परदेशी दर वर्षी नफा

पाठवतात. परंतु 'जिओ' कंपनी जवळपास कमी किमतीत स्मार्टफोन आणि जवळपास फुकटात फोनकॉल्स उपलब्ध करून देते आणि तरीसुद्धा हजारो कोटी फायदा मिळवते. तो पैसा देशातच राहतो. मग अंबानींना का हिणवलं जातं?

अदानी सव्वादोन रुपये दरानं वीज-उत्पादन सरकारला विकतात. महाराष्ट्र सरकार ती आपल्याला नऊ रुपयांनी विकतं आणि हजारो कोटी (६७,००० रुपये) तोटा करतं. अदानी त्याच दरात नफा मिळवतात. परंतु ते समाजापुढं दोषी म्हणून दाखवले जातात. हे योग्य आहे का? तुमचा फायदा करून ते फायदा कमावतात यात काय चूक आहे?

अंबानींची वा अदानींची मी वकिली करत नाही; आणि त्यांचं काही चुकत नाही, असंही मी म्हणणार नाही. परंतु जमेची बाजू जरूर लक्षात घ्यायला हवी. सचिन तेंडुलकर किंवा लता मंगेशकर एखाद्याच असतात. त्यांचा हेवा करण्याऐवजी आपण कौतुक करू या! मात्र, असे हजारो उद्योजकही, मग ते लहान असोत वा मोठे, निर्माण व्हायला हवेत. ज्ञान, उत्पादनं यांची जागतिक दर्जाची निर्मिती होण्यासाठी सर्वांनी सर्वतोपरी प्रयत्न करायला हवेत. ती क्षमता आपल्यात आहे. प्रश्न मनोवृत्तीचा आणि योग्य वातावरणनिर्मितीचा आहे.

देशात निर्माण झालेल्या संपत्तीचा फायदा सर्व भागांत देता येईल, जसं ८० कोटी लोकांना अन्नधान्य पुरवलं जातं. कारण, तेवढं शेती-उत्पादन आता देश करत आहे. हा देश एके काळी धान्य आयात करत होता. श्रीमंताला गरीब करून गरीब श्रीमंत होत नाहीत. प्रत्येकाला – मग तो गरीब असो वा नसो – देशनिर्मितीत सहभागी होण्याची संधी निर्माण केली पाहिजे. एरवीही आमच्या देशातील तरुणांची उमेद वाया जाईल. आपण व्यक्तिगत आणि सामूहिकरीत्या योग्य रीतीनं हातभार लावू या!

मोठे उद्योग-व्यवसाय करावेत आणि जनतेला स्वस्तात सेवा, उत्पादनं द्यावीत अशी सरकारनंच भूमिका ठेवली. एअर इंडियाचं काय झालं, हे सर्वश्रुत आहे. जगातील सर्वोत्कृष्ट कंपनीचं सरकारीकरण केल्यानंतर दर वर्षी ती हजारो कोटी तोटा करत होती. ते समाजाला चाललं. मात्र, टाटा या संस्थेतून नफा मिळवत होते हे समाजाला पचलं नाही. बहुतांश सरकारी उद्योगांची, अगदी टेलिफोन कंपनीची, ती अवस्था आजही आहे. मग अंबानींनी जगातील अधिक सल्फर असलेलं क्रूड ऑइल घेऊन जगभरात त्यांची उत्पादनं विकून हजारो कोटी मिळवले तर काय बिघडतं? 'व्होडाफोन'सारख्या आंतरराष्ट्रीय संस्थेशी टक्कर देऊन भारतातील लोकांना स्वस्तात मोबाइल आणि जवळपास फुकट टेलिफोनची सेवा देऊनही हजारो कोटी कमावले तर तो सामाजिक, राजकीय दृष्टिकोनातून गुन्हा कसा होतो? अदानींच्या बाबतही बऱ्याच अंशी हेच लागू आहे.

आजही अक्षरशः हजारो विविध कायदे एखाद्या उद्योग-व्यवसायाला लागू करण्यात आलेले आहेत. व्यावसायिक – मग ती व्यक्ती असो किंवा उद्योगसमूह असो – हा लबाडच आहे, या दृष्टिकोनातून हे सर्व कायदे केलेले आहेत आणि अजूनही नवीन कायदे येतच आहेत. १०० वर्षांपूर्वीचा तत्कालीन ब्रिटिश राजवटीच्या सोयीनुसार केलेला कायदा – कारण ब्रिटिशांना भारतात सुबत्ता निर्माण होणं नकोच होतं – राबवत राहणं किंवा तसंच धोरण ठेवून कायदे बनवणं योग्य कसं?

आता आम्ही सर्व क्षेत्रांत जागतिक स्पर्धेत उतरलो आहोत; परंतु मानसिकता बदललेली नाही. त्याचा फायदा राजकीय पक्ष घेतात. सॉफ्टवेअर, अंतराळ क्षेत्रात आपण जगात नाव कमावलं हे उत्तमच आहे. आपल्यातील एखादा उद्योगपती आंतरराष्ट्रीय स्तरावर गेला की ओरड सुरू होते. राजकीय लोकांनाही अहोरात्र अडथळ्यांच्या रस्त्यांतून वाट काढावी लागते. घडीघडीला स्पर्धा आहे आणि भविष्याची शाश्वती शून्य! यामुळेच माझ्यासारखा माणसानं राजकारण हे क्षेत्र निवडलं नाही!

मग उद्योग क्षेत्रात अडथळे नाहीत का? मी अनेक उद्योजकांची चरित्रं वाचली आहेत. तेसुद्धा एक प्रकारच्या युद्धातच उतरलेले असतात. आपल्याकडे हिंदुस्थान लीव्हर, मारुती मोटर्स यांसारख्या परदेशी कंपन्या मोठ्या झालेल्या चालतात; परंतु अंबानींनी फुकटात सेवा देऊन हजारो कोटी कमावून भारतातच ठेवले तर ते दोषी ठरतात! छान आहे की नाही! आणि आम्हांला तिसऱ्या क्रमांकाची आर्थिक महासत्ता होण्याची स्वप्नं आणि घाई आहे. कोणता राजकीय पक्ष धुतल्या तांदळासारखा आहे का? आणि ते शक्य आहे का? मतदारसुद्धा भावनेवरच जास्त आकर्षित होतो ना? यापेक्षा आपल्यातील लोकांच्या क्षमतेला उत्तेजन, सहकार्य देऊ या...! त्यांचं काही चुकत असेल तर ते दुरुस्त करू या...! मान्य आहे का?

• • •

एज्युकॉन : आपण काय करतो?

माझ्यावर वयाच्या तेविसाव्या वर्षी अंधशाळेची धुरा सोपवण्यात आली होती. त्यामुळे समाजातील अंध व्यक्तींचं, मुलामुलींचं समाजातील अज्ञान, आर्थिक क्षमता वगैरेंशी माझा संबंध यायला लागला. अंधत्व का येतं आणि आलं तर काय करायला हवं, याची आपोआपच प्रश्नोत्तरं समोर यायला लागली. यानंतर सुमारे पाच वर्षांनी शंतनुराव किर्लोस्करांनी माझी 'किर्लोस्कर ऑइल इंजिन्स लिमिटेड' या कंपनीवर संचालक म्हणून नियुक्ती केली. यामुळे किर्लोस्करांशी वैयक्तिक ऋणानुबंध तर वाढलेच; शिवाय, खूप शिकायलाही मिळालं. या कंपनीच्या होणाऱ्या सभा, अनेकदा त्यांच्याकडे काही उद्योजक किंवा तत्सम उच्चविद्याविभूषित लोक आले की आम्हां उभयतांनाही बोलावलं जायचं. अनेकदा सामाजिक, शैक्षणिक, आर्थिक बाबींविषयी चर्चा होत. शिक्षणाबद्दल सार्वत्रिक नाराजी व्यक्त केली जायची. शिक्षणाचा दर्जा, विद्यार्थ्यांची पदवीधर झाल्यावर असलेली क्षमता, उपयुक्तता यावर भरपूर टीका होत असे.

मी पिलानीतून शिकल्यामुळे माझी परिस्थिती त्यामानानं चांगली होती. कारण, पदवीधर होईपर्यंत आम्हां पिलानीकरांना चार उद्योग क्षेत्रांत घेतलेल्या प्रशिक्षणाचं पाठबळ होतं. महाराष्ट्रात असं कुठंही नव्हतं. पदवीधराला नोकरीवर घ्यायचं, नंतर वर्ष-सहा महिने प्रशिक्षण द्यायचं; मगच तो औद्योगिक संस्थेत काम करण्याच्या पात्रतेचा

होत असे. अशी टीका होई, तेव्हा माझ्या मनात विचार येत असे की, हे मान्य आहे; परंतु ते सुधारण्यासाठी आपण काय करतो?

गरजू, गरीब विद्यार्थ्यांच्या समस्या सोडवण्यासाठी डॉ. अच्युतराव आपटे यांनी 'विद्यार्थी साहाय्यक समिती' स्थापन केली. अनाथ मुलं आणि महिला यांच्या पुनर्वसनासाठी बाबासाहेब जाधव यांनी 'बालग्राम' सुरू केलं. झोपडपट्टीतील मुलांना शिक्षणाच्या मुख्य प्रवाहात आणण्यासाठी किशाभाऊ पटवर्धन यांनी 'स्वरूपवर्धिनी' सुरू केली. या सर्व संस्थांशी माझी नाळ जोडली गेली होती. बालकल्याण संस्था – जी सुमारे पाच हजार अपंग विद्यार्थ्यांना मदत करते – तिथंही विद्यार्थ्यांच्या विकासासाठी प्रयत्न करण्याबरोबरच पालक, शिक्षक यांचंही प्रशिक्षण आम्ही महाराष्ट्रभर केलं. ते या मुलांच्या सामाजिक आणि भावनिक दृष्टीनं महत्त्वाचं होतं. घरातील अपंग मूल म्हणजे देवाचा कोप किंवा शाप, अशी समजूत होती. 'सकाळ'मध्येही अशा सामाजिक विचारांवर काम करणारे अनेक न्यास आहेत. यामुळे साहजिकच मनात द्वंद्व होत होतं की, शिक्षणाबाबत आपण किंवा समाज काय करतो?

काही काळानंतर चंद्रकांत किर्लोस्करांनी मला मराठा चेंबर्सच्या कामात गुंतवलं. तिथं काही लोक व्यवसायाबरोबरच शिक्षण क्षेत्रातही काम करत होते. उदाहरणार्थ, अतुर संगतानी, जे सिम्बायोसिस संस्थेच्या प्रथम विश्वस्तांपैकी एक होते. त्यांच्याबरोबरही भेटीगाठी होत. आमचा चांगला स्नेह होता.

या सर्व अनुभवांतून मराठा चेंबर्सच्या अध्यक्षपदी माझी निवड करण्यात आली, तेव्हा मी काही नवीन योजनांची आखणी केली. त्या वेळी व्यवसायात मंदी होती आणि संरक्षण खातं लाखो कोटी रुपयांची सामग्री आयात करत होतं. हे खटकणारं होतं. आपल्या देशात ही क्षमता निर्माण करून हेच पैसे देशात का ठेवले जात नाहीत, हा विचार मनात होता. यातून संरक्षण खात्याशी समन्वय साधण्यासाठी एक कमिटी – निवृत्त झालेल्या; परंतु सामाजिक जाण असलेल्या – संरक्षण खात्यातील एका व्यक्तीला देऊन कामाला सुरुवात केली.

दुसरा तितकाच महत्त्वाचा विषय म्हणजे, शिक्षण प्रणालीबद्दलच्या उद्योजकांच्या तक्रारी! यासाठी शिक्षण कमिटी निर्माण केली. या क्षेत्रात काम करणाऱ्या उद्योजकांना सभासद केलं आणि पुणे विद्यापीठाचे तत्कालीन कुलगुरू डॉ. अरुण निगवेकर यांना कमिटीचं अध्यक्ष केलं.

त्यांना आम्ही असं सांगितलं, 'आमच्या उद्योजकांत अनेक तज्ज्ञ सर्व क्षेत्रांत काम करतात. आमच्याकडे अशा तीन हजार संस्था, सभासद आहेत. त्यांचे तज्ज्ञ

तुमच्या कॉलेजमध्ये मोफत शिकवतील. उदाहरणार्थ, 'सकाळ'मध्ये काम करणाऱ्या अकाउंट विभागाचे प्रमुख – जे सीए आहेत किंवा खरेदी विभागाचे प्रमुख, मार्केटिंगचे प्रमुख – तुमच्या कॉलेजमध्ये आठवड्यातील काही तास सहजपणे शिकवू शकतील. यामुळे तुम्हांला अनुभवी प्राध्यापक मिळतील आणि त्याचा विद्यार्थ्यांच्या गुणवत्तेवर सुपरिणाम होईल. ही कल्पना सर्वांना आवडली आणि कामाला सुरुवातही झाली. मी स्वतः या कमिटीच्या सभांना हजर राहत असे.

माझ्या अध्यक्षपदाची मुदत संपल्यावर येणारे अध्यक्ष साहजिकच वेगळ्या विचारांचे असू शकतात, त्यामुळे मी सुरू केलेल्या दोन्ही कमिट्यांना – शिक्षण आणि संरक्षण कमिट्यांना – दुय्यम स्थान दिलं गेलं.

दरम्यान डॉ. निगवेकर विद्यापीठ अनुदान आयोगाचे (UGC) अध्यक्ष झाल्यानं दिल्लीला गेले. त्यांची मुदत संपल्यावर ते मला व अभिजितला भेटायला आले आणि मराठा चेंबर्सच्या शिक्षण कमिटीचं काम कसं सुरू आहे याची विचारपूस त्यांनी केली.

मी अर्थातच त्यांना वस्तुस्थिती आणि माझ्या मर्यादा यांची माहिती दिली.

ते म्हणाले, ''उद्योजकांबरोबर घालवलेल्या वेळेचा मला चांगला उपयोग झाला. खरं म्हणजे, हे देशपातळीवर समजायला हवं. तशी चर्चासत्रं आपण 'सकाळ'तर्फे शिक्षण संस्थांमध्ये घडवू या आणि त्यासाठी मी वेळ द्यायला तयार आहे.''

मला एकंदर संकल्पनेच्या उपयुक्ततेबद्दल खात्री होती; पण यशाबद्दल नव्हती. परंतु आमच्या सर्वांचं एकमत होऊन 'एज्युकॉन'चा जन्म झाला.

प्रत्येक देशातील, विशेषतः प्रगतशील देशांमधील भेटीगाठींतून त्यांचं देशप्रेम पावलोपावली जाणवतं. आपल्या देशाच्या गरजेसाठी काय आणि कसं करायला हवं हे विचारमंथन अनुभवायला मिळतं. काळाच्या पुढं राहण्याचा अट्टाहास तिथं ठायी-ठायी दिसत होता. हे सर्व खूप शिकण्यासारखं आहे.

पहिलीच कॉन्फरन्स गोव्यात झाली. त्या वेळचे केंद्रीय शिक्षणमंत्री अर्जुनसिंह यांच्या अध्यक्षतेखाली ती अतिशय यशस्वी झाली. मग एज्युकॉननं मागं वळून पाहिलंच नाही. यात नंतर परदेशांतील विद्यापीठांशी भेट, संपर्क या गोष्टी सुरू झाल्या आणि उपयुक्तता आणि व्यापकता खूप वाढत गेली. शिक्षण क्षेत्राशी माझा संबंध वाढतच गेला तो आजतागायत!

एज्युकॉनच्या अनुषंगानं जगातील अनेक देशांतील सर्वोत्तम विद्यापीठांबरोबर भेटी, चर्चा झाल्या. शिक्षण क्षेत्रातील लोकांची दृष्टी, विचार, आधुनिक आणि सर्वोत्तम शिक्षण संस्थांमुळे बदलावी, व्यापक व्हावी, प्रेरणा मिळावी ही उद्दिष्टं प्रामुख्यानं आहेत. शिवाय, त्या सर्वांना भारतातीलच शिक्षण क्षेत्रातील विविध तज्ज्ञांबरोबर चर्चा करणं शक्य झालं आहे. हेसुद्धा एक शिक्षणच आहे. 'प्रोफेसर इन प्रॅक्टिस' ही योजना एज्युकॉनमुळेच डॉ. अनिल सहस्त्रबुद्धे यांनी देशभर अमलात आणली. ती माझ्या मते, एज्युकॉनच्या सिंगापूर इथल्या भेटीनंतरच प्रत्यक्षात आली. यामुळे विविध क्षेत्रांतील अनुभवी तज्ज्ञ शिक्षण संस्थांशी जोडला जातो.

सिंगापूरमध्ये गेलो असताना वेगळाच पैलू लक्षात आला. तो अगदी छोटासा देश; परंतु विख्यात आंतरराष्ट्रीय कंपन्यांची संशोधन केंद्रं सिंगापूर विद्यापीठात आहेत. या ठिकाणी उद्योग क्षेत्राला कोणत्या अभ्यासक्रमाची आवश्यकता आहे याची चाचपणी केली जाते. त्यानुसार अभ्यासक्रम ठरवला जातो. त्यामुळे या ठिकाणी शिक्षण घेणाऱ्या विद्यार्थ्यांना नोकरी आणि करिअरच्या दृष्टीनं जगभरात संधी मिळतात. भविष्यकाळाची पावलं काय असतील याचा अंदाज एज्युकॉनमुळे स्पष्ट होत होता. याचा लाखो विद्यार्थ्यांना फायदा व्हावा, हेही महत्त्वाचं उद्दिष्ट आहे. एज्युकॉनच्या सातत्यानं आणि वाढत्या प्रतिसादामुळे आमचा हेतू सफल होत आहे याचं मनस्वी समाधान आहे. त्यामुळे पुढील पिढी अधिक सक्षम झाली तर देशभर त्याचे चांगले परिणाम दिसू लागतील.

प्रत्येक देशातील, विशेषतः प्रगतशील देशांमधील भेटीगाठींतून त्यांचं देशप्रेम पावलोपावली जाणवतं. आपल्या देशाच्या गरजेसाठी काय आणि कसं करायला हवं हे विचारमंथन अनुभवायला मिळतं. काळाच्या पुढं राहण्याचा अट्टाहास तिथं ठायी-ठायी दिसत होता. हे सर्व खूप शिकण्यासारखं आहे. आपण जे पटतं, योग्य वाटतं त्यासाठी योगदान द्यावं, एवढंच सुचवावंसं वाटतं.

●●●

शैक्षणिक संस्था आणि अर्थकारण

अनेक शैक्षणिक - सामाजिक संस्थांशी माझा सातत्यानं संबंध आल्यानं काही चांगले, समाधानकारक अनुभव आले. विशेषतः एखाद्या विषयाचं तंत्रज्ञान तुम्हांला माहीत नसेल; परंतु व्यवहार कळत असेल तर आपण स्वतः किंवा इतरांच्या सहकार्यानं चांगल्या गोष्टी घडवू शकतो. यामध्ये मी मुख्यतः दोन गोष्टी पाहतो. त्या म्हणजे, आपला, म्हणजे संस्थेचा फायदा पाहताना पुरवठादारालाही योग्य मोबदला मिळतो की नाही, ही गोष्ट! तसं न केल्यास अनेकदा पुरवठादार पळून जातो अथवा नंतरची सेवा, मदत लागते ती तो देत नाही. आणि दुसरी गोष्ट म्हणजे, फक्त आपलाच फायदा पाहणं; मग समोरचा उद्ध्वस्त झाला तरी हरकत नाही. ही भूमिका मला अतिशय अयोग्य वाटते. आपल्या पुरवठादाराला त्याचीही प्रगती करावीशी वाटत असते. यासाठी संशोधनातील, व्यवसायातील चढउतार या बाबींशी त्याला सातत्यानं तोंड द्यावं लागतं, याची जाणीव आपण, म्हणजे खरेदीदारानं ठेवली पाहिजे.

सहज लक्षात राहण्यासारखे एक-दोन अनुभव सांगावेसे वाटतात.

२००५च्या सुमारास सीओईपीच्या वित्त विभागाच्या (Finance) अध्यक्षपदाची जबाबदारी – मी पुण्यात असल्यानं – माझ्यावर टाकली गेली.

आमचे अध्यक्ष डॉ. कोहली हे मोठे गृहस्थ होते. 'टाटा कन्सल्टन्सी'चा पाया त्यांनी रचला. त्यांनी आम्हां सीओईपीच्या बोर्ड मेंबर्सना बोलावून अपेक्षा व्यक्त केली की, 'तुम्ही आपापल्या कामात कितीही व्यग्र असलात तरी सीओईपीसाठी आठवड्यातील किमान दोन तास सक्रिय वेळ दिला पाहिजे. आपल्या प्रत्येकाचं योगदान दिसायला हवं.'

अनेकदा लोकांना पदाचा हव्यास असतो आणि काही जण उचापती करून संस्थेचं पद मिळवतात. यात त्यांचा व्यक्तिगत स्वार्थच अधिक असतो.

सुरुवातीला माझ्याकडे सीओईपीचे धनादेश सह्या करायला यायला लागले. त्यावर एक सही पदाधिकाऱ्यांचीही असे. माझ्या पद्धतीनुसार, सह्या करण्याआधी आपण कशावर सह्या करत आहोत हे तपासणं मी आवश्यक मानतो. त्यामुळे मी कागदपत्रांची मागणी केली. हे सीओईपीला नवीनच होतं. नाइलाजानं कामांची बिलं धनादेशाबरोबर यायला लागली.

एकदा एक मोठी रक्कम असलेला, म्हणजे साडेतीन कोटींचा धनादेश सहीसाठी आला. 'हा काय प्रकार आहे?', अशी मी चौकशी केली. सीओईपीच्या मिळालेल्या अनुदानामधून नवीन कॉम्प्युटर, त्याबरोबर लागणाऱ्या अनेक गोष्टी यांचं ते बिल होतं. मला कॉम्प्युटरमधील काही कळत नाही, त्यामुळे मी ते सर्व बाड तपासणीसाठी 'सकाळ'च्या कॉम्प्युटर विभागाकडे पाठवलं आणि सर्व किमती, गुणवत्ता वगैरे, तसंच बाजारातील त्यांच्या स्पर्धकांचा अभ्यास करून मला अहवाल पाठवण्यास सांगितलं.

इकडे कॉम्प्युटर देणाऱ्या कंपनीचा पैशासाठी सतत तगादा सुरूच होताच. माझी तयारी झाल्यावर मी चर्चेसाठी डॉ. अनिल सहस्त्रबुद्धे आणि त्यांचे या विषयातील दोन-तीन प्राध्यापक यांना बोलावलं.

मी का बोलावलंय, हे त्यांना कळेना! कॉम्प्युटर पुरवणाऱ्या व्यक्तीला मी प्रथम सांगितलं की, 'सीओईपी ही शैक्षणिक संस्था आहे, त्यामुळे त्यांच्या कंपनीनं काही सवलती, किमतीमध्ये सूट वगैरे द्यावी.'

'ते शक्य नाही,' असं उत्तर आलं. कारण, टेंडरमध्ये ते इतरांपेक्षा सर्वांत कमी दरात सर्व गोष्टी देत होते. त्यानंतर मी त्यांचाच एक कॅटलॉग दाखवला. त्यामध्ये एका कम्पोनंटची किंमत सत्तर रुपये होती आणि त्यांच्या स्पर्धक कंपनीची किंमत पन्नास ते साठ रुपये होती, असे २५०० कम्पोनंट्स आम्हांला घ्यायचे होते आणि टेंडरमध्ये त्याची किंमत प्रत्येकी पंधराशे रुपये लावण्यात आली होती.

मी त्याला विचारलं, ''तुमच्याच सत्तर रुपयांच्या कम्पोनंटला मी पंधराशे रुपये देणं योग्य आहे का?'' याशिवाय, काही अन्य गोष्टीही मी त्याला दाखवल्या आणि ''या सगळ्यांचा विचार करून तुम्ही मला निर्णय द्या,'' असं सांगितलं.

तो म्हणाला, ''द्यावे लागतील. कारण, टेंडरमध्ये आम्ही सर्वांत कमी किमतीत आमची उत्पादनं दिली आहेत.''

तो ऐकेना, तेव्हा मी त्याला म्हटलं, ''तुझ्या वरिष्ठ अधिकाऱ्यांशी मला बोलायचं आहे. कारण, तुम्ही सत्तर रुपयांचा माल सीओईपीला पंधराशे रुपयांना विकता आहात हे मी राज्य सरकार, भारत सरकार यांना कळवणार... तुम्हांला काळ्या यादीत टाकणार! निदान यापुढील काळात तरी सीओईपीमध्ये तुम्हांला कोणताही व्यवसाय करता येणार नाही.''

माझ्या बोलण्यानं तो हबकला. माझ्या केबिनच्या बाहेर जाऊन त्याच्या वरिष्ठ अधिकाऱ्याशी बोलून त्यानं अठ्ठ्याहत्तर लाख रुपये किंमत कमी केली. त्याबदल्यात आम्ही अधिक कॉम्प्युटर, तसंच तीन वर्षं मोफत सर्व्हिस वगैरे पदरात पाडून घेतलं.

हे सर्व आमच्या प्राध्यापकांना नवीन होतं. मी त्यांना म्हटलं, ''मला कॉम्प्युटरमधील कळत नाही; परंतु व्यवहार कळतो.''

त्यानंतर प्रत्येक खरेदी ही सर्वांनी एकत्र बसून, चर्चा करून, योग्य किमतीत खरेदी करणं ही पद्धत आजतागायत सुरू आहे. यातून संस्थेची अक्षरशः कोट्यवधी रुपयांची बचत झाली. तेच पैसे संस्थेच्या आधुनिकीकरणासाठी उपयोगी पडले.

आपल्या पुरवठादाराला त्याचीही प्रगती करावीशी वाटत असते. यासाठी संशोधनातील, व्यवसायातील चढउतार या बाबींशी त्याला सातत्यानं तोंड द्यावं लागतं, याची जाणीव आपण, म्हणजे खरेदीदारानं ठेवली पाहिजे.

दुसरा एक अनुभव सांगावासा वाटतो :

सीओईपीमध्ये २००४-०५ या काळात मुलींची संख्या १६ टक्के होती. ''असं का?'' असं विचारल्यावर, आपल्याकडे वसतिगृह नसल्यानं मुलींना पुण्याला पाठवणं पालकांना सुरक्षित वाटत नसल्याचं सांगितलं गेलं. त्यावर मी त्यांना, चारशे मुली राहू

शकतील असं वसतिगृह बांधायचं असल्यास किती खर्च येईल, हे पाहायला सांगितलं. ती रक्कम सुमारे पंचवीस कोटी रुपये होती.

दिलीप वळसे-पाटील हे शिक्षणमंत्री असताना त्यांनी सीओईपीच्या बोर्डवर माझी नियुक्ती केली होती. माझे त्यांचे जवळचे संबंध आहेत. त्यामुळे त्यांना फोन करून, वसतिगृहासाठी आम्हांला पंचवीस कोटी रुपयांची का गरज आहे, ते सांगितलं. त्या वेळी ते राज्याचे अर्थमंत्री होते. त्यांनी अक्षरशः आठ दिवसांत आठ कोटी रुपयांचा धनादेश दिला आणि 'नंतर आणखी आठ कोटी रुपये देईन,' असं सांगितलं. उरलेली रक्कम संस्थेनं, म्हणजे सीओईपीनं घातली.

इमारत अकरा मजल्यांची असल्यानं दोन लिफ्टची गरज होती. आमच्या वास्तुविशारदानं ज्या गोष्टींची आवश्यकता या लिफ्टसाठी असल्याचं सांगितलं होतं, त्यामुळे त्याची प्रत्येकी किंमत एक कोटी साठ लाख होत होती. शिवाय, त्यासाठी दीड वर्षं वाट पाहावी लागणार होती. हे अनेक अर्थांनी शक्य नव्हतं. मी एका बांधकाम व्यावसायिकाचा सल्ला घेतला. त्यानं सांगितलं, 'याच कंपनीची स्टँडर्ड लिफ्ट घ्या.' चौकशी केल्यावर कळलं की, ती पंचेचाळीस लाखांना उपलब्ध होती आणि तीही लगेच! यामुळे पैसे खूप वाचले आणि बजेटमध्ये मुलींसाठी एक उत्तम वसतिगृह उभं राहिलं. दिलेल्या रकमेत आम्ही चारशेऐवजी सहाशे मुलींची सोय करू शकलो. त्यामुळे मुलींची संख्या १६ टक्क्यांवरून ४२ टक्क्यांवर गेली! ज्या वेळी सार्वजनिक बांधकाम विभागाचा बांधकामाचा दर २२०० रुपये प्रति चौरस फूट होता, त्याच काळात आम्ही ते १२५० रुपये प्रति चौरस फूट या दरानं बांधकाम केलं. यासाठी सीओईपीमधील प्राध्यापकांनी बहुमोल योगदान दिलं.

आणखी काही वेगळे अनुभव आहेत.

राहुल बजाज यांच्याबद्दल लिहावंसं वाटतं. त्यांची दोन्ही मुलं राजीव आणि संजीव ही उत्तम गुणवत्ता मिळवून सीओईपीमधून उत्तीर्ण झाली आहेत. साहजिकच, सीओईपीबद्दल त्या कुटुंबीयांना आपुलकी, प्रेम आहे. त्यामुळे मी त्यांना भेटलो आणि ते वर्षानुवर्षं मोठ्या प्रमाणात देणग्या देत असल्यानं सीओईपीच्या मेकॅनिकल डिपार्टमेंटच्या दोन इमारतींपैकी एकीचं पूर्ण आधुनिकीकरण करण्यासाठी देणगी देण्याची त्यांना विनंती केली. त्यांनी त्यासाठी पाच कोटी रुपये दिले. त्यातून त्या इमारतीची उपयुक्तता वगैरे चांगलीच वाढली. त्यानंतर सीओईपीच्या प्राध्यापकांनी, राहुल बजाज यांची दोन मुलंही

आपले माजी विद्यार्थी असल्यानं, दुसऱ्या इमारतीच्या आधुनिकीकरणासाठी देणगी मागावी असं सुचवलं.

राहुल बजाज यांच्याकडे अशा मागण्या करणं सोपं नव्हतं. मी माझ्या वैयक्तिक संबंधांचा उपयोग करायचं ठरवलं. संजीव बजाज याची पत्नी शेफाली ही शोभनाताई रानडे यांची नात. शोभनाताई आणि मी दोन-तीन न्यासांवर अनेक वर्षं काम करत होतो. संजीवच्या कंपनीनं उत्तम व्यवसाय करून चांगला नफा कमावला होता. मी शेफालीला फोनवर म्हटलं, ''तुझ्या नवऱ्यानं उत्तम कामगिरी केली आहे. मला 'सीएसआर'मधून सीओईपीसाठी देणगी हवी आहे. तू संजीवशी बोलू शकशील का?'' तिनं लगेच प्रतिसाद दिला.

आमची गरज दहा कोटी रुपयांची होती. संजीवनं साडेसात कोटी रुपये देण्याचं मान्य केलं. परंतु त्यासाठी राहुल बजाज यांच्याशी बोलणं आवश्यक होतं. माझं निम्मं काम झालं होतं. दोन-तीन दिवसांनी राहुल बजाज यांचाच फोन आला. आमचे जवळचे संबंध होते. एम्प्रेस गार्डनवर ते अध्यक्ष, तर मी उपाध्यक्ष. त्यामुळे ते मला हसत-हसत म्हणाले, ''भल्या माणसा! तू माझ्या मुलांना पटवून माझ्याकडून पैसे मिळवतो आहेस, हे माझ्या लक्षात आलं नाही असं तुला वाटतं का?''

मी उत्तरलो, ''अहो, यात व्यक्तिगत काहीच स्वार्थ नाही. संस्थेच्या, पर्यायानं विद्यार्थ्यांच्या भल्यासाठी हे आहे.''

ते म्हणाले, ''होय, मला याची कल्पना आहे. म्हणून तुला माफ करून पैशाची व्यवस्था करतो.''

बजाज कुटुंबीयांनी सीओईपीला आतापर्यंत १५ कोटी रुपये दिले. यातून दोन उत्तम वास्तू उभ्या राहिल्या. दुप्पट विद्यार्थ्यांची सोय झाली. असे अनेक इतरही अनुभव आहेत. दानशूर व्यक्ती कामाकडे पाहून देणगी देतात, एवढंच सुचवावंसं वाटतं.

पैशाचा सर्वोत्तम उपयोग करण्याची रीत, धोरण आता सीओईपीचे प्राध्यापकच राबवतात. कॉलेजकडे येणारा पैसा हा समाजाचा आहे, ही जाणीव यामागं आहे. अडचणी याव्यात, त्यातून त्यांवर मात करण्याची प्रेरणा मिळते. सर्वांच्या योगदानातूनच संस्था प्रगती करतात, हे अनुभवाला येतं. अर्थात, हे सर्व क्षेत्रांत लागू आहे. आपापल्या परीनं अशा कामांमध्ये आपण सहभागी होऊ. शक्य आहे ना? चला, सक्रिय सहभागी होऊ!

समाजाचं ऋण

देशातील कोणत्याही भागात नैसर्गिक कारणानं आपत्ती आल्यास काय करता येईल, याचा विचार 'सकाळ रिलिफ फंड' करतो. गेली साठ-सत्तर वर्षं गरजेनुसार हा न्यास काम करत आहे. यामध्ये लोक विश्वासानं स्वतःहून पैसे देतात. अनेकदा ही रक्कम काही कोटी रुपयांत जाते. 'सकाळ'नं एक धोरणात्मक शिस्त पाळली आहे. विश्वस्त आणि कार्यकारिणी समिती अशी नैतिक दृष्टिकोनातून विभागणी केलेली आहे. मी अध्यक्ष असलो तरी सर्व निर्णय सर्वसहमतीनं होतात. त्याची अंमलबजावणीही कार्यकारिणी समिती करते. यामध्ये 'सकाळ'तर्फे कुणीही नसतं. हे सदस्य 'सकाळ'च्या खर्चानं आपत्तीच्या ठिकाणी जातात, तिथल्या परिस्थितीचा अभ्यास करतात आणि त्यावर कुठं, कशासाठी, किती खर्च करायचा, हे ठरवतात. अर्थात, याला विश्वस्त मंडळ मान्यता देतं. संपूर्ण काम पूर्ण होईपर्यंत कार्यकारिणीतील लोकच याची जबाबदारी घेतात. यामुळे पैशाचा विनियोग पारदर्शकरीत्या आणि सर्वांच्या संमतीनं होतो.

अर्थात, अनेक प्रसंगांमध्ये वेगवेगळे अनुभव येतात. यातील काही कायमचे लक्षात राहतात. असे काही प्रसंग सांगावेसे वाटतात.

भूज इथल्या भूकंपाच्या वेळी तिथं (सर्वसाधारणतः सामाजिक गरजांना प्राधान्य दिलं जातं) शाळा उभ्या करणं हे आमच्या कार्यकारिणीला महत्त्वाचं वाटलं आणि कामाला

सुरुवात झाली. सुरुवातीचे शासकीय अडथळे पार करून कामं सुरू झाली. तोपर्यंत गुजरात सरकारनं आमच्यासारख्या न्यासांना 'जेवढे पैसे खर्च कराल तेवढेच तेसुद्धा देतील', असं सांगितलं. सनत मेहता हे अतिशय प्रामाणिक, राजकीय व्यक्तिमत्त्व यासाठी आम्हांला मदत आणि मार्गदर्शन करत होतं. यामुळे आम्ही ७८ शाळांचं काम करून आणि एक रुग्णवाहिका देऊनही सकाळ रिलिफ फंडाकडे दीड कोटी रुपये शिल्लक राहिले. नवलमल फिरोदिया यांनी सुरू केलेल्या 'विरायतन ट्रस्ट'नं मुलामुलींच्या वसतिगृहासाठी भूजजवळ मोठा प्रकल्प उभा करण्याचं ठरवलं. कार्यकारिणीच्या वतीनं एकमतानं त्यात सहभागी व्हायचं ठरवलं आणि लवकरच उत्तम वसतिगृहं उभी राहिली. सकाळ रिलिफ फंडाच्या वतीनं ७८ शाळा पूर्ण झाल्या तरी गुजरात सरकारची एकही शाळा पूर्ण झालेली नव्हती.

मला सांगण्यात आलं की, अहमदाबादमध्ये किंवा मुंबईत जैन समाजाचे एक आध्यात्मिक गुरू होते. लोक त्यांना पैसे द्यायला निघाले तेव्हा ते म्हणाले, 'माझ्याऐवजी 'सकाळ'ला पैसे द्या.' परप्रांतांतील अशा व्यक्तीचं प्रशस्तिपत्र हा एक सुखद अनुभव होता!

सुमारे आठ-दहा वर्षांपूर्वी एका मित्राच्या आग्रहापोटी नाशिकला त्याच्या नवीन औद्योगिक प्रकल्पाचं उद्‌घाटन करण्यासाठी गेलो होतो. समारंभ सुरू असताना एक चिठ्ठी आली. एक शेतकरी माझ्या भेटीसाठी आल्याचा उल्लेख त्या चिठ्ठीत होता व तो शेतकरी खूप लांबून आलेला होता. समारंभ सुरू व्हायचा होता. चिठ्ठी आणणाऱ्या आमच्या बातमीदारास मी म्हटलं, ''त्याचं काही सरकारी काम असणार. त्यामुळे मला भेटून काही उपयोग नाही.'' आमचे बातमीदार म्हणाले, ''त्याचं असं काहीही काम नाही. परंतु त्याला भेट हवी आहे.''

मी जरा चौकशी केल्यावर कळलं की, तीन-चार वर्षांपूर्वी तो शेतकरी सरपंच होता. मी विचारलं, ''आपल्या सरपंच परिषदेत त्याची निवड झाली होती का?'' त्यावर 'होय', असं उत्तर आलं. आत्तापर्यंत ॲग्रोवनच्या माध्यमातून 'सकाळ'नं जवळपास दहा हजार सरपंचांना प्रशिक्षित केलं आहे. हे सरपंच बहुतांशी सुशिक्षित, तरुण आणि उत्साही कार्यकर्ते आहेत. त्यांची आम्ही निवड करतो आणि तज्ज्ञांच्या मदतीनं त्यांना दोन दिवस उत्तम प्रशिक्षण देतो.

समारंभ संपल्यावर माझी आणि त्या शेतकऱ्याची भेट झाली. त्यावर तो म्हणाला, ''आपल्या मार्गदर्शनामुळे आम्ही काय केलं आहे हे सांगणं महत्त्वाचं वाटल्यानं मी एवढ्या लांबून आलो आहे.''

त्यानं सांगायला सुरुवात केली, ''आमच्या गावात पाण्याचं दुर्भिक्ष. परंतु तुमच्या 'तनिष्का'च्या महिला-सदस्यांनी पुढाकार घेतल्यानं आणि सकाळ रिलिफ फंडानं मदत करायचं ठरवल्यानं आम्ही सर्व लोक मुकाट्यानं एकत्र आलो. श्रमदान व इतर मदत वगैरेंमुळे आणखी दोन तलाव बांधले. यामुळे गावाचाही पाण्याचा प्रश्न सुटला आणि शेतीलाही पाणी मिळालं. शिवाय, विहिरींना पाणी वाढलं ते वेगळंच!''

मी त्याचं कौतुक केल्यावर तो लगेच म्हणाला, ''अहो, अजून माझं बोलणं संपलेलं नाही.''

तो पुढं सांगू लागला, ''याच प्रेरणेतून आम्ही मुलींसाठीची शाळा बांधली आणि त्यांच्यासाठी स्वच्छतागृहेही बांधली. त्यामुळे आमच्याच नव्हे, तर आसपासच्या गावांतील मुली शाळेत येऊ लागल्या. आता जागा पुरेना.''

मी विचारलं, ''आता काय अडचण आहे?''

तो उत्तरला, ''अहो, काही नाही. शहरात गेलेल्या मुलांकडून दूरदर्शन व इतर माध्यमांद्वारे मुलींना सकाळी लवकर, संध्याकाळी उशिरा शिक्षण द्यायला सुरुवात केली. तुम्ही आम्हांला सांगितलं होतं की, अडचणींवर मात कशी करता येईल हाच विचार करायचा.''

त्यानं मला लगेच गावातील मुलाच्या लॅपटॉपवर याविषयीची फिल्म दाखवली. मला खूप समाधान वाटलं. असा विचार आला की, ही ग्रामीण भागातील एक प्रकारची क्रांतीच आहे.

तनिष्काच्या सदस्या, सकाळ रिलिफ फंड, काही सरकारी मदत आणि गावकऱ्यांनी एकत्र येऊन श्रमदानाद्वारे समस्यांचं निराकरण करण्याबरोबरच मुलींच्या शिक्षणाला प्राधान्य देत अगदी आधुनिक तंत्रज्ञान वापरून प्रश्न सोडवतात. यापेक्षा आपण काय चांगलं करू शकलो असतो...! इच्छाशक्ती हवी!

पाच-सहा वर्षांपूर्वीची गोष्ट. एका रविवारी सकाळी मी घरी असताना मला वॉचमननं निरोप पाठवला की, 'दहा-बारा महिला तुम्हांला भेटायला आल्या आहेत. त्यांना आत येऊ दे का?' मला आश्चर्य वाटलं! मी निरोप पाठवला – 'सरकारी काम असल्यास

माझ्याच्यानं काही होणार नाही.' लगेच उत्तर आलं, 'तसलं काही नाही. आमचा सामाजिक प्रश्न आहे.'

आता दारापर्यंत आलेल्या महिलांना 'नाही' कसं म्हणायचं म्हणून मी त्यांना भेटीला बोलावलं. त्यांनी सांगायला सुरुवात केली, ''काय हाय, सायेब! आमच्याकड लै दुष्काळ. मंग चार म्हैनं चार टँकर सरकार पाठवीत आसतंय. पर काही येळा टँकर येत न्हाई, तर कधी बंद बी पडतोय. मंग सासू सुनंला वढ्याचं न्हाय तर लांभोरच्या यहिरीचं पानी आनायला सांगती. आता ह्ये समजल्यावं आमच्या पोरान्ला कुनी पोरी द्येयनात. 'आमची पोरगी हंडाभर पानी मैलभर जाऊन आननार न्हाई,' असं पोरीचा बाप म्हनतो.''

मी विचारायला सुरुवात केली, ''पाऊस किती पडतो?''

''आवं, पडतो की मस. म्हंजी ईस-पच्चीस इंच!''

मी चकित झालो! आमच्या बारामतीत सात-आठ इंच पाऊस... त्याच्या तिप्पट पाऊस असून इथं दुष्काळ कसा, हा मला प्रश्न पडला.

मी विचारलं, ''आजूबाजूला जमीन कशी आहे? एखादा ओढा, नाला आहे का?''

त्या उत्तरल्या, ''चव्हबाजूनी डोंगार... नालं बी दोन-चार हायेत.''

मी सकाळ रिलिफ फंडाची टीम घेऊन पुण्यापासून ४० किलोमीटर दूर असलेल्या पानवडी या गावाला गेलो. गाव अगदी देखणं होतं. सर्वत्र झोपड्या... पण उजाड! तिथं एका ठिकाणी एक बैलगाडी चालली होती आणि बाजूला भिंत होती. मी विचारलं, ''हा काय प्रकार आहे?''

त्या महिला उत्तरल्या, ''आवं, ह्ये गोऱ्या सायबानं (ब्रिटिश) बांधल्यालं तळं हाय. आता गाळ साचून पार बुजलं हाय.''

मी कपाळावर हात मारून घेतला. यावर 'सकाळ'च्या धोरणानुसार, सर्वांनी एकत्र येऊन श्रमदान वगैरे करून सर्व गाळ काढायचा, तो आपापल्या शेतात टाकायचा, हा उपक्रम सुरू झाला. सकाळ रिलिफ फंडाच्या व अन्य मिळून दिलेल्या मदतीविषयीची माहिती आमच्या वार्ताहरानं रोज पाठवावी, अशी व्यवस्था केली.

आता तिथं पंधरा कोटी लीटर पाणी साठत आहे! मग इतर योग्य जागा शोधून बंधारे बांधून सर्व पाणी अडवण्यात आलं. त्यामुळे सर्व शेती बहरली. गावात आता एकही झोपडी नाही. रस्ते सुधारले. रोटरी क्लब, फिनोलेक्स ग्रुप यांनी पुढाकार घेऊन सोलर लाइट, शाळा, बोटिंग वगैरे गोष्टी केल्या. लोक तेच, गाव तेच, पाऊसही तोच!

मला त्यांनी आग्रहानं पाणीपूजनाच्या कार्यक्रमाला बोलावलं. मी गमतीनं म्हटलं, ''मी तुमच्या आभाराच्या भावना समजतो. परंतु एक विनंती आहे...'' आता चकित

होण्याची वेळ त्यांच्यावर आली होती. मी पुढं म्हणालो, ''आम्ही काय केलं आहे हे शरद पवार यांच्या कानांवर घालू नका!'' त्या महिलांच्या चेहऱ्यावर पुन्हा प्रश्नचिन्ह! मी म्हटलं, ''हे तुमचं पाणी पूर्वी न अडवल्यानं वीरच्या धरणात जात असे आणि कॅनॉलनं ते बारामतीला येतं! आता मला बारामतीकरांच्या शिव्या खाव्या लागणार नाहीत का!'' यावर सर्वांना हसू फुटलं. पदर तोंडाला लावून त्या हसत राहिल्या.

अर्थात, या सर्व गोष्टींमुळे आमच्या, म्हणजे बारामतीच्या पाण्यात काहीही फरक पडलेला नाही. पानवडी इथल्या तनिष्काच्या सर्व सदस्या ग्रामपंचायतीवर निवडून आल्या आणि गावाचं उत्तम नियोजन सुरू झालं. 'एकत्र येऊन आपण आपले प्रश्न सोडवू शकतो,' हा संदेश सकाळ रिलिफ फंडाच्या कार्यप्रणालीतून अशा शेकडो गावांमध्ये पोहोचला आहे.

'आपल्या कामात सर्वांची मनोभावे साथ' हा वेगळाच आनंद असतो. तुम्हीही आपापल्या पद्धतीनं तो मिळवू शकता. जमेल ना?

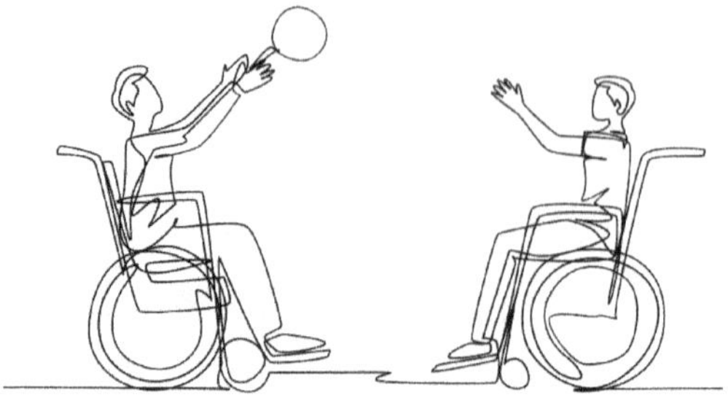

दिव्यांगांचं 'बालकल्याण'

१९७७-७८ची गोष्ट. जनता सरकार निवडून आलेलं होतं. महाराष्ट्राच्या राज्यपालपदी सादिक अली यांची नेमणूक झाली होती. ते आणि त्यांच्या सुविद्य पत्नी शांता सादिक अली सामाजिक कार्यकर्त्या होत्या. ते एकदा पुणे-दौऱ्यावर होते. राजभवनात उतरले होते. त्यांनी काही व्यक्तींना भेटीसाठी निमंत्रित केलं होतं. पुण्यातील वेगवेगळ्या क्षेत्रांतील प्रथितयश लोकांचा, संस्थांचा परिचय व्हावा, हाही एक उद्देश त्यामागं होता. सामाजिक क्षेत्रात काम करणाऱ्या व्यक्तींमध्ये त्यांनी यमुताई किर्लोस्कर, शरद गोखले आदींना बोलावलं होतं.

राजभवनाच्या भिंतीला खेटून दोन-अडीच एकरांचा प्लॉट रिकामाच होता. हा प्लॉट कुणाचा, हे गुलदस्त्यात होतं! कारण, भोवती संरक्षण खात्याचा वेढा आहे. मात्र, हा राजभवनाचाच भाग आहे, हे एका सरकारी बाबूच्या लक्षात आलं. आता भिंत तोडून त्या पडीक जागेचा काय उपयोग, असाही विचार झाला. तथापि, दुसरा काही चांगला उपयोग करता येईल का, याबद्दलही राजभवनात चर्चा सुरू झाली. काही खास सामाजिक कामासाठी उपयोग करावा, असं शांता सादिक अली यांना वाटलं. याबद्दल चर्चेसाठी यमुताई आदींना बोलावण्यात आलं होतं. मी आणि यमुताई अंधशाळेचे विश्वस्त होतो. अपंग मुलांसाठी काहीतरी करावं, असं राजभवनात चर्चेअंती ठरलं, त्यामुळे पुढच्या चर्चेच्या वेळी यमुताईंनी त्यांच्याबरोबर मला राजभवनात नेलं. अर्थात,

इतरही लोक होतेच. अपंगांसाठी काम करणाऱ्या संस्थांच्या व्यथा आम्हांला माहीत होत्या. शिवाय, इच्छा असली तरी या संस्थांकडे पैशाचं पाठबळ नसे. अशा साठ-पासष्ठ संस्था पुण्यात काम करत होत्या.

आमच्या सर्वांच्या चर्चेतून असा निष्कर्ष निघाला की, सर्वांना उपयुक्त अशी एक योजना या शेजारच्या जागेत करावी, त्यासाठी राज्य सरकारनं सर्व जबाबदारी घ्यावी. जागा वगैरे सरकारची असल्यानं सर्व आयुक्त, जिल्हाधिकारी यांचे विश्वस्त असावेत आणि त्याचबरोबर या क्षेत्रात काम करणाऱ्या व्यक्तींनी ही संस्था चालवण्याची जबाबदारी घ्यावी. यमुताईंनी मला न विचारता कार्यकारी विश्वस्त म्हणून माझं नाव सुचवलं. त्याला शरद गोखले, तत्कालीन आयुक्त गुप्ते यांनी व इतरांनी लगेच पाठिंबा दिला. मला 'होय-नाही' म्हणायची संधीच दिली नाही! तेव्हापासून ते आजतागायत, म्हणजे ४५ वर्षं मी ती जबाबदारी आमच्या इतर विश्वस्तांच्या साहाय्यानं पार पाडतो आहे.

जागा या नवीन संस्थेच्या नावे – म्हणजे बालकल्याण संस्था - पुणे, हिच्या नावे करणं, इमारतीचा आराखडा, तिचं बांधकाम सार्वजनिक बांधकाम विभागानं करणं, नियमावली ठरवणं, सर्व अधिकार आम्हां बिगरसरकारी विश्वस्तांना देणं वगैरे गोष्टी करण्यात पाच वर्षं गेली. आयुक्त गुप्ते यांचा यात सर्वांत महत्त्वाचा वाटा होता. कारण, त्यांना सर्व सरकारी नियम, अडचणी, उपाय वगैरे माहीत होते. आमच्या किमान साठ-सत्तर मीटिंग्ज झाल्या. सरकारी कामाची पद्धत, दिरंगाई मला नवीन होती, त्यामुळे अनेकदा गुप्तेसाहेब थट्टेनं म्हणत, ''अरे, आपल्याबद्दल प्रताप पवारांचं काय मत होत असेल?''

शेवटी, १९८३मध्ये संस्था सर्वार्थानं सुरू झाली. त्या वेळी आय. एच. लतीफसाहेब राज्यपाल होते. त्यांच्या पत्नी बिल्किस लतीफ या संस्थेच्या प्रेमातच पडल्या. फावल्या वेळात त्या संस्थेत येत. सतरंजीवर मांडी घालून मुलांशी गप्पा मारत. तशा त्या स्वभावानं फार साध्या आणि प्रेमळ होत्या. त्यांची मुदत संपताना त्यांनी बालकल्याणला भेट दिली आणि साश्रुपूर्ण निरोप घेतला. हा कधीही न विसरता येणारा प्रसंग होता.

सुरुवातीला संस्थेच्या माध्यमातून आम्ही शिक्षक, पालक यांचं महाराष्ट्रभर प्रशिक्षण घेण्याचे कार्यक्रम राबवले. पालकांना अपंग मूल म्हणजे गेल्या जन्मातील कर्माचं फळ वाटत असे. अनेक पालक घरी पाहुणे आले की असं मूल त्यांच्या नजरेस पडणार नाही अशी व्यवस्था करत. या मुलांचं जीवन आपण सुसह्य करू शकतो हे आम्हांला सर्वांना सांगायचं होतं, त्यासाठी हे प्रशिक्षण घेतलं जात असे.

या सुरुवातीच्या दहा-वीस वर्षांमध्ये आम्हांला सर्व सोयी – मुलांना शाळेतून आणणं-सोडणं वगैरे – पैसे गोळा करून कराव्या लागल्या. माझ्याबरोबर काम करणाऱ्या विश्वस्तांमध्ये गुप्ते, बी. व्ही. जोशी, शीला पद्मनाभन, माझी पत्नी भारती, आणि वाळिंबे यांनी भरपूर कष्ट घेतले. गुप्ते व जोशी यांचं निधन झाल्यावर डॉ. संजीव डोळे आणि डॉ. चारुलता बापये या तज्ज्ञ डॉक्टरांची आम्ही विश्वस्त म्हणून निवड केली. त्यांनी उत्तम योगदान दिलं.

बालकल्याण संस्थेत पोहण्याच्या तलावापासून अनेक व्यवस्था आहेत. त्यात काळानुसार कॉम्प्युटर, अॅक्वा, ट्रेड मिल, व्हेस्ट्युबुलेटर अशा आधुनिक व्यवस्था आम्ही केल्या. यामुळे संस्थेत येणाऱ्या मुलांशिवाय इतरांनाही त्या सुविधांचा माफक दरानं वापर करता आला. शेजारी असलेल्या 'यशदा' या संस्थेत त्यांच्यासाठी पोहण्याचा तलाव बांधायचा निर्णय झाला. गुप्ते त्यात होतेच. मला हे समजल्यावर मी त्यांना म्हणालो, ''या दोन्ही संस्था सरकारी आहेत. आपल्या संस्थेत सकाळी साडेनऊ ते दहापर्यंत मुलं येत नाहीत. त्याआधी आपला तलाव यशदानं वापरावा. बालकल्याण संस्थेला पाणी स्वच्छ वगैरे करण्यासाठी महिन्याकाठी पंचवीस-तीस हजार रुपये द्यावेत. सरकारचा सत्तर-ऐंशी लाखांचा खर्च वाचेल आणि आपल्या तलावाचा पूर्णपणे वापर होईल.'' ही सूचना लगेचच मान्य झाली. आजतागायत ती व्यवस्था सुरू आहे. आपण एकत्र काय करू शकतो, हा विचार कुणीही व्यक्ती किंवा संस्था सहसा करत नाही.

मुलांच्या शारीरिक आणि मानसिक सुधारणांसाठी बालकल्याणच्या वतीनं आम्ही जिल्हास्तरीय, राज्यस्तरीय स्पर्धा घ्यायला सुरुवात केली. त्यासाठी तज्ज्ञ लोकांची मदत घेतली. तिथल्या शिक्षकांना यासाठी प्रशिक्षित केलं. सांगायला आनंद वाटतो की, पॅरिसमध्ये २०२३मध्ये झालेल्या अॅबलिम्पिक, म्हणजे अपंगांच्या जागतिक स्पर्धेमध्ये भारतातर्फे सात जणांची निवड झाली. त्यात बालकल्याणचे चार विद्यार्थी होते. मिळालेल्या पदकांमध्ये संस्थेच्या मुलांनी एक सुवर्णपदक, दोन रौप्य आणि उत्तम कामगिरीबद्दल एक उत्तेजनार्थ अशी चार पदकं पटकावली. अर्थात, संस्थेनं गेल्या तीन ते चार जागतिक स्पर्धांमध्ये अशीच पदकं मिळवली आहेत. राज्यपालांच्या हस्ते विद्यार्थ्यांचं नुकतंच कौतुक करण्यात आलं.

हे सर्व करत असताना संस्थेच्या विश्वस्तांनी, म्हणजे डॉ. संजीव डोळे आणि डॉ. चारुलता बापये यांनी पुढाकार घेऊन मुला-मुलींच्या आरोग्याबद्दल प्रशिक्षण-कार्यक्रम घ्यायला सुरुवात केली. इतर शाळांमध्ये जाऊन चर्चासत्रे, तपासण्या वगैरे केल्या.

त्यांना त्यांच्या समस्यांबद्दल चर्चा, सल्ले दिले (विशेषतः अंध मुली). देशातील आणि जागतिक स्तरावर प्रसिद्ध असलेले कोलकत्याचे होमिओपॅथिक डॉक्टर सरकार यांना बोलावून १६० विद्यार्थ्यांची होमिओपॅथीच्या तत्त्वानं प्रथमच तपासणी करून त्यांच्यावर औषधोपचार केले. त्यातील १२० मुला-मुलींमध्ये उत्तम सुधारणा दिसून आल्या. त्यामुळे एप्रिल २०२३मध्ये दुसरं सत्र घेण्यात आलं. या वेळी पुण्यातील आणि देशातील होमिओपॅथीच्या साठ डॉक्टरांना बोलावून प्रत्येक मुलाची व्यथा काय आहे, कोणतं औषध आणि का द्यायचं, याचं प्रशिक्षण देण्यात आलं. त्यामुळे पुण्यातील २० डॉक्टर आता मुलांशी संपर्क ठेवतात. दोन सत्रांमधून सुमारे ३५० मुलामुलांची तपासणी झाली. बहुतेक मुलांना चांगला उपयोग झाला. मुलांमधील सुधारणा पाहून आई-वडिलांच्या डोळ्यांत आनंदाश्रू पाहून आम्हां सर्वांना खूप समाधान वाटलं. आता फिजिओथेरपीसाठी शिकणाऱ्या किंवा शिकलेल्या लोकांकडून संस्थेतील मुलांच्या शारीरिक क्षमता वाढवण्याबाबतचं काम सुरू झालं आहे.

एक अनुभव आवर्जून नमूद करावासा वाटतो : मार्च २०२३मध्ये निवर्तलेले खासदार गिरीश बापट यांचे आणि माझे स्नेहपूर्ण संबंध होते. मी राजकीय दृष्टिकोनातून पाहण्याऐवजी ती व्यक्ती हाडाचा कार्यकर्ता आहे की नाही, हे पाहतो. बालकल्याणमधील कमतरता आणि अजून कशाची आवश्यकता आहे याबाबत बापट यांना संस्थेत प्रत्यक्ष बोलावून माहिती दिली. त्यांच्याबरोबर आयुक्त चौकलिंगम यांनाही बोलावलं होतं. या दोघांच्या मदतीनं, विशेषतः बापट यांच्या पुढाकारानं पावणेदोन कोटी रुपये खर्चून एक सुंदरसं ऑडिटोरियम बांधण्यात आलं. याशिवाय, रस्तेही सिमेंट-क्रॉंकिटचे झाले. त्यामुळे बालकल्याणच्या सौंदर्यात भर तर पडलीच; शिवाय, आणखी सहाशे मुलांची व्यवस्थाही होऊ शकली. बापट यांचं ऋण आमच्या कायम स्मरणात राहील!

एकदा दिल्लीतील मुलंही आली होती. दिल्लीतील सलाउद्दीन पाशा यांच्या मार्गदर्शनात या सर्व शाळांतील दीडशे मुलामुलींनी रामायण सादर केलं. सीतास्वयंवरापासून ते राम लंकेतून परत येईपर्यंत केलेलं 'डोळस' सादरीकरण मनाचा ठाव घेणारं ठरलं. उपस्थित तीन हजार प्रेक्षकांचा स्वतःच्या डोळ्यांवर विश्वास बसू नये, असा हा कार्यक्रम होता! या सादरीकरणानं मुलामुलींचंच नव्हे, तर पालकांचंही आणि समाजाचंही आत्मबळ वाढलं.

संस्थेतील फक्त पगार आणि देखभाल यांचा खर्च सरकार करतं. लाखो रुपयांची मदत, तसंच विश्वस्त, स्टाफ यांनी मिळून बालकल्याणचं रूपांतर देशपातळीवरील एका उत्कृष्ट संस्थेत केलं आहे. सुमारे पाच हजार विद्यार्थी याचा लाभ घेतात. जागतिक अपंगदिन ३ डिसेंबरला असतो, त्या दिवशी ही सर्व मुलं एकत्र असतात. दिव्यांग मुलांच्या सुखात, आनंदात सहभागी होण्याचं भाग्य आम्हां विश्वस्तांना मिळतं.

आता सीएसआरमधून उद्योजक, कॉम्प्युटर कंपन्या, बांधकाम व्यावसायिक असे अनेक घटक संस्थेच्या वाढीसाठी, गुणवत्तेसाठी आर्थिक मदत करू लागले आहेत. वेगवेगळ्या खास उपकरणांमुळे संस्थेतील विद्यार्थ्यांना खूप काही शिकायला मिळतं. अशी अत्याधुनिक व्यवस्था देशातील अन्य कोणत्याही संस्थेत अस्तित्वात नाही. या विषयात ज्यांना रस, सहानुभूती, प्रेम आहे त्यांनी संस्थेला जरूर भेट द्यावी, मदत करावी, हे आवर्जून सांगावंसं वाटतं. आम्हां विश्वस्तांबरोबरच सर्व स्टाफही संस्थेत येणाऱ्या मुलांसाठी आपलं सर्वोत्तम ते देत असतो. याचमुळे आंतरराष्ट्रीय स्तरावर यंदाच नव्हे, तर गेली बारा-पंधरा वर्षं संस्थेनं अनेक सुवर्णपदकं पटकावली आहेत.

तुम्हीसुद्धा या मोहिमेत कशा प्रकारे सहभागी होऊ शकाल, याचा विचार करा.

बालकल्याणमध्ये पुणे आणि परिसरातील ८५ शाळांमधील मुलंमुली येतात, त्याचबरोबर अनेकदा राज्यांतील अन्य भागांतील मुलंही येऊन तीन-चार दिवसांसाठी मुक्काम करतात. एकदा दिल्लीतील मुलंही आली होती. दिल्लीतील सलाउद्दीन पाशा यांच्या मार्गदर्शनात या सर्व शाळांतील दीडशे मुलामुलींनी रामायण सादर केलं. सीतास्वयंवरापासून ते राम लंकेतून परत येईपर्यंत केलेलं 'डोळस' सादरीकरण मनाचा ठाव घेणारं ठरलं. उपस्थित तीन हजार प्रेक्षकांचा स्वतःच्या डोळ्यांवर विश्वास बसू नये, असा हा कार्यक्रम होता! या सादरीकरणानं मुलामुलींचंच नव्हे, तर पालकांचंही आणि समाजाचंही आत्मबळ वाढलं.

तुमच्या भागात अपंगांसाठी, वृद्धाश्रमासाठी, विद्यार्थ्यांसाठी काम करणाऱ्या संस्था असतील तर त्यांनाही आपलं योगदान जरूर द्या!

तुम्ही या आवाहनाचा मनापासून विचार कराल, अशी खात्री आहे.

डोळस देणगीदार

मी १९६८च्या एप्रिल अखेरीस पिलानीहून परतताना मुंबईत बीडेश कुलकर्णी यांच्या घरी उतरलो होतो. या कुटुंबीयांनी दिलेल्या प्रेमामुळे आणि आतिथ्यामुळे त्यांना भेटूनच पुण्यात परतण्याचा बेत होता. त्याच वेळी स. का. पाटील यांच्या घरी माझ्यावर पुणे अंधशाळेच्या विश्वस्तपदाची धुराही सोपवण्यात आली. म्हणजे, माझ्या सामाजिक आणि औद्योगिक कामाला आता ५५ वर्षं पूर्ण झाली आहेत!

न विसरता येण्याजोगे अनेक अनुभव सामाजिक क्षेत्रात काम करताना आले, हे सहज विचार करताना जाणवलं. यांपैकी बहुतेक अनुभव चांगलेच होते. पण काही अपमानकारकही अनुभव वाट्याला आले. मात्र, दुसऱ्याच्या हितासाठी आपण प्रयत्न करत असतो तेव्हा मानापमान दूर ठेवायचा असतो. गमतीनं म्हणावंसं वाटतं की, मी व्यावसायिक असल्यानं भरल्यापोटी सामाजिक कामात योगदान दिलं!

पुणे अंधशाळेत त्या वेळी पैशाची फारच कमतरता होती. पहिलं काम होतं ते काहीही करून संस्थेसाठी पैसे मिळवायचे. अनेक दाते हे महिना एक रुपयापासून ते शंभर रुपयांपर्यंत देणगी देत असत! आमच्या प्रयत्नांना जसजसं यश येऊ लागलं तसतसे आम्ही पाच हजार रुपये, दहा हजार रुपये देऊ शकतील अशा देणगीदारांचा पाठपुरावा करायला सुरुवात केली. यमुताई किर्लोस्कर याही विश्वस्त असल्यानं त्यांच्याबरोबर शंतनुराव किर्लोस्कर यांना भेटून पंचवीस हजार रुपयांची देणगी मिळवली. मोठा प्रश्न

सुटला होता. परंतु असे पैसे मिळू शकतील हा विश्वास निर्माण झाला. यातून शामदासानी या हाँगकाँगच्या देणगीदाराचा परिचय झाला. त्यांच्याशी प्रत्यक्ष संपर्क साधल्यावर ते म्हणाले, ''मी काही वेडा माणूस नाही! कुणालाही कल्पना न देता मी शाळेत जाऊन आलो. त्या वेळी तुमच्या संस्थेतील मुलांच्या तब्येतीत, गुणवत्तेत सुधारणा दिसली, त्यामुळेच मी पैसे देत आहे.'' त्यानंतर पुढील काही वर्षांत मुलींच्या शाळेचं बांधकाम पूर्ण करण्यासाठी, अंधांच्या शिक्षकांचं ट्रेनिंग कॉलेज, बालवाडी व अन्य गोष्टींसाठी शामदासानी यांनी पंचवीस लाख रुपये दिले. नंतर संस्थेनं मागं वळून पाहिलंच नाही.

ही निवासी शाळा असून मुलामुलींना स्वावलंबी करण्याच्या दृष्टीनं हातमागावरील कापड तयार करणं, शिवणकाम, संगीत, फिजिओथेरपी, मेणबत्त्या तयार करणं आणि त्यांची विक्री करणं अशा अनेक गोष्टी केल्या जातात. अशा कौशल्याधारित शिक्षणामुळे अनेक मुली आर्थिकदृष्ट्या स्वतःच्या पायावर उभ्या राहिल्या. त्यांचे विवाह ठरण्यात याची मोठी मदत झाली. ती आज एक आदर्शवत अंधशाळा म्हणून पाहिली जाते.

विद्यार्थी साहाय्यक समितीमध्ये सतत वाढ सुरू आहे; मग ती विद्यार्थिसंख्या असो अथवा नवीन वसतिगृह... सरकारी मदत शून्य! त्यामुळे देणगीदारांवरच शंभर टक्के भिस्त असते. याला प्रमुख कारण म्हणजे डॉ. अच्युतराव आपटे यांचं धोरण.

जोपर्यंत आपण समाजहिताचे प्रामाणिकपणाने प्रयत्न करत आहोत, तोपर्यंत समाज आपल्याला मदत करेल. सरकारी मदत घ्यायचीच नाही, हा या धोरणाचा दंडक आहे. तीन विद्यार्थ्यांपासून सुरू झालेल्या समितीकडे आजमितीला ८५० मुलेमुली निवासी आहेत. पुढील वर्षभरात आणखी ७५० मुलामुलींची निवासी व्यवस्था पुणे आणि नगर इथं सुरू केलेल्या वसतिगृहात होईल. यासाठी देणगीदारांकडून सुमारे पंचेचाळीस कोटी रुपये मिळाले आहेत.

मी १९७५मध्ये विद्यार्थी साहाय्यक समितीचा विश्वस्त झालो. माझ्यावर १९८१मध्ये समितीच्या अध्यक्षपदाची जबाबदारी सोपवण्यात आली, ती आजतागायत आहे. सर्व विश्वस्त, कार्यकर्ते संस्थेच्या वृद्धीसाठी सातत्यानं प्रयत्न करत असतात.

मी किर्लोस्कर फाउंडेशनचा १९७४मध्ये विश्वस्त झालो. अनेक कारणांनी 'लकाकि'वर, म्हणजे किर्लोस्कर यांच्या घरी जाणं होत असे. यमुताई आणि शंतनुराव यांच्याशी माझे वेगळेच ऋणानुबंध निर्माण झालेले होते. किर्लोस्कर फाउंडेशनबाबत माझी विनंती शंतनुरावांना शंभर टक्के मान्य होत असे. 'समितीसाठी पंचवीस हजार रुपये द्यावेत,' अशी विनंती मी त्यांना १९८२-८३मध्ये केली. त्यांच्या स्वभावानुसार, क्षणातच त्यांनी उत्तर दिलं – ''अजिबात नाही.''

''का?'' मी विचारलं.

ते म्हणाले, ''तुम्ही सर्व तुमच्या समाधानासाठी राबता. विद्यार्थी स्वतःसाठी काय प्रयत्न करतात?''

माझ्याकडे त्या वेळी उत्तर नव्हतं.

मी १९८५मध्ये 'सकाळ'ची सूत्रं ताब्यात घेतल्यावर सर्व गोष्टींत लक्ष घालायला सुरुवात केली. वर्तमानपत्रासाठी लागणाऱ्या कागदांत सुमारे आठ ते नऊ टक्के कागद या ना त्या कारणानं वाया जात असे. तो रद्दीच्या भावानं व्यापारी घेऊन जात. 'त्याचं ते काय करतात?' अशी चौकशी केल्यावर कळलं की, ते कागद नीटनेटका कापून रीमच्या आकाराचे कागद दीड ते दुप्पट किमतीनं बाजारात विकत असत. मला सुचलं की, हे काम तर समितीचे विद्यार्थीही करू शकतील. यातून अर्थार्जनही होणार होतं व 'सकाळ'चंही काही नुकसान होणार नव्हतं.

आमच्याकडे जुनी कटिंग मशीन्स पडलेली होती आणि निवृत्तीच्या उंबरठ्यावरच्या कामगारांना अनुभव होता. ही कल्पना विद्यार्थी साहाय्यक समितीतही आवडली. त्यासाठी वसतिगृहात एक शेड बांधणं आवश्यक होतं. सुमारे पन्नास हजार रुपये खर्च येणार होता. मी लगेच शंतनुरावांकडे गेलो आणि 'विद्यार्थी काम करत असे पैसे मिळवू शकतील,' असं त्यांना सांगितलं. त्यांच्या स्वभावानुसार त्यांनी लगेच पन्नास हजार रुपयांचा धनादेश दिला त्यामुळे जवळपास दीडशे मुलामुलींचं अर्थार्जन होऊ लागलं. आता जवळपास सर्व विद्यार्थी-विद्यार्थिनी 'कमवा आणि शिका' पद्धतीनं शिक्षण घेत आहेत.

संस्था एवढ्यावरच थांबली नाही. आता विद्यार्थी-विद्यार्थिनींमध्ये उद्योजकतेचा कल वाढावा यासाठी राष्ट्रीय आणि आंतरराष्ट्रीय स्तरावरील मार्गदर्शक मिळवून दिले जात आहे. काळानुरूप पावलं उचलत कृत्रिम बुद्धिमत्ता, कॉम्प्युटर आदीचं शिक्षण आणि प्रशिक्षण दिलं जात आहे.

असाच आणखी एक सुखद अनुभव आवर्जून सांगावासा वाटतो.

उद्योगपती नवलमल फिरोदिया यांच्याशीही माझा अकृत्रिम स्नेह होता. त्यांच्या विचारात एक धार, स्पष्टता, व्यवहारीपण आणि सामाजिक जाण होती. त्यांच्याकडे एका सायंकाळी गप्पा मारत असताना मी त्यांना बालकल्याण संस्थेबद्दल माहिती दिली. ही सरकारी संस्था असून सरकारचं अनुदान मर्यादित असल्यानं सर्व नवीन सुधारणा, प्रकल्प यासाठी आम्ही विश्वस्त निधी जमवण्यासाठी प्रयत्न करत असू.

त्याअंतर्गतच, मी त्यांना बालकल्याणला भेट देण्याची विनंती केली व ती त्यांनी लगेच मान्य केली. दोन-तीन दिवसांनी आम्ही बालकल्याण संस्थेत गेलो. मी सर्व

माहिती दिली. त्यांनी सर्वत्र जाऊन वास्तू पाहिली आणि विचारलं, ''आता तुमची सर्वांत महत्त्वाची गरज काय आहे?''

मी उत्तरलो, ''ग्रंथालय! त्यामुळे इथं सर्व महाराष्ट्रातून येणाऱ्या विद्यार्थ्यांना-शिक्षकांना पुस्तकं वाचायला मिळतील. त्यांच्या प्रबोधनासाठी पुस्तकांचा चांगला उपयोग होईल.''

त्यांनी विचारलं, ''किती पैसे लागतील?''

मी म्हटलं, ''सुरुवातीला एक लाख रुपये तरी हवेत. कालांतरानं हळूहळू आम्ही त्यात वाढ करू.''

इकडच्यातिकडच्या गप्पा, चहा झाल्यावर ते मिश्किलपणे म्हणाले, ''प्रताप, तुला साधे आपण पैसे किती मागावेत हेही कळत नाही!''

माझा चेहरा प्रश्नांकित होता. ते म्हणाले, ''उद्या कुणालातरी घरी पाठव. तीन लाख रुपयांचा धनादेश तयार ठेवतो!''

बालकल्याण संस्था आता देशपातळीवर आणि आंतरराष्ट्रीय पातळीवर बक्षिसं मिळवत आहे. नवलमलजींसारख्या अनेकांचे आशीर्वाद, पाठिंब्याचं बळ या सगळ्यामागं आहे.

अर्थात त्यांची परंपरा पुढच्या दोन्ही पिढ्यांनीही सुरू ठेवली आहे. सीओईपी-धातुशास्त्र इमारतीसाठी आणि इतर सुधारणांसाठी फिरोदिया कुटुंबीयांतर्फे नुकतीच साडेपाच कोटी रुपयांची देणगी देण्यात आली आणि एक कोटी रुपयांचं आधुनिक यंत्रही त्यांनी मिळवून दिलं.

तथापि, यामुळे लहान देणगीदारांचं महत्त्व कमी होत नाही. एखाद्या नैसर्गिक आपत्तीच्या वेळी लोकांचे फोन यायला लागतात. त्यांना आपापल्या परीनं मदत करायची असते. उन्हात उभं राहून सकाळ रिलिफ फंडाला पैसे देणारे आमच्या लेखी तितकेच महत्त्वाचे आहेत. त्यांच्या विश्वासाला नेहमीच पात्र राहण्याची नैतिक जबाबदारी आम्हां विश्वस्तांना आणि कार्यकर्त्यांना घ्यावी लागते. ही समाधानाची बाब असते. समाजातील इतरांचंही भलं करता आलं तर त्यात आपला खारीचा वाटा तितकाच महत्त्वाचा असतो.

पाहा, काय करता येईल...!

पिलानीतील मंतरलेले दिवस!

पिलानीतील माझ्या प्रवेशाला कारणीभूत होते, खासदार बीडेश कुलकर्णी आणि त्यांचा मुलगा अनिल! अनिलनंच मला पिलानीबद्दल योग्य माहिती दिली आणि त्यातून पुढचं सर्व घडलं.

पिलानीतील प्रचंड उन्हाळा... हिंदी भाषेचा गंध नाही... इंग्लिश नीट बोलता येत नव्हतं... जेवण अगदी अळणी आणि बेचव... सर्व शाकाहारी! चारशे मुलं एकाच वेळी, विशेषतः दुपारी जेवायला असत. त्यामुळे चपात्या ढिगानं आधीच करून ठेवलेल्या असायच्या. त्यांना एक प्रकारचा वास येत असे. कालांतरानं आम्हांला सवय तर झालीच; परंतु त्या आवडायलाही लागल्या!

सुरुवातीला अगदीच एकटेपणा जाणवत असे. त्यातून रॅगिंग सुरू होतं. हा प्रकार मला अगदीच नवीन होता. यातून सुभाष सातपुतेची ओळख झाली. तो मनानं अत्यंत चांगला आणि मदतशील होता. आमची घट्ट मैत्री त्याच्या अखेरच्या श्वासापर्यंत टिकली. मराठी विद्यार्थ्यांशी माझी ओळख करून द्यायला त्यानं सुरुवात केली आणि तिथल्या महाराष्ट्र मंडळातही प्रवेश मिळवून दिला. वर्गात सुभाष राठी, जो जिवलग मित्र झाला, याचीही मैत्री त्याच्या अखेरच्या क्षणापर्यंत कायम होती. राठीलाही मित्रांची आणि सामाजिक कामाची आवड, त्यामुळे आम्ही दोघं दुसऱ्या वर्षापासून महाराष्ट्र मंडळात सक्रिय सहभागी झालो. यातून तिथल्या मराठी कुटुंबीयांचा परिचय झाला

व त्यांच्या घरी जाणं सुरू झालं. आमचं शिक्षण पार पडेपर्यंत ही मराठी मंडळी आणि आम्ही दोघं एकाच कुटुंबातील झालो. आमचे या लोकांशी कायमचे ऋणानुबंध जुळले.

आमच्या घरात दुसरी पिढी मी १२ वर्षांचा असतानाच यायला सुरुवात झाली होती. मला लहान मुलांशी खेळायला, त्यांचे लाड करायला आवडतं. त्यामुळे अशा मुलांशी मैत्री कशी जोडायची, याचं जणू प्रशिक्षणच मिळालं.

पिलानीमध्ये सर्व कुटुंबं ही चौकोनी (आई-वडील व दोन अपत्ये), वेगवेगळ्या बंगल्यांमध्ये राहणारी... त्यामुळे त्यांच्या मुलांना कुणी काका किंवा मामा नव्हता. लवकरच डॉ. देशपांडे, डॉ. रांगोळे, डॉ. गोंधळेकर आदी कुटुंबीयांतील मुलांशी माझी मैत्री झाली. हे त्या मुलांच्या आई-वडिलांना साहजिकच आवडायला लागलं होतं. वर्षभरातच एक-दोन मुलं तरी माझ्या वसतिगृहावर रविवारी अथवा सुट्टीच्या दिवशी येऊ लागली आणि 'पवारकाका, आज आईनं पुरणपोळी केलीय, शिरा केलाय, तर तुम्ही घरी चला' असा आग्रह करू लागली. माझी मोठी पंचाईत होत असे... असा अनाहूत पाहुणा म्हणून मी कुणाच्या घरी कसा जाऊ! मग त्यांची समजूत काढावी लागायची.

संध्याकाळी घरी गेलो की ही मुलं आईला सांगत, ''आई, पवारकाकांना काल केलेले लाडू दे!'' त्या माउलीची फार अडचणीची परिस्थिती निर्माण होत असे.

माझं मराठीपण पिलानीत कमी होऊन मी भारतीय झालो. इतर प्रांतांतील गुण-दोष, त्यांच्या परंपरा, अभिमान हे पाहायला आणि अनुभवायला मिळालं. त्याचबरोबर 'मराठी पाउल पडते पुढे' याला मर्यादित अर्थ आहे, हेही लक्षात आलं. आपल्याकडील सावरकरांसारखे मोजकेच अंदमानात बंदिवान होते; परंतु अनेक पंजाबी, बंगालीही तिथं बंदिवासात होते, हे आपल्याला माहीत नसतं. प्रत्येक प्रांतातील खाद्यपदार्थ, पेहराव, संस्कृती, वाङ्मय, परंपरा, कला यांची खूप श्रीमंती आहे असं माझ्या लक्षात आलं. मी या सगळ्याचा आदर करायला शिकलो.

लवकरच मी आणि राठी त्यांच्या कुटुंबाचा एक भाग होऊन गेलो, अगदी बारामतीची आठवण येऊ नये इतपत!

माझ्या मित्राचे आजोबा लोयलका (नानाजी) यांचं मोठं शेत होतं. ते माझ्या मित्रासाठी उत्तम दर्जाचं दूध पाठवत असत. कालांतरानं मलाही पाठवू लागले. पैसे देऊ केले तर त्यांना राग आला. नंतर मी या मराठी मुलांना घेऊन रविवारी त्यांच्या शेतावर जात असे. तिथं ताजी मक्याची कणसं तोडून भाजणं आणि त्यांना मीठ-लिंबू लावून खाणं... ताज्या गाजराचा रस काढून प्रत्येकी एक ग्लासभर पिणं... नंतर सरसोचं तेल लावून विहिरीतील पाणी उपसत असताना पोहणं वगैरे गोष्टी आम्ही करत असू. मुलांना हे सगळं साहजिकच अतिशय आवडत असे. आता तुम्हांला, मराठी कुटुंबीयांना असे काका मिळाल्यावर काय वाटत असेल, हे सांगायला नको!

मी तिसऱ्या वर्षाला असताना एका मराठी कुटुंबातील वहिनींचं मोठं ऑपरेशन करायचं ठरलं. अर्थातच, दोन-चार दिवस त्यांच्या पतीला दवाखान्यात राहावं लागणार होतं. मग 'मुलींबरोबर कोण?' असा प्रश्न निर्माण झाला. कारण, मुलींची वये पाच आणि दोन वर्षं. मला आणि सुभाष सातपुतेला हक्कानं विनंती करण्यात आली... रात्री मुलींची काळजी घेण्याबद्दल! ती आम्ही आनंदानं स्वीकारली.

वहिनींनी सर्व सूचना दिल्या... 'धाकट्या मुलीची एक सवय होती. रात्री झोपताना पेल्यात दूध भरून ठेवायचं, त्यात दोन चमचे साखर घालायची. चमचा आत ठेवायचा; परंतु दूध ढवळायचं नाही. धाकटी रात्री तीन वाजता जागी होईल आणि दूध मागेल. तेव्हा फक्त पेला तिच्या हातात द्यायचा. मग ती ढवळून बघेल तेव्हा पेल्यात साखर आहे हे तिला जाणवलं पाहिजे. नाहीतर ती इतका गोंधळ घालेल की विचारता सोय नाही...' हे सर्व तिचे पवारकाका व्यवस्थित करतील हा विश्वास त्या माउलीला होता. संकटकाळात या कुटुंबाला माझ्यासारख्याची आठवण होणं हे जवळिकीचं उदाहरण होतं.

माझ्याविषयी असा स्नेह, आपुलकी छोट्या-मोठ्या वीस कुटुंबांत होती.

गणेशोत्सव धूमधडाक्यानं साजरा होत असे. मी आणि राठीचा पिट्टा पडत असे. गणेशपूजनाला सर्व पिलानीकर येत असत. त्यांना प्रसाद आणि कॉफी दिली जायची. काही वेळा अंदाज चुकायचा. मग संपवायची कुणी? मला आणि राठीला ती पिण्यासाठी आग्रह होत असे. यातील नागपूरकडील लोकांचं आतिथ्य लक्षात येत असे. मी सेक्रेटरी असताना 'गुळाचा गणपती' हा पु. ल. देशपांडे यांचा चित्रपट दाखवण्यात आला. पिलानीतील सर्वांनाच आमंत्रण होतं. गर्दी तर झालीच. बहुतांश अमराठी लोकांना तो चित्रपट फार आवडला.

मंडळात नाटकं बसवली जात. ज्यांच्या घरी तालीम होत असे, त्यांची जाण्या-येण्याची, जेवणाची सर्व व्यवस्था मंडळ, म्हणजे मी आणि राठी करत असू. मी एका हिंदी नाटकातही काम केलं. हिंदी नाटक सर्व पिलानीकरांनी पाहिलं. माझ्या छोट्या मित्रांना पवारकाकांचं फार कौतुक! 'सर्वांत चांगलं काम पवारकाकांनी केलं' असं ते म्हणत असत. अर्थात, त्यांच्या आयांना खरं काय ते माहीत असे. परंतु यात त्यांचीही करमणूक होत असे.

आठ ते पंधरा दिवसांच्या सुट्टीत पुण्याला येणं परवडत नसे. मग मी दिल्लीला बीडेश कुलकर्णी यांच्या (तात्या) घरी 'साउथ अ‍ॅव्हेन्यू' इथं राहत असे. तिथं तात्या आणि त्यांच्या पत्नी शांतामावशी असत. शांतामावशी अतिशय प्रेमळ, गप्पीष्ट आणि उत्साही होत्या. त्यांना सहा बहिणी. या सर्व केतकर भगिनींची मुलं शांतामावशींभोवती असत. यामुळे मी या मोठ्या कुटुंबाचा भाग झालो होतो.

दिल्लीत काही मराठी लोकांचा समारंभ असल्यास मला त्या घेऊन जात आणि 'हा माझा धाकटा मुलगा प्रताप' अशी ओळख करून देत. पिलानीला परत निघालो की बरोबर फराळाचे डबे देत. आईचं प्रेम यापेक्षा का वेगळं असतं! मी अतिशय सुदैवी होतो, एवढंच म्हणू शकतो.

दिवाळीत आमच्या या सर्व वहिन्या म्हणत, 'अरेरे, मला धाकटी बहीण नाही किंवा आमच्या घरात लग्नाची मुलगी नाही, नाहीतर आम्ही प्रतापला सोडलं नसतं!'

डॉ. गोंधळेकर कुटुंबीयांचं नातं तर याही पुढं गेलं. शेवटचं वर्ष संपल्यानंतर मी परतण्याच्या दिवशी त्यांनी मला घरी जेवायला बोलावलं आणि पन्नास हजार रुपयांचा ड्राफ्ट माझ्या हाती दिला. 'तुझ्या नवीन व्यावसायिक आयुष्याची सुरुवात करण्यासाठी ही रक्कम आहे. व्यवसायात अयशस्वी झालास तर पैसे गंगेला मिळाले असं समजून या विषयावर चर्चा करायची नाही,' अशी स्पष्ट ताकीद मला देण्यात आली!

गोंधळेकरांच्या मोठ्या भावानं आर्थिक परिस्थितीमुळे नोकरी पत्करून आमच्या डॉ. गोंधळेकरांचं सर्व शिक्षण केलं. अशा या डॉक्टरांच्या दातृत्वाचं दर्शन मला नंतरही वेळोवेळी झालं, ते कोणत्या पुण्याईमुळे, हा प्रश्न मला आजही पडतो.

वर्गात चौदा प्रांतांतील मुलं होती आणि पिलानीमध्ये आमच्याबरोबर पहिल्यांदा सहा मुली शिकायला आल्या. या मुलींवर तीन हजार विद्यार्थ्यांचे डोळे रोखलेले असत

हे वेगळं सांगायला नको! माझं मराठीपण पिलानीत कमी होऊन मी भारतीय झालो. इतर प्रांतांतील गुण-दोष, त्यांच्या परंपरा, अभिमान हे पाहायला आणि अनुभवायला मिळालं. त्याचबरोबर 'मराठी पाउल पडते पुढे' याला मर्यादित अर्थ आहे, हेही लक्षात आलं. आपल्याकडील सावरकरांसारखे मोजकेच अंदमानात बंदिवान होते; परंतु अनेक पंजाबी, बंगालीही तिथं बंदिवासात होते, हे आपल्याला माहीत नसतं. प्रत्येक प्रांतातील खाद्यपदार्थ, पेहराव, संस्कृती, वाङ्मय, परंपरा, कला यांची खूप श्रीमंती आहे असं माझ्या लक्षात आलं. मी या सगळ्याचा आदर करायला शिकलो. मराठी माणसांच्या कमतरता लक्षात आल्या. आपण आपला इतिहास वगैरेबद्दल बोलतो ते बरोबरच आहे; परंतु परप्रांतीयांच्या नजरेतून आपल्याकडे कसं पाहिलं जातं, याचा कधी कुणी विचार करत नाही. मला ते दिसून आलं आणि अनुभवायलाही मिळालं.

नानाजींच्या रूपानं मला व्यावहारिक, सामाजिक, तसंच फुकटचा किंवा शोषणातून मिळालेला पैसा कसा वाईट असतो, याचं शिक्षण मिळालं.

बीडेश कुलकर्णी यांचे साडू डॉ. माचवे या अंधांसाठी जीवन अर्पण करणाऱ्या व्यक्तीबरोबर पुण्यात पोहोचण्याआधीच, १९६८मध्ये अंधशाळेची जबाबदारी माझ्यावर येऊन काम करण्याची संधी मला मिळाली.

पिलानीतील शेवटच्या वर्षाचा अनुभव सांगावासा वाटतो : मला एका विषयाचं आकलन नीट होत नव्हतं. नापास तर होणार नाही ना, अशी भीती वाटत होती. प्रा. डॉ. जोशी या विषयाचे प्रमुख होते. त्यांनी तीन महिने शिकवणी घेऊन माझी तयारी करून घेतली. परिणामी, मी चांगल्या गुणांनी उत्तीर्ण झालो. परीक्षा संपल्यावर वेळ न गमावता माझ्या व्यवसायाला पूर्ण वेळ देऊ शकलो.

जी. डी. बिर्ला हे दर वर्षी गॅदरिंगच्या सुमारास आम्हांला त्यांचे विचार ऐकवत. ती एक मेजवानीच असे. अशा वाळवंटात एक उत्तम शैक्षणिक संस्था निर्माण करणं, ती सातत्यानं गुणवत्तेनं वाढवत नेणं या गोष्टी त्यांनी स्वतःच्या पैशातून केल्या. मी गेली वीस वर्षं सीओईपीमध्ये काम करत आहे.; परंतु त्यात कौतुक करण्यासारखं काय आहे? अनेक शिक्षणमहर्षींनी या क्षेत्रासाठी योगदान दिलं, याची जाणीव पिलानीमधील दिवस आठवल्यावर होत असते.

सद्य:स्थितीचा विचार केल्यास, आमचं शिक्षण फारच कमी खर्चात झालं होतं. सहजच हिशेब केला तर माझ्या संपूर्ण शिक्षणाचा खर्च जेमतेम बारा-पंधरा हजार रुपये झाला!

अमेरिकेतील जगप्रसिद्ध 'एमआयटी' या विद्यापीठाबरोबर अभ्यासप्रणाली केलेली आमची पहिलीच बॅच होती. तिथले प्राध्यापक आम्हांला शिकवत!

पिलानीनं माझ्यासारख्याला काय नाही दिलं! सुरुवातीचे पाच-सहा महिने सोडले तर उर्वरित काळ कसा गेला ते समजलं नाही. उत्तम शिक्षण, मराठी मंडळींचं कौटुंबिक प्रेम, जिव्हाळा; त्याचबरोबर नानाजींनी, ते मराठी माणसाकडे कसे पाहतात आणि त्याचा व्यवसायाला कसा उपयोग करून घेतात, हेही शिकवलं.

ही सर्व शिदोरी आजतागायत उपयोगी पडत आहे. हे सर्व 'भाग्य म्हणजे काय?' याचा नतमस्तक होऊन विचार करायला लावतं. समाजाचं ऋण फेडण्याला प्रवृत्त करतं. तुमच्याही आयुष्यात वेगळ्या प्रकारे असं घडो हीच प्रार्थना!

● ● ●

काही प्रथा... परंपरा...!

माझा १९७०पासून देश-विदेशांत प्रवास सुरू झाला तो आजतागायत! मराठा चेंबरनं १९७०मध्ये 'एक्सो ओसाका'साठी जपानला जाण्यासाठी सभासदांना आवाहन केलं होतं. एअर इंडियाचं विमानच घेऊन जायचं ठरवल्यानं तिकीटही स्वस्त होतं. मी त्यानं जायचं ठरवलं. खरं म्हणजे, मी जावं असा आग्रह माझे वडीलबंधू माधवराव यांनीच धरला होता. त्यांचं बरंचसं शिक्षण इंग्लंडमध्ये झाल्यानं, मी परदेशी जावं; त्यातून एक प्रशिक्षणच होत असतं, हा त्यांचा उद्देश! माझा भारतीबरोबर नुकताच साखरपुडा झाला होता. मुंबई विमानतळावर कुटुंबीयांतील काही जण आणि भारती आली होती. कस्टममध्ये जाईपर्यंत आमचे डोळे एकमेकांनाच पाहत होते. त्या वेळी तुम्ही अखंड प्रेमात बुडालेला असता! आजही त्याची आठवण करत आम्ही एकमेकांची चेष्टा करत असतो.

हाँगकाँगला पहिला मुक्काम होता. सर्व जण एकमेकांना नवीन होतो. तिथं खूपच स्वस्ताई होती. त्यामुळे परंपरेनं व्यावसायिक असलेल्यांनी खरेदीचा धडाका लावला होता. आम्ही एकमेकांकडे, 'कोणती गोष्ट किती किमतीला घेतली?', याची चौकशी करत असू. असं लक्षात आलं की, एखादी गोष्ट आपल्याला हवी असेल तर किंमत विचारायची, मग 'डझनभर हव्या आहेत, आता भाव सांग' असं म्हटल्यावर किंमत ३५ ते ४० टक्क्यांवर यायची. तरी समाधान न झाल्यास आमचे व्यावसायिक मित्र

घासाघीस करत. शेवटी एकच नग घेत आणि तो मिळत असे! म्हणजे १०० रुपयांची वस्तू २० ते ३५ रुपयांपर्यंत...! एका डॉलरला एक साडी...! हे सर्व कल्पनेबाहेर होतं.

अर्थातच, काय हवं हे भारतीला विचारलं होतं. तिनं लाजत-लाजत 'एखादं छान परफ्यूम आणा,' असं सांगितलं. मी तिच्यासाठी काही साड्या, एक छानसा रेडिओ घेतला आणि परफ्यूम शोधायला सुरुवात केली. मी आयुष्यात कधी अत्तर लावलं नव्हतं. लग्नसमारंभात मनगटावर एखादा ठिपका किंवा काही लोकांच्या, विशेषतः मुस्लीम लोकांच्या, कानांतील उग्र वासाचा फाया पाहिला होता. आता मला यातलं काही कळत नाही, हे भारतीला कसं सांगायचं हा माझ्यापुढं यक्षप्रश्न! कारण, प्रेमात बुडालेलो होतो ना! सुदैवानं एका अत्तराचा वास मला आवडला. त्याचं नावही होतं इंटिमेट! भारतीला सर्व गोष्टी अतिशय आवडल्या. (कारण, बहुतेक तीही माझ्या प्रेमात बुडालेली होती, हेच असावं!) ती इंटिमेटची बाटली आणि तो छोटा सुबक रेडिओ तिनं आजही जपून ठेवला आहे. कारण, आमच्या पहिल्या प्रेमाची ती भेट होती.

जपानमध्ये गेल्यावर डोळेच विस्फारले! काय ती स्वच्छता... शिस्तबद्धता... कष्ट करण्याची वृत्ती आणि विनयशीलता! देशप्रेम तर ठायी-ठायी दिसत होतं. सर्वत्र हिरवळ, स्वच्छता, रेल्वेच्या रुळांना खेटून भातशेती! कोणतीच गोष्ट वाया घालवायची नाही. प्रत्येक गोष्टीचा पुरेपूर उपयोग करण्याचा पराकाष्ठेचा अट्टाहास दिसत होता.

सविनयता, अनेक परंपरा, बुद्धांची प्रार्थनास्थळं भारताच्या संस्कृतीशी जवळीक दर्शवत होत्या. कोणतंही खनिज तेल नसताना, तसंच सातत्यानं भूकंपांना सामोरं जावं लागत असताना आणि हिवाळ्यात बर्फाच्छादित असताना दुसऱ्या महायुद्धानंतर राखेतून उभा केलेला समृद्ध जपान त्यांना जगाला दाखवायचा होता. आम्ही यापेक्षा काय अधिक शिकू शकलो असतो! तक्रारीला वावच नव्हता... कष्टांना तिथं पर्याय नव्हता. माझे बंधू माधवराव यांचा मला जपानला पाठवण्याचा उद्देश सफल झाला होता. व्यवसायात आजतागायतची पाच दशकं कशी गेली, ते समजलंही नाही!

यानंतर बऱ्याच वर्षांनी आम्ही उभयता, मुलगी अश्विनी आणि जावई सचिन चीनला गेलो होतो. तिथंही भारतीय संस्कृतीचा प्रत्यय येतोच. चीनची प्रगतीही देदीप्यमान आहे. तिथल्या लोकप्रतिनिधींनी 'आर्थिक सुबत्ता येण्यासाठी सर्व काही' हे धोरण ठरवलं. राजकीय प्रणालीमध्ये ते भले पोलादी पकड ठेवून आहेत; परंतु त्यांच्या दृष्टीनं देशहित सर्वोच्च स्थानी असतं. देशहिताच्या आड कुणीही आला तर त्याला मृत्युदंड द्यायलाही ते कचरत नाहीत. 'जग काय म्हणेल' याची त्यांनी कधीच पर्वा केली नाही.

चीनच्या जगप्रसिद्ध भिंतीवर आम्ही गेलो. चंद्रावरूनही दिसते इतकी मोठी लांब ही भिंत हजारो कामगारांच्या बलिदानातून उभी राहिलेली आहे. आपल्यावर मंगोलिया वा इतर देशांतून आक्रमण होऊ नये यासाठी चीनचा हा प्रपंच! आमच्यावर खैबर खिंडीतून शेकडो आक्रमणं झाली. मात्र, आपल्या कुणाला हे सुचलं नाही. त्याचे परिणाम आपण गेली हजार वर्षं भोगतो आहोत. चीन आणि आपण यांच्यातील हा फरक त्या भिंतीवर उभं राहिल्यावर निश्चितच जाणवतो.

चीनमध्ये आम्ही एक नाटक पाहायला गेलो. बरंचसं आपल्यासारखंच; फक्त नट, नटी किंवा इतर पात्रंही (माझ्या मते) किंचाळत-गात अनेक प्रकारच्या उड्या मारत असत. विषय समजत होता; परंतु कसरतपूर्ण उड्या या नवीन होत्या.

ठायी-ठायी रस्त्यावर जेवणाचे ठेले होते. जेवणात गोड, तिखट, मसालेदार, तेलकट आणि दुग्धजन्य पदार्थ तिथं नसतात. सर्व उकडलेल्या प्रकारचं अन्न... मग कशाला त्यांना ढेऱ्या सुटतील! तरीही काही गुबगुबीत माणसं दिसतही!

नेहमी चहाची पानं घालून उकळलेलं पाणी (माझ्या मते) पिणं हा एक त्यांचा उद्योगच असतो. मला असं समजलं की, पाण्यामुळे होणारे रोग चेंगीजखानच्या सैन्याला कधीही झाले नाहीत. आपल्या सैन्यदलांना युद्धावर असताना मिळेल ते पाणी प्रवासात प्यावं लागे. दूषित पाण्यामुळे होणारे आजार आपल्या सैन्याला होत असत. त्याचा अनेकदा युद्धावर परिणाम होत असे. चेंगीजखान किंवा चिनी सैन्य हे उकळलेलं चहाचं पाणी पीत असल्यानं असले आजार त्यांना होत नसत!

चहाची आणखी एक गंमत सापडली. आम्ही हाँगकाँगपासून उत्तर चीनपर्यंत भटकलो. उत्तर चीनमधून चहाची निर्यात युरोपला होत असे. तिथं चहाला 'टे' असं म्हणतात. त्यामुळे त्याचा अपभ्रंश युरोपीय देशांत वेगवेगळ्या प्रकारे झाला. उदाहरणार्थ, इंग्लंडमध्ये चहाला 'टी', तर जर्मनीमध्ये 'टे' असं म्हणतात. दक्षिण चीनमधून हाँगकाँगद्वारे चहा आपल्याकडे आला. तिथं चहाला 'चाय' असं म्हणतात. त्याचाच आपल्याकडे हिंदीमध्ये 'चाय' आणि मराठीमध्ये 'चहा' झाला. एखाद्या शब्दाच्या व्युत्पत्तीमागं काही हजार वर्षांचा इतिहास असू शकतो.

ॲलोपथी या वैद्यकीय शब्दामागं ग्रीक, लॅटिन भाषेचा मोठा परिणाम दिसतो. उदाहरणार्थ, कॅन्सर. ग्रीक भाषेतला हा जो शब्द आहे, त्याचा अर्थ खेकडा. खेकड्याच्या नांगीमध्ये सापडलेल्या पकडीप्रमाणे कॅन्सरमध्ये वेदना होतात, हे ज्ञान ग्रीक लोकांना होतं. अर्थात, असे अनेक शब्द आहेत. आपला आयुर्वेदसुद्धा संस्कृतमधील अनेक शब्दांनी नटलेला आहे.

चीनचं आणखी एक वैशिष्ट्य लक्षात आलं. ते म्हणजे, त्यांची औषधं! कुठंही गेलो की एक दाखवायचं ठिकाण म्हणजे त्यांची औषधं विकण्याची जागा किंवा वैद्यकीय तपासणीची जागा. बरोबरचे युरोपीय-अमेरिकी लोक ढिगानं ही चिनी औषधं घेत असत. आजही चीनची या औषधांची निर्यात अक्षरशः हजारो कोटी रुपयांची आहे. आपल्या आयुर्वेदिक औषधांची तुलना आपोआपच मनात येते.

तीच गोष्ट रेशीम किंवा त्यापासून तयार केलं गेलेलं कापड, कपडे यांची! चिनी लोकांनी यामध्ये आजतागायत संशोधनात सातत्य ठेवल्यानं ते जगाच्या खूप पुढं आहेत. आपल्याकडील रेशमी, बनारसी साड्या त्यांच्यापुढं गुणवत्तेत कुठंच नाहीत. एवढं करूनही रेशमी कापड त्यामानानं स्वस्त आहे... घासाघीस करायला भरपूर वाव...! दुकानाबाहेरही अनेक विक्रेते उभे असत. त्यांच्याकडून आपण घासाघीस करून काही विकत घेतलं की लगेच दुसरा त्यापेक्षा कमी किमतीत तसलीच गोष्ट द्यायला येत असे. आमचा व्यवहार संपेतो, कुणी लुडबूड करत नसत. यामुळे आपण 'मूर्ख ठरलो काय' अशी शंका येत असे. खरेदीचं समाधान मिळत नसे. अर्थात, चिनी लोकांमधील शिस्त, कष्ट करण्याची वृत्ती, उद्योगशीलता याला दाद द्यावीच लागते.

ब्रिटिशांच्या १०० वर्षांच्या करारानुसार, १९९६मध्ये हाँगकाँग चीनच्या ताब्यात जाणार होतं. त्याच सुमारास आम्ही हाँगकाँगमार्गे चीनला गेलो होतो. चिनी व्यापारातही हुशार! आता स्वातंत्र्य संपणार... हाँगकाँगचं सर्व, म्हणजे अगदी हवासुद्धा चीनच्या कम्युनिस्ट राजवटीखाली गुदमरणार... म्हणून हाँगकाँगमधील चिनी लोकांनी आकर्षक असे, छोटे हवाबंद डबे विकायला ठेवले होते. नागरिक फटाफट विकत घेत होते. मला त्यांच्या कल्पकतेचं हसू येत होतं. माझ्या मुलीनंच एक डबा १० हाँगकाँग-डॉलरला विकत घेतल्यावर मी कपाळावर हात मारला. मनात म्हटलं, मानलं बुवा या चिन्यांना!

आपण पाहिलं तर, संपूर्ण दक्षिण आशियामध्ये बहुतांशी चिनी हे उद्योजक, व्यापारी आहेत. हे सर्व लोक आमचेच आहेत, असं चीन मानतो. चीनबाहेरही चिनी लोकांनी कष्टानं आर्थिक सत्ता, सुबत्ता मिळवली आहे. हे आपल्यालाही अनुकरणीय आहेच. अजूनही शिकू या आपण या सर्व लोकांपासून!

‘सीओईपी’चा विद्यापीठाकडे प्रवास

सीओईपीवर आम्हां लोकांची नेमणूक झाल्यावर मंत्रीमंडळानं मान्यता दिलेल्या परिपत्रकानुसार आणि मंत्रिमहोदयांनी व्यक्त केलेल्या अपेक्षा यांचं मोठं ओझं होतं. एक आयआयटी उभी करण्याऐवजी त्याच पैशात अस्तित्वात असलेली शंभर इंजिनिअरिंग कॉलेजेस त्या दर्जाची निर्माण करता येतील का, अशी कल्पना होती.

सीओईपीसारखी १०० कॉलेजेस आयआयटीच्या गुणवत्तेची करावी, ज्यांना खर्च येणार होता तो एक आयआयटी उभी करण्यासाठी लागतो तेवढाच! सरकारी अधिकाऱ्यांचीही सर्वतोपरी मदत होत होती. कामाच्या व्यापात अर्थातच अनेक त्रुटी लक्षात येत होत्या; ज्यामध्ये संस्थेची गुणवत्ता, साधनसामग्री, इमारती वगैरेंचाही समावेश होता. सर्व गोष्टींसाठी सरकारी मदतीवर अवलंबून राहिलो असतो तर वेळ जाणार होता. ते कुणालाच परवडणारं नव्हतं, त्यामुळे व्यक्तिगत संपर्कातून अनेक उद्योगपती, तसंच सदिच्छा-पुरवठादार यांच्या साहाय्यानं निधी मिळवणं तितकंच आवश्यक होतं. त्याला यशही मिळायला लागलं.

उदाहरणार्थ, ‘प्रीमिअर’च्या ‘विनोद दोशी फाउंडेशन’नं दोन कोटी रुपयांचं नवीन सीएनजी मशीन दिलं. किर्लोस्कर, जे. एन. मार्शल आदींनी याच प्रकारे सक्रिय मदत केली. कुणी आधुनिक प्लम्बिंग लॅब उभी करून दिली. माजी विद्यार्थी के. आर. नातू यांच्या कुटुंबीयांनी पाच कोटी रुपयांची मदत देऊन इलेक्ट्रिकल विभागाला आधुनिक

स्वरूप दिलं. माजी विद्यार्थ्यांनी गौरी शहा हिच्या स्मृतिप्रीत्यर्थ तिच्या आई-वडिलांनी पाच कोटी रुपये देण्याचं भरीव आश्वासन दिलं. माजी विद्यार्थी रवी भटकळ, राजीव बजाज व इतरांच्या मदतीनं आधुनिक इलेक्ट्रॉनिकची लॅब उभी राहिली. तिचा लहान उद्योजकांना, त्याचबरोबर सीओईपीला उत्तम उपयोग होईल. बजाज, फिरोदिया आदींचा उल्लेख यापूर्वीच्या अनुभवकथनात आला आहेच.

नवीन इमारतीची बांधकामं करायची असल्यास जागेची कमतरता भासू लागली. अभ्यास केल्यावर असं लक्षात आलं की, १८५४मध्ये स्थापन झालेल्या या सीओईपीच्या जमिनी अनेकांनी काढून घेतल्या. उदाहरणार्थ, महामार्ग, रेल्वे, इन्स्टिट्यूशन ऑफ इंजिनिअरिंग, पाटील इस्टेट येथील झोपडपट्टीनं व्यापलेली सहा एकर जागा, रस्तारुंदीकरणासाठी पुणे महानगरपालिका, संचेती हॉस्पिटल इत्यादी.

यामुळे मी तत्कालीन मुख्यमंत्री देवेंद्र फडणवीस यांना गाठलं. वर नमूद केलेली वस्तुस्थिती सांगत त्यांना म्हटलं, ''अहो, तुम्ही आमच्यावर सीओईपीची जबाबदारी टाकली आहे; परंतु संस्थेची वाढ करण्याकरिता इमारती बांधू कुठं?''

त्यांना परिस्थिती पटकन समजली आणि त्यांनी सवयीप्रमाणे विचारलं, ''मग काय करायला हवं?''

मी म्हणालो, ''पन्नास एकर जागा पुणे परिसरात द्या!''

त्यांनी तत्त्वतः मान्य केलं आणि लगेच पुण्याच्या जिल्हाधिकाऱ्यांना फोन करून दोन-तीन जागा शोधून माझ्याशी चर्चा करायला सांगितलं. तीन-चार दिवसांतच आम्हांला काही जागा सुचवल्या गेल्या. त्यातील सर्वांत सोयीची चिखली येथे, म्हणजे भोसरी परिसरात २८ एकर जागा उपलब्ध होती. आम्ही विचार केला की, ही पुरेशी आहे. त्याप्रमाणे फडणवीस यांना कळवलं.

सूत्रं भराभर हलायला सुरुवात झाली. कार्यवाही लगेच सुरू झाली. आमच्याच संस्थेतील काही लोक त्याचा पाठपुरावा करत होते. मग निरोप आला की, ती जागा सीओईपीला मिळणं शक्य नाही. मला आश्चर्य वाटलं! माझा आणि तत्कालीन विभागीय आयुक्त चोकलिंगम यांचा चांगला स्नेह होता. एक उत्तम, अभ्यासू आणि प्रामाणिक असा त्यांचा लौकिक! त्यांच्याशी मी बोललो आणि त्यांना विचारलं, ''मुख्यमंत्र्यांनी सूचना केल्यावर, जिल्हाधिकाऱ्यांनी जागा सुचवल्यावर असं कसं होऊ शकतं?''

ते म्हणाले, ''तुम्ही काळजी करू नका, मी पाहतो.''

ज्यानं हा निर्णय कळवला होता त्या अधिकाऱ्याकडे ते स्वतः गेले आणि 'काय अडचण आहे?' असं विचारलं. ते अधिकारी म्हणाले, ''या जागेवर तीन आरक्षणं आहेत : एक मोठा दवाखाना किंवा खेळासाठी मैदान किंवा सार्वजनिक बाग.''

चोकलिंगम म्हणाले, ''हो का? परंतु हे कुणी ठरवलं?''

अधिकारी उत्तरले, ''सरकारनं!''

चोकलिंगम यांनी पुढं विचारलं, ''सरकारतर्फे कोणत्या अधिकाऱ्यानं?''

त्यावर उत्तर आलं, ''मीच!''

चोकलिंगम म्हणाले, ''मग तुम्हीच ती सर्व आरक्षणं उठवा.''

''होय, साहेब!'' तो अधिकारी उत्तरला. प्रश्न सुटला होता!

माझ्यासाठी हे नवीनच शिक्षण होतं. अडवणुकीचं आणि सोडवणुकीचं सरकारी मार्गांचं मला दर्शन झालं. या गोष्टीमुळे आम्हां दोघांचीही चांगलीच करमणूक झाली होती. जागा ताब्यात मिळाली. स्थानिक पोलीस कमिशनरला विनंती केली की, जागा निर्वेध मिळाली पाहिजे. त्यांनी पोलीसफाटा पाठवून सर्व झोपड्या, अतिक्रमणं काढून टाकली.

जिल्हाधिकाऱ्यांना विनंती केली की, 'तुम्ही सर्व बाजूंना संरक्षक भिंत बांधून द्या!' तेही काम झालं.

जागेमध्ये एका नगरसेवकानं पाण्यासाठी बोअर घेतलं होतं आणि ते पाणी टँकरला देऊन तो पैसे मिळवत असे. 'सकाळ'मुळे त्यांनी ते काम बंद केलं.

आता निम्मं काम झालं होतं. पुन्हा मी फडणवीस यांना भेटलो आणि विनंती केली की, ''जागा दिलीत त्याबद्दल मनःपूर्वक आभार! परंतु बांधकामं कशाच्या जिवावर करणार? आमच्याकडे पैसे कुठं आहेत?''

त्यांनी विचारलं, ''मग काय करायला हवं?''

मी म्हणालो, ''आम्हांला दीडशे कोटी रुपये हवेत.''

त्यांनी लगेच पत्रावर सही केली आणि अर्थविभागाला तशा सूचना दिल्या. फडणवीस यांनी सीओईपीच्या प्रत्येक विनंतीला मान देऊन कामासाठी कायम प्रोत्साहनच दिलं.

उद्योजकांच्या सहभागातून इंडस्ट्रीजचा, समाजाचा आणि संस्थेचा फायदा होत होता. अर्थातच, ही गोष्ट अनुकरणीय आहे. आम्ही याच धर्तीवर उद्योजकांशी संपर्क साधणार आहोत. आमच्या विद्यार्थ्यांना नवीन ज्ञान, अर्थार्जन आणि व्यावसायिक मार्गदर्शन या प्रकल्पातून मिळेल.

आमचा चिखलीचा आराखडा तयार होईपर्यंत सरकार बदललं. पुन्हा आमच्यासमोर प्रश्न उभा राहिला. दिवाळीत आम्ही सर्व पवार कुटुंबीय बारामतीत एकत्रित असतो. अजित पवारही तिथं होते. उपमुख्यमंत्री आणि अर्थमंत्री या नात्यानं त्यांची कामं सुरूच होती. मी शेजारीच बसलो होतो. कोणत्या खात्याला किती पैसे द्यायचे, याच्या सूचना अजितकडून दिल्या जात होत्या. मी म्हटलं, ''सगळ्या गावाला पैसे सोडताय, मग सीओईपीला का देत नाही?'' अर्थात, हा विषय मला त्याला समजावून सांगावा लागला. याचा परिणाम म्हणजे, सीओईपीला पहिला हप्ता पंचवीस कोटींचा मिळण्यात झाला. आता बांधकामानं जोर धरला. आत्तापर्यंत चाळीस कोटी रुपये मिळालेले आहेत.

या जागेबद्दल सरकार, सीओईपीच्या अपेक्षा यांबद्दल आमच्यात चर्चा सुरू होती. चेन्नई इथं डॉ. अशोक झुनझुनवाला यांनी सरकार आणि आयआयटी मद्रास यांच्या सहकार्यानं अशाच प्रकारचा मोठा प्रकल्प उभा केला आहे. त्यात अनेक लहान-मोठ्या इंडस्ट्रीजचा संशोधन वगैरेंसाठी सक्रिय सहभाग आहे. यातून संस्थेला उत्पन्नही चांगलं मिळतं. डॉ. झुनझुनवाला यांनी बँकेकडून चारशे कोटी रुपयांचं कर्ज घेऊन हा प्रकल्प उभारला. त्यांनी सर्व पैसे पाच-सहा वर्षांत सव्याज फेडले. आता त्यांचं वार्षिक उत्पन्न सुमारे पन्नास कोटी रुपये आहे! सीओईपीचे आम्ही काही प्रमुख लोक तिथं भेट देऊन आलो. अनेक गोष्टी स्पष्ट झाल्या. उद्योजकांच्या सहभागातून इंडस्ट्रीजचा, समाजाचा आणि संस्थेचा फायदा होत होता. अर्थातच, ही गोष्ट अनुकरणीय आहे. आम्ही याच धर्तीवर उद्योजकांशी संपर्क साधणार आहोत. आमच्या विद्यार्थ्यांना नवीन ज्ञान, अर्थार्जन आणि व्यावसायिक मार्गदर्शन या प्रकल्पातून मिळेल.

कोणताही प्रकल्प पूर्णत्वाला जाण्याआधी अनेक अडथळ्यांवर मात करून पुढं जावं लागतं. अर्थात, हे सर्वांनाच माहीत आहे.

फडणवीस आणि अजित पवार यांनी कायम सक्रिय व निर्णायक भूमिका ठामपणे घेतली. याचमुळे सीओईपीचं विद्यापीठात रूपांतर करायला फारसे अडथळे निर्माण झाले नाहीत. चार कुलगुरूंच्या मदतीनं विद्यापीठाची केलेली नियमावली आणि मान्यता ही एका दिवसांत अजित पवार यांच्या खंबीर पाठिंब्यामुळेच दोन्ही सभागृहांत झाली. सीओईपीच्या इतिहासात हा एक महत्त्वाचा आणि सुखद अनुभव होता! अजूनही अनेक गोष्टी करण्यात अडथळ्यांची वाट चालावी लागणार आहे. सहज यश प्राप्त झालं असतं तर हा लेख लिहिता आला नसता. खरं आहे ना!

अध्यक्षपदाच्या जबाबदारीतून मुक्त होताना, मनात संस्थेसाठी आणि पर्यायानं विद्यार्थ्यांसाठी केलेल्या कामाबद्दल समाधानाची भावना होती. या जबाबदारीतून मुक्त झाल्यामुळे त्या रात्री मी सुखानं झोपलो. ज्या संस्थेत एकोणीस वर्षं मनापासून योगदान दिलं, तिथं आता माझ्यावर काही जबाबदारी असणार नाही. 'इदं न मम..' याबाबत माझ्या मनात कमालीची स्वच्छता आहे.

माझ्या अध्यक्षपदाच्या कारकिर्दीत संस्थेच्या वतीनं सात महत्त्वाकांक्षी प्रकल्पांचं काम हाती घेतलं होतं, त्यापैकी तीन प्रकल्प नुकतेच कार्यान्वित झाले आहेत, याचं समाधान आहे. मोशी आणि पुणे येथील उर्वरित चार प्रकल्प प्रगतिपथावर आहेत. दरम्यान, विद्यमान राज्य सरकारनं माझ्या जागेवर आता नवीन अध्यक्षांची नेमणूक केली आहे. अध्यक्षपदाच्या जबाबदारीतून मुक्त होताना, मनात संस्थेसाठी आणि पर्यायानं विद्यार्थ्यांसाठी केलेल्या कामाबद्दल समाधानाची भावना होती. या जबाबदारीतून मुक्त झाल्यामुळे त्या रात्री मी सुखानं झोपलो. ज्या संस्थेत एकोणीस वर्षं मनापासून योगदान दिलं, तिथं आता माझ्यावर काही जबाबदारी असणार नाही. 'इदं न मम..' याबाबत माझ्या मनात कमालीची स्वच्छता आहे. त्यामुळे 'एक चॅप्टर संपला' हे मान्य करून सध्या हातात असलेल्या आंतरराष्ट्रीय दर्जाच्या शेतीविषयक संशोधन प्रकल्पावर लक्ष केंद्रित करायचं ठरवलं आहे. मागं उल्लेख केल्यानुसार हा प्रकल्प यशस्वी झाल्यास, ऊस-उत्पादकांचं जवळपास दोन हजार कोटींचं उत्पन्न वाढणार आहे. सीओईपी आणि वसंतदादा शुगर इन्स्टिटय़ूट या दोहोंनी माझ्या पुढाकारातून जे संशोधन केलं आहे, त्यातून साखर कारखान्यांचं दोनशे-तीनशे कोटी रुपयांचं वार्षिक उत्पन्न वाढेल. आपण केलेल्या सर्वांच्या सहकार्यानं काही कामांपैकी ही पोचपावती आपल्या निदर्शनास आणण्यात आनंद वाटतो, एवढंच सांगायचं आहे. आता नवीन उमेदीनं नवीन कार्य करायला पुन्हा सिद्ध झालो आहे.

नवीन पदाधिकाऱ्यांना माझ्या शुभेच्छा!

‘सकाळ’चा ‘निर्धार’ आणि ‘परिवार मंगल’ कार्य

‘सकाळ’मध्ये सर्व स्तरांवर सामाजिक जाण आहे. एकदा आमच्या निवृत्त कामगारांच्या सत्काराचा कार्यक्रम दर वर्षीप्रमाणे सुरू होता.

‘‘सकाळ’नं मला काय दिलं...’ वगैरे याबद्दल एक कामगार ऋण व्यक्त करत होता. नोकरी करत असताना आणि त्यानंतर काय सामाजिक कामं करणार याबद्दल तो मनापासून बोलत होता. संपादकांनी माझ्याकडे मिश्किलपणे कटाक्ष टाकला! ते सुचवत होते, ‘हे तुमचंच बाळ बोलत आहे!’

थट्टेचा भाग सोडला तर ‘सकाळ’मधील अधिकारीवर्गही आपण काय-काय सामाजिक प्रकल्प करू शकू, अशा सूचना करत. त्यांत सहभागी होण्याची त्यांची तयारी तर असेच; परंतु मुख्यतः जबाबदारी घ्यायलाही ते तयार असत आणि असतात... अशाच आग्रही कल्पनांतून दोन न्यासांचा जन्म झाला.

पुण्यातल्या वाहतुकीबद्दल बोलायलाच नको. विशेषतः शाळा भरते किंवा सुटते तेव्हा मोठी गर्दी तर होतेच; परंतु मुलांच्या आयांची मोठी धांदल उडत असते. अनेक चौकांत, मुख्य रस्त्यांवर येणाऱ्या बोळांतून अथवा छोट्या रस्त्यांच्या ठिकाणी हमखास गर्दी

होते. कारण, प्रत्येक जण आपलं घोडं दामटत मार्ग काढत असतो; मग तो पादचारी असो अथवा मोटार चालवणारा! जिथं सिग्नलचे दिवे लागलेले आहेत अशा चौकांत हा प्रश्न फारसा येत नाही. परंतु ही सोय म्हटलं तर मर्यादित आहे.

कल्पना अशी आली की, सकाळी किंवा संध्याकाळी वाहतूक कमाल स्तरावर असते तेव्हा आपण सामाजिक कार्यकर्ते, कमी वेतनावर काम करू इच्छिणारे, गरजू विद्यार्थी यांना प्रशिक्षित करून वाहतुकीबाबत मार्गदर्शन करायचं. हे काम सर्वसाधारणतः वाहतूक पोलीस करतात; परंतु ते कमी पडतात. हा प्रयोग 'निर्धार' या न्यासांतर्गत सुरू झाला. अर्थातच, चांगले-वाईट अनुभव आले.

माझा आग्रह असतो की, सामाजिक कामांमध्ये 'सकाळ'बरोबर ज्यांचा फायदा होतो त्यांचेही सर्व प्रकारे योगदान, सहभाग हवा. इंग्लिशमध्ये ज्याला म्हणतात, No free lunch असाच काहीसा दृष्टिकोन; परंतु सामाजिक भूमिकेतून!

अंदाजे ५५ वर्षांच्या एक बाई या कामासाठी पुढं आल्या. त्यांना पाहून 'या कसं काम करू शकणार...!' ही शंका आली. परंतु त्यांचाच उत्साह आणि निर्धार पाहून आम्ही मान्यता दिली. त्यांचं नाव प्रभा नेने. या बाईंचं आयुष्य मोठं उद्‌बोधक आहे. आज ऐंशीव्या वर्षीही त्या 'निर्धार'साठी रस्त्यावर उभ्या असतात!

आम्ही वेगवेगळ्या ठिकाणच्या रहिवाशांना, दुकानदारांना आर्थिक भार उचलण्याची विनंती केली. काही शाळांमध्ये पालकांना महिना १० रुपये या स्वयंसेवकांना देण्यासाठी विनंती केली. कारण, त्यांच्याच पाल्यांच्या सुरक्षिततेचा प्रश्न होता. बहुतांश यश आलं. वाहतूक नियोजनाचं हे काम सुरू असताना वाहनचालकांना शिस्त व नियम यांचं ज्ञान व्हावं म्हणून आरटीओ कार्यालयाच्या सहमतीनं, शिक्षण देणारी फिल्म तयार करून एका बसमध्ये दाखवायला सुरुवात केली. आपल्याकडे वाहन चालवण्याचं अपुरं, अशास्त्रीय किंवा काही वेळा संपूर्ण अज्ञान असतानाही परवाना मिळू शकतो. याच लोकांकडून अपघात होतात.

'सकाळ'मधील अधिकारीवर्गही आपण काय-काय सामाजिक प्रकल्प करू शकू, अशा सूचना करत. त्यांत सहभागी होण्याची त्यांची तयारी तर असेच; परंतु मुख्यतः जबाबदारी घ्यायलाही ते तयार असत आणि असतात....

मी अमेरिकेत मोटार चालवण्याच्या लायसन्ससाठी अर्ज केला होता. त्या काळात मी आणि आमचा प्रतिनिधी अक्षरशः हजारो किलोमीटर मोटारनं प्रवास करून आमची उत्पादनं विकत असू. त्याच्या एकट्यावर मोटार चालवण्याचा ताण पडू नये ही यामागं भूमिका होती. एक वयस्कर महिलेनं माझी लेखी परीक्षा तर घेतलीच; परंतु मी परीक्षा देत असताना ती स्वतः माझ्या शेजारी बसली होती. मोटार चालवून झाल्यावर मी दार उघडून बाहेर येईपर्यंत ती प्रत्येक गोष्टीची नोंद ठेवत होती. मी परीक्षेत उत्तीर्ण झालो. तिनं मला विचारलं, ''तुम्ही भारतीय आहात की इजिप्शियन?'' मला आश्चर्य वाटलं! मी उत्तर दिल्यावर, माझ्या कुठल्या दोन छोट्या चुका झाल्या त्या तिनं दाखवून दिल्या आणि त्या न सुधारल्यास कोणत्या परिस्थितीत अपघात होऊ शकतो ते मला समजावून सांगितलं. मोटार चालवताना ही गोष्ट कायम माझ्या लक्षात असते. ज्यांना नवीन परवाना काढायचा आहे त्यांना हाच उद्देश समजावा असा निर्धारचा हेतू होता.

'परिवार मंगल'मध्ये मुख्यतः महिलांच्या भल्याचा विचार होता.

कुटुंबनियोजन अत्यावश्यक असलं तरी आणि ते महिलेला पटलं व नवऱ्याची मान्यता असली तरी नवऱ्यापेक्षा सासू-सासरे, शेजारीपाजारी अथवा नातेवाईक यांचाच विरोध असतो. सर्व जातिधर्मांमध्ये हे आढळतं. त्यातून एखाद्या कष्टकरी महिलेला कुटुंबनियोजनाची शस्त्रक्रिया करायची म्हटलं तरी दिवसभर वेगवेगळे फॉर्म भरणं, या खिडकीवरून त्या खिडकीकडे जात, रांगेत उभं राहत पुढं जावं लागत असे. हातावरील पोट असलेल्या अथवा लहान मुलं असलेल्या महिलेला हे फार अवघड जात असे.

जवळपास ९० टक्के पुरुष शस्त्रक्रियेला, म्हणजे आपल्या बायकोच्या शस्त्रक्रियेला मान्यता देत असत! पठ्ठ्या स्वतः मात्र काही गैरसमजांपोटी सहसा तयार होत नसे. खरं तर पुरुषाची नसबंदी अगदी सोपी, कमी वेळाची आणि कमी त्रासाची असते. यावर आमच्यातील वरिष्ठ महिला अधिकारी-कर्मचाऱ्यांनी एक सोपा उपाय शोधला आणि त्याच्या मान्यतेसाठी त्या माझ्याकडे आल्या.

कल्पना अशी होती की, ज्या महिलेला शस्त्रक्रिया करायची आहे तिनं 'सकाळ'मध्ये अथवा 'परिवार मंगल'च्या एका विशिष्ट नंबरवर फोन करायचा... तिचं नाव, पत्ता, वय वगैरे सांगून सोयीस्कर दिवस सांगायचा... आम्ही पाच-सहा हॉस्पिटलना या योजनेत विनामोबदला सहभागी होण्याची विनंती केली होती. ती सुदैवानं मान्य झाली. योजनेनुसार ठरलेल्या दिवशी, ठरलेल्या वेळी आमचं वाहन त्या महिलेच्या घराजवळ थांबेल... अगदी झोपडपट्टीतही! तिला एखाद्या व्हीआयपी, म्हणजे महत्त्वाच्या

व्यक्तीप्रमाणे वागवले जाईल याची काळजी घेतली जाईल... दवाखान्यात तपासण्या करून, नोंद करून, योग्य असल्यास शस्त्रक्रिया केली जाईल... औषधोपचार, खाणं-पिणं दवाखाना करेल... पुणे महानगरपालिकेचे यासाठी उत्तेजनार्थ असलेले पैसे तिला दिले जात. डॉक्टरांनी परवानगी दिली की संध्याकाळच्या आत 'सकाळ'च्या वाहनानं तिला घरी सोडलं जाईल... यासाठी झोपडपट्ट्यांतून, दाट वस्ती असलेल्या पेठांमधून आमच्या महिला-अधिकाऱ्यांनी प्रचार केला, पत्रकं वाटली, सभा घेतल्या.

'सकाळ'च्या तत्कालीन संचालिका डॉ. बानूबाई कोयाजी यांनी आपलं आयुष्य अशा कामासाठी वेचलं होतं. त्यांना ही कल्पना फारच आवडली. त्यांनी केईएम हॉस्पिटल उपलब्ध करून दिलं. शस्त्रक्रियेबरोबर कुटुंबनियोजनाचा प्रचार हाही महत्त्वाचा भाग होताच! आणखी काही इतर गोष्टी या अनुषंगानं केल्या गेल्या. अर्थात, आमचा हा अधिकारीवर्ग निवृत्त झाल्यावर त्या कामात शिथिलता आली. मग हे सर्व आम्ही एका प्रथितयश हॉस्पिटलला आमच्या बस, जमवलेला पैसे देऊन पुढं चालवण्याची विनंती केली. तो काही प्रमाणात आजही सुरू आहे.

एक गोष्ट आवर्जून सांगावीशी वाटते की, या सर्व सामाजिक कामात, कर्तव्यात आमच्या महिला-अधिकाऱ्यांनी आपल्या जबाबदाऱ्यांमध्ये कुठंही कमतरता पडू दिली नाही. वाढत्या प्रदूषणाची जाणीव निर्माण व्हावी म्हणून निर्धारतर्फे चौकाचौकांत प्रदूषणाची आवश्यक असलेली पातळी, धोक्याची पातळी आणि त्या ठिकाणी असलेली प्रदूषणाची पातळी यांचे डिजिटल बोर्ड लावण्यात आले होते. रोजच प्रदूषणाची वरची पातळी गाठली गेली आहे, हे पाहून बहुधा परिणामकारकता कमी झाली! हा मनुष्यस्वभावच आहे. म्हणतात ना, 'रोज मरे त्याला कोण रडे!'

'सकाळ'मधील असं व्यक्तिगत, संस्थात्मक पातळीवर अखंड चाललेलं सामाजिक काम करताना गमतीनं म्हणावंसं वाटे, 'आम्ही वर्तमानपत्रसुद्धा चालवतो!'

अर्थात, हे सर्व तुम्हां वाचकांच्या भक्कम पाठिंब्यावर उभं आहे, याची आम्हां 'सकाळ'करांना पुरेपूर जाणीव आहे. (छान आहे की नाही!)

निर्धार आणि परिवार मंगलचं कार्य वाचून बरं वाटलं ना? मग तुम्ही काय करू शकता?

• • •

काही चालीरीती

जगातील पाच खंडांमधल्या काही देशांमध्ये एकदा, तर काही देशांमध्ये अनेकदा जाण्याची संधी व्यवसाय, प्रदर्शनं, जागतिक सामाजिक संस्थांशी निकटचे संबंध अशा वेगवेगळ्या कारणांमुळे मिळाली. अशा प्रवासातील फावल्या वेळात इकडंतिकडं भटकंती होते. तर काही वेळा हौस म्हणूनही प्रवास झाला. काही नवीन, काही वेगळंच पाहायला, अनुभवायला मिळतं. त्यातीलच या काही आठवणी...

एकदा मलेशियामध्ये होतो. सुट्टीच्या दिवशी काय करायचं, म्हणून मित्राबरोबर एक खेडं पाहायला गेलो. तिथं दूरवरून ताशाचा आणि पिपाणीचा आवाज आला. क्षणभर वाटलं की काटेवाडी तर नाही ना...! उत्सुकतेपोटी आम्ही त्या आवाजाच्या दिशेनं गाडी वळवली. पाहतो तर, एका लग्नाची वरात येत होती... पुढं ताशा आणि पिपाणी वाजवणारे होते... नवरी आणि नवरदेव गळ्यात हार घालून इतर नातेवाइकांबरोबर चालले होते. मी अर्थातच चौकशी केली. आम्हांला सांगण्यात आलं की, ही शेकडो वर्षांची परंपरा आहे. अर्थातच, ही भारतातून आलेली परंपरा होती. मुस्लीम धर्म स्वीकारण्यात आला असला तरी अशा काही परंपरा आजही तिथं सुरू आहेत.

आम्ही उभयता आठ-दहा वर्षांपूर्वी उझबेकिस्तानमध्ये गेलो होतो. सिल्क रूट पाहणं, ताश्कंदला भेट देणं हा माझा प्रमुख उद्देश होता. याच निमित्तानं काही खेड्यांमध्ये

उतरलो, तेव्हा काही ठळक गोष्टी लक्षात आल्या : सर्व रस्ते अगदी स्वच्छ....! त्यांच्या पद्धतीप्रमाणे कुटुंबं पहाटे उठून आपल्या घरासमोरील रस्ता, घराच्या दोन्ही बाजू, निदान पंचवीस-तीस जण स्वच्छ करतात. त्यामुळे कुठंही अस्वच्छता राहत नाही. आपल्याकडे आपल्या घरातील, दुकानातील केरकचरा रस्त्यावर टाकला की आपली स्वच्छतेची जबाबदारी संपते! तिथं गावात चावडीवजा जागेवर सर्व महिला बाजेवर बसून गप्पा मारतात. आमच्याबरोबर असलेल्या महिलाही तिथंही बसल्या.

गप्पांमध्ये कळलं की, तिथल्या लग्नांमध्ये अग्नीसमोर सप्तपदी ही सर्वांत महत्त्वाचा विधी असतो. अनेक जणी मंगळसूत्रही वापरत. आम्हांला मोठं आश्चर्य वाटलं! विचारणा केल्यावर उत्तर मिळालं, 'आम्हांला मुस्लीम धर्म स्वीकारायला लावण्यात आला. पण आमच्या अनेक परंपरा आम्ही कायम ठेवल्या.' भारताच्या संस्कृतीशी ही केवढी घट्ट नाळ आहे किंवा होती, हे आजही पाहायला मिळतं. धार्मिक बाबतीत त्यांनी जागतिक स्तरावरही काही मतं व्यक्त केली, जी शांततेचा, बंधुत्वाचा पुरस्कार करणारी होती. लोकही खूप प्रेमळ वाटले.

मलेशियातून आम्ही ब्रह्मदेश, म्हणजेच आताच्या म्यानमारमधील रंगून (यंगून) इथं गेलो. 'मेरे पिया गये रंगून, किया है वहाँ से टेलीफून...' हे आमचं आवडतं गाणं! लोकमान्य टिळकांचा रंगूनमार्गे मंडाले इथला कारावास, पेशव्यांची ब्रिटिशांनी मंडाले इथं केलेली रवानगी अशा कितीतरी गोष्टींमुळे तिथं जाण्याची उत्सुकता होती. सर्वत्र मिलिटरीराज असल्यानं शिस्त होती. व्यवसाय लहान असो वा मोठा; सर्व व्यवहार रोखीनं! बँक वगैरे फारशी भानगड नाही. अक्षरशः पोत्यांत नोटा भरून ट्रक यायचे. ती पोती ऑफीसमध्ये वेगवेगळ्या खोल्यांमध्ये भरून ठेवली जातात. माल उतरवताना एखादं पोतं किंवा नोट रस्त्यावर पडली तर तिला कुणीही हात लावणार नाही. रंगून शहर छान आहे. मंडालेला जायची इच्छा होती; परंतु वेळेअभावी जमलं नाही.

आमच्या 'अजय मेटाकेम'चा झेकोस्लोव्हाकिया या देशातील एक कंपनीबरोबर काही उत्पादनासाठी तंत्रज्ञानाबाबत समझोता होता. अनेक कारणांमुळे त्या संस्थेचे मालक, त्यांची मुलं यांच्याशी आमचा व्यक्तिगत स्नेह निर्माण झाला. आम्ही उभयतांनी प्रागला भेट द्यावी असा त्यांचा सारखा आग्रह होता. एका उन्हाळ्यात आम्ही जायचं ठरवलं. त्यांचा मुलगा बोरीस आम्हांला तिथल्या विमानतळावर घ्यायला आला. तिथून २५०-३०० मैलांवर त्यांचं गाव आणि कारखाना होता. त्यानं आम्हांला दोन-तीन दिवस

वेगवेगळ्या ठिकाणी फिरवत त्यांच्या गावी नेलं. यामुळे एरवी न पाहता येणारा झेकोस्लोव्हाकिया आम्ही पाहू शकलो. मला हा देश स्वित्झर्लंडइतकाच सुंदर वाटला.

आम्ही एका हॉटेलमध्ये उतरलो होतो. दुसऱ्या दिवशी सकाळी त्यांची गाडी, ड्रायव्हर आणि इंग्लिश जाणणारी कर्मचारी असे आम्हांला न्यायला आले. हॉटेलपासून त्यांच्या कारखान्यात जाण्यासाठी तासाभराचा अवधी लागणार होता. साहजिकच, गप्पा सुरू झाल्या. प्राथमिक चौकशी वगैरे झाल्यावर त्या बाईंनी आम्हांला विचारलं, ''तुम्हांला साईबाबा माहीत आहेत का?''

आम्ही आश्चर्यानं विचारलं, ''कोणते?''

तिनं आपले केस पिंजारले आणि म्हणाली ''हे!'' म्हणजे पुट्टपूर्तीचे साईबाबा....

मी म्हणालो, ''आमचा परिचय नाही; परंतु तुम्ही का विचारत आहात?''

तिनं जे सांगायला सुरुवात केली ते विश्वास ठेवण्याच्या पलीकडचं होतं.

तिचं दोन-तीन वर्षांचं बाळ खूप आजारी पडलं. सर्व प्रयत्न केले. परंतु ते अशा टप्प्यावर आलं की जगणं शक्यच नव्हतं. ती म्हणाली, ''मी सर्व याचना, प्रार्थना करत होते. या मुलाला मी जगवू शकत नाही, हे माझं मातृहृदय मानायलाच तयार नव्हतं. रात्रीच्या रात्री जागून काढल्या होत्या. एका रात्री स्वप्नात हे साईबाबा आले आणि म्हणाले, 'तुझी व्यथा मला समजते. तुझं बाळ बरं होईल. खाली खिडकीजवळ एक पावडर सापडेल. ती तू पुढचे दोन-तीन दिवस बाळाला पाण्यामध्ये या पद्धतीनं दे.' ताडकन जागी झाल्यावर मी खिडकीजवळ गेले, तर तिथं पावडर होती! तसंही मूल जगण्याच्या सर्व आशा मावळल्या होत्या. तरीही, मी हा उपाय करून पाहायचं ठरवलं व स्वप्नातील ती आज्ञा पाळली. आठवड्याच्या आत बाळात सुधारणा दिसल्या आणि ते ठणठणीत झालं ते कायमचं!''

साहजिकच, आम्ही भारतातून गेलेलो असल्यानं हे तिला आम्हांला सांगावंसं वाटलं. तिला परवडत नसलं तरी एकदा भारतात यायचं होतं.

दोन दिवसांनी बोरीसच्या घरी बारसं होतं. आम्ही त्यात सहभागी झालो. काक्या, माम्या, इकडचेतिकडचे सर्व नातेवाईक, मित्र यांनी घर भरलेलं होतं. आपल्यासारखाच भरपूर उत्साह, गाणी, नाच सुरू झाला. जवळच्या चर्चमध्ये जाऊन बाप्तिस्मा झाला. जेवण म्हणजे मेजवानी... सर्व प्रकारची दारू वाहत होती. महत्त्वाचं म्हणजे, सर्व पुरुष स्वयंपाक करून सर्व बायकांना खायला घालत होते! आग्रह होताच बायका मजेत गप्पा मारत खाद्यपदार्थांवर ताव मारत होत्या. असं दृश्य मला पहिल्यांदाच पाहायला मिळालं. आपल्याकडे बायकांचा पिट्टा पडतो आणि पुरुषमंडळी खाण्या-पिण्यात मग्न असतात.

आम्ही काही मित्रांनी आफ्रिकेत सफारीला जायचं ठरवलं. नैरोबी, मोम्बासा इथं जवळचे मित्र होते. त्यांनी आमची पुरेपूर काळजी घेतली. सफारीमध्ये सर्व प्राणी मुक्तपणे वावरत असतात... बहुतांश कळपानं! त्यांना पाहणं म्हणजे जंगलातील सौंदर्य काय असतं, याची जाणीव होते! फिरता-फिरता आम्ही मसाईमारा या भागात गेलो. हे लोक लुकडे, उंच आणि अतिशय काटक, तसंच सर्व अंगावर लाल लोकरीचं उपरणं, हातात भाला असा त्यांचा वेश! ते शिकारीला एकत्र जायचे. एरवी गायी पाळणं - विकणं हा त्यांचा व्यवसाय.

त्यांच्या काही वैशिष्ट्यपूर्ण चालीरीती आहेत. मुलगा दोन-तीन वर्षांचा झाला की वधूसंशोधन सुरू होतं. माहितीतील एखाद्या स्त्रीला मूल होणार असेल तर बोलणी सुरू होतात. मुलगी झाल्यास तिचं या मुलाशी लग्न होतं. न झाल्यास दुसरीकडे शोध सुरू होतो. साधारणपणे तीन-चार वर्षांच्या मुलाचं लग्न झालेलं असतं. हे त्याचं पहिलं लग्न! तो मोठा झाला आणि त्यानं एकट्यानं सिंहाची शिकार केली तर त्याला आणखी एक बायको करता येते. ती विकत घेता येते किंवा पळवून नेऊन दोघांच्या संमतीनं विवाह होऊ शकतो. या नव्या बायकोसाठी तो वेगळी झोपडी बांधतो. त्याच्या शारीरिक आणि आर्थिक कर्जबाजारीपणावर तो पाच-दहा बायका सहज करू शकतो. यामुळे पहिलीबरोबरच्या झोपडीभोवती नव्या झोपड्या बांधल्या जातात.

मसाईमारा स्वतःला 'जंगलच्या राजा'बरोबरचे समजतात. त्यामुळे पुरुष केस कापत नाहीत; कारण सिंहाला आयाळ असते! सिंहिणीला केस किंवा आयाळ नसते, त्यामुळे बायका चकोट करतात. डोक्यावर केस ठेवत नाहीत. हे लोक अंघोळ करत नाहीत. पावसामुळे अंग स्वच्छ होतं तेवढंच! त्यामुळे त्यांच्या अंगाला अतिशय उग्र दर्प येतो. पन्नास फुटांवरूनच त्यांचा वास ओळखता येतो. प्राणी या वासाला भितात. हे लोक जवळपास असल्याचं अगदी सिंहालाही समजतं.

केनियाच्या, टांझानियाच्या सर्व प्रवासात हवा अत्यंत आल्हाददायक... कुठंही प्रदूषण नाही... आकाश अगदी निळेभोर दिसतं. असंही आकाश असतं याचा प्रत्यय येतो. खेड्यांमधून जाताना मुलं, माणसं ही जणू संगीताच्या तालावर नृत्य करत चालत आहेत असंच वाटतं. नृत्य, गाणं, वादनकला त्यांच्या रक्तातच आहे. ते एक वेगळंच जग आहे. पाहिल्याशिवाय समजणार नाही.

चला, थोडं बाहेर पडा... पुष्कळ शिकायला मिळेल...!

शिक्षणाच्या नैसर्गिक वाटा

जगातील प्रत्येक देशात शिक्षण काय आणि कसं घ्यावं याबाबत धोरणात्मक आखणी असते. आपल्याकडे गुरुकुल पद्धतीपासून ते मेकॉलेनं निर्माण केलेल्या शिक्षणपद्धतीबद्दल आपण चर्चा करतो. मेकॉलेनं कारकून निर्माण करण्यासाठी केलेल्या शिक्षण प्रणालीवर आपणही काही मोठे बदल केले नाहीत; परंतु नावं जरूर ठेवतो.

जर्मनी, तुर्की इथं आठवीपर्यंत शिक्षण सक्तीचं आहेच; परंतु नंतरची तीन वर्षं कोणतंतरी कौशल्य आत्मसात करण्यावर भर दिला जातो. यामुळे मुलं महाविद्यालयाच्या फंदात न पडता नोकरी मिळवून अर्थार्जन करू शकतात. हीच गोष्ट दक्षिण कोरियामध्येही आहे. तुम्हांला पुढं शिकावंसं वाटलं तर विद्यापीठांत जाण्याचा पर्याय उपलब्ध असतोच.

या क्षेत्रात नावीन्यानं काम करणाऱ्या दोन संस्थांचा माझा परिचय झाला, तो माझा नातू या दोन्ही शाळांत शिकल्यामुळे! पहिली संस्था आहे, वॉलडॉर्फ स्कूल; जे शंभरहून अधिक देशांत आहे. याची स्थापना १९१९मध्ये म्हणजे पहिल्या महायुद्धानंतर झाली. नरसंहार, रक्तपात, निसर्गहानी ही या महायुद्धाची देणगी! त्यामुळे आध्यात्मिक विचारांची पार्श्वभूमी असलेल्या रुडॉल्फ स्टेनर या ऑस्ट्रियन माणसाच्या पुढाकारातून या शाळेचा जन्म झाला.

आपण निसर्गाबरोबर बालपण घालवावं, त्याच्याकडून जीवनाचे धडे शिकत ज्ञान मिळवावं असा प्रयत्न तिथं असतो. मात्र, त्यासाठी प्रशिक्षित शिक्षक - पालक यांचा

शंभर टक्के पाठिंबा आवश्यक असतो. वय चार ते सात वर्षं, सात ते चौदा आणि नंतर वाटल्यास दोन-तीन वर्षं याच शाळेत अथवा विद्यापीठात अशी शिक्षणाची वाटणी आहे. चार ते सात या वयात विजेचं कोणतंही उपकरण वापरायचं नाही; अगदी घरात टीव्हीसुद्धा नाही. शेत, शेळ्या-मेंढ्या वगैरे प्राण्यांसमवेत वेळ घालवायचा असतो. भाजीपाला, फळं वगैरे आहार शेतातीलच; तोही तुम्हीच तोडून आणायचा आणि शाळेतील जेवण त्यातूनच तयार केलं जातं. दूध वगैरे शेतात पाळलेल्या गायींचं! निसर्गाबरोबर राहा, त्याच्याशी समभाव साधा!

सातव्या वर्षांनंतर लेखन, वाचन, सुतारकाम, विणकाम, शिवणकाम, चित्रकला, खुरपणी, शेतीला मदत करणं वगैरे... शालेय पुस्तक नाही. शिक्षिका ही संगीत, फळा यांच्या साहाय्यानं शिकवणार... आईप्रमाणे प्रत्येक मुलाचा कल पाहून त्याला त्यासाठी उत्तेजन द्यायचं.. विद्यार्थी लिहितील तेच पुस्तक... या पद्धतीत स्पर्धा नाही. कुणी अभ्यासात हुशार, तर कुणी खेळात, कुणी विणकामात, तर कुणी सुतारकामात तरबेज असतो. यामुळे प्रत्येक विद्यार्थी हा कोणत्यातरी कौशल्यात उत्तम असतो.

अभ्यासात कच्चा म्हणजे 'ढ', अभ्यासात पहिला येणारा हुशार ही भानगडच इथं नाही; तसंच यात वयाच्या चौदाव्या वर्षांपर्यंत तीच शिक्षिका, हे वैशिष्ट्य! त्यामुळे मुलाची जडणघडण ही आईप्रमाणे एकहाती होते.

नंतरचं शिक्षण मात्र त्या-त्या विषयातील तज्ज्ञ शिक्षक देतात. मी माझ्या बालपणाचा विचार करतो – जे बरंचसं काटेवाडीतील वस्तीवर गेलं – तेव्हा आम्ही मुलं पालकांकडे न जाता अनेक गोष्टी सहजतेनं करत असू. उदाहरणार्थ, कुरूप झालं तर रुईच्या पानांतील चीक लावायचा... दोन दिवसांत काटा बाहेर यायचा. जखम झाली तर कुटकुटीच्या पाल्याचा रस जखमेवर लावायचा... दोन दिवसांत चांगली खपली धरलेली असायची. विहिरीत हिरव्या रंगाचे साप असले तर ते सहसा चावत नाहीत आणि ते बिनविषारी असतात... मेंढरांना बाभळीचा पाला आवडतो... झाडावर चढून कैऱ्या, पेरू, जांभळं, बोरं त्या-त्या हंगामाप्रमाणे काढणं, खाणं आणि सर्वांना वाटणं... एकट्यापुरतं पाहण्याची वृत्तीच नव्हती... आहे ते सर्वांनी वाटून खायचं... या गोष्टींचा माझ्या जडणघडणीत नक्कीच वाटा आहे. या सर्व गोष्टी मित्रांबरोबर होत. अशा गोष्टी एकट्यानं जाऊन करणं हे माहीतच नव्हतं.

दुसऱ्या महायुद्धानंतर 'युनायटेड नेशन्स'ची स्थापना झाली तशी इंग्लंडमधील एका विद्वान व्यक्तीनं 'युनायटेड वर्ल्ड कॉलेज'ची स्थापना केली. त्यात त्यांच्या असं लक्षात आलं की, ही महायुद्धं अनेक कारणांनी होतात. प्रखर देशाभिमान, धर्माभिमान, संस्कृती

वगैरे प्रमुख कारणं आहेत. या भिंती आपण तोडल्या तर सर्वसामान्य माणूस हा चांगल्या स्वभावाचा, द्वेष न करणारा, सौख्यानं एकत्र राहू इच्छिणारा असतो.

जगातील सर्वसामान्य माणूस चांगलाच असतो, हा अनुभव आपल्यालाही येतो. परंतु या भावनांवरून भडका उडवण्याची व्यवस्था होते तेव्हा परिस्थिती पूर्ण बदलू शकते. याची शेकडो उदाहरणं आपण आपल्या आयुष्यात पाहतो. मग यासाठी काय करायचं, असा विचार या विद्यापीठामागं होता. भावी पिढीत एकमेकांबाबत कधीच द्वेषभाव निर्माण होणार नाही, हे पाहायचं. एकमेकांना समजून घेणं हा त्यांचा स्थायीभाव असून तो कायम राहील, यासाठी प्रयत्न करायचा असं ठरलं.

त्यांनी असा विचार केला की, विद्यार्थी दहावी ते बारावी या वयात खूप संवेदनशील असतो. आपण जगातील सुमारे चारशे ते हजार विद्यार्थ्यांची शाळा काढायची. प्रत्येक वर्गात वीस विद्यार्थी असतील आणि ते वेगवेगळ्या देशांतील असतील. ते एकत्र मोठ्या वसतिगृहात राहतील. नंतर ते जगातील कोणत्याही विद्यापीठात प्रवेश मिळवू शकतील, या प्रकारचा अभ्यासक्रम असेल. हा विद्यार्थी आपल्या देशातील घरापासून परदेशातील ज्या गावात शाळा असेल तिथं एकटाच जाईल. आई-वडील अथवा इतर कुणीही त्याच्याबरोबर असणार नाही. इथूनच त्याची सर्व गोष्टींना तोंड देण्याच्या वृत्तीची सुरुवात होते.

माझा नातू वर नमूद केलेल्या दोन्ही शाळांमध्ये शिकला. अर्थात वॉलडॉर्फ शाळेत तो तीन-चार वर्षंच होता. नंतर तो आई-वडिलांबरोबर भारतात परतला आणि दहावी उत्तीर्ण झाल्यावर 'यूडब्ल्यूसी' या शाळेत जाण्यासाठी कोस्टारिका या देशात गेला. तो मराठी, इंग्लिश, स्पॅनिश वगैरे भाषा उत्तम बोलतो. त्याची जगात कुठंही राहण्याची मानसिकता आहे. या निमित्तानं आम्ही उभयता कोस्टारिकामध्ये अश्विनीबरोबर आमच्या नातवाला भेटायला गेलो. तिथले एक-दोन अनुभव सांगावेसे वाटतात.

• • • • •

आध्यात्मिक विचारांची पार्श्वभूमी असलेल्या रुडॉल्फ स्टेनर या ऑस्ट्रियन माणसाच्या पुढाकारातून वॉलडॉर्फ शाळेचा जन्म झाला. आपण निसर्गाबरोबर बालपण घालवावं, त्याच्याकडून जीवनाचे धडे शिकत ज्ञान मिळवावं असा प्रयत्न तिथं असतो.

• • • • •

आम्ही यूडब्ल्यूसी शाळेजवळ असणाऱ्या हॉटेल आल्टा इथं उतरलो होतो. अश्विनी दोन-तीन दिवस आधीच पोहोचली होती. हॉटेल टुमदार, अगत्यशील, स्वच्छ होतं. दोघं नवरा-बायको ते चालवत होते. तिथंच काम करत असल्यानं त्यांची व अश्विनीची चांगली ओळख झाली होती. आम्ही आल्यावर दुसऱ्या दिवशी त्या जोडप्याची तिनं आम्हांला ओळख करून दिली. ॲलेक्स हा देखणा, गोरापान, थोडासा धिप्पाड; तर त्याची बायको काहीशी आधुनिक कपड्यांमध्ये, परंतु सर्व रोजचे व्यवहार पाहणारी!

थोड्या गप्पा झाल्यावर आम्ही आमची व्हिजिटिंग कार्ड्स एकमेकांना दिली. मी ॲलेक्सला विचारलं, ''तुम्ही अमेरिकन आहात का?'' त्यानं 'होय' असं उत्तर दिलं. मात्र, त्याच्या चेहऱ्यावर प्रश्नचिन्ह होतं.

मी म्हटलं, ''तुम्ही मला एशियन म्हणजे इराण वगैरे भागातील वाटता म्हणून विचारलं.''

तो म्हणाला, ''असं का?''

''तुमचं आडनाव 'खजावी' हे इराणी आहे त्यामुळे तसं वाटलं.'' मी उत्तरलो.

त्यावर ॲलेक्सनं मला प्रश्न केला, ''इराणबद्दल तुम्हांला काय माहीत आहे?''

मी सांगितलं, ''इराणमधील स्टील प्लँट्सबरोबर आमचा अनेक वर्षं व्यवसाय होता. त्या निमित्तानं मी अनेकदा तेहरान आणि इराणच्या विविध भागांत फिरलो होतो.''

त्यानं विचारलेल्या गावांपैकी मी सिराज या शहराचा उल्लेख केला. ते एक आकर्षक शहर असून तिथल्या बागा, संस्कृती आणि विशेषतः वाइन ही जगप्रसिद्ध आहे. आमचं बोलणं सुरू असताना ॲलेक्स खुर्चीतून उठला आणि त्यानं मला आवेगानं घट्ट मिठी मारली.

भारतीनं त्याच्या डोळ्यांत अश्रू पाहिले. आम्हांला कळेना एकदम त्याला काय झालं ते...! अश्रू पुसत तो म्हणाला, ''सिराजमधील माझ्या जन्मापासूनच्या आठवणी आहेत.''

४५ वर्षांपूर्वी इराणच्या शहाच्या उठावामुळे ॲलेक्सच्या आई-वडिलांनी अमेरिका गाठली ती कायमचीच! आमच्या भेटीपर्यंत ते इराणला गेलेले नव्हते. त्यांना त्यांचं बालपण आठवलं आणि साहजिकच गहिवरून आलं. आपल्या भावना मातृभूमीशी किती घट्ट रुजलेल्या असतात, याचं ते प्रतीक होतं. दुसऱ्या दिवशी त्यानं शहरातील मान्यवर व्यक्तींना त्याच्या घरी आमंत्रित केलं. आम्हां तिघांनाही त्यानं भोजनासाठी आवर्जून बोलावलं. आतिथ्यात कोणतीही कमतरता ठेवली नव्हती!

कोस्टारिका या देशाच्या दोन बाजू दोन महासागरांना भिडतात. त्या दोन्ही ठिकाणांतील फरक चटकन लक्षात येतो. एक अगदी निसर्गानं नटलेला, तर दुसरा काहीसा दुष्काळी! तिथं उत्तम दर्जाची स्वच्छता आणि निसर्गाबद्दल कमालीची जागरूकता, त्यामुळे झाडं कापण्याचा प्रश्नच नाही. परंतु फांद्या, पानं पडली तरी त्यांना हात लावायचा नाही, निसर्ग काळजी घेईल ही स्पष्ट भूमिका! सर्व काही सेंद्रिय... झाडं, फुलं रसरशीत... एक आनंदी वातावरण! हा निसर्ग बहरतो आहे असं ठायी-ठायी जाणवतं. नागरिक खाऊन-पिऊन सुखी; परंतु अमेरिकेच्या परिणामामुळे आधुनिकतेकडे वाटचाल!

वस्तुस्थिती अशी आहे की, १९३२मध्ये हिटलरनं यूडब्ल्यूसी ही शाळा बंद करायला लावली. ती १९४५मध्ये पुन्हा सुरू झाली. तीत प्रत्येक मुलगा-मुलगी कुठल्याही गोष्टीत प्रवीण असते, याची सर्वांना जाणीव होते. त्यामुळे कुणी श्रेष्ठ नाही अथवा कमी दर्जाचा नाही, हे मनावर ठसतं. प्रत्येक संस्थापक, संस्था, प्रदेश या बाबी आपल्याला काहीतरी शिकवत असतात. खात्री आहे, तुम्हांलाही भ्रमंती करायला आवडेल.

डोळे आणि कान उघडे ठेवा... निसर्गशिक्षक त्याचं काम करेल! पाहा प्रयत्न करून...!

●●●

संवादातून स्फुल्लिंग जागृती

गेली अनेक वर्षं मी महाविद्यालयाच्या अंतिम वर्षाच्या विद्यार्थ्यांच्या – मग ते व्यावसायिक, तांत्रिक, कॉमर्सचे विद्यार्थी असोत अथवा आमच्या विद्यार्थी साहाय्यक समितीचे विद्यार्थी असोत – कार्यक्रमाला जात असतो. मी अशा कार्यक्रमांतून भाषण करण्याचं कटाक्षानं टाळतो. त्याऐवजी त्यांच्याशी संवाद करत त्यांच्यासमवेत वेळ घालवण्याचा माझा आग्रह असतो. याची काही कारणं आहेत. एक तर सर्वसाधारणतः विद्यार्थ्यांना त्यांनी काय वाचावं, कसं वागावं किंवा अन्य बोधपर गोष्टी वेगवेगळ्या स्वरूपात सांगितल्या जातात, ते सगळं बहुतकरून एकतर्फी असतं. विद्यार्थ्यांना काय हवं, समोरील श्रोते काय अपेक्षेनं आलेले आहेत, हे सर्वसाधारणतः आपल्याला माहीत नसतं. आपण केलेल्या भाषणानं श्रोत्यांच्या हृदयाचा ठाव घेतला आहे का, हे महत्त्वाचं असतं. अन्यथा कार्यक्रम संपल्यावर वक्ता काय बोलला हे दोन-तीन दिवसांनी लक्षातही राहत नाही. मी काही उत्तम वक्ता नाही. त्यामुळे संवाद साधत श्रोत्यांच्या प्रश्नांची उत्तरं दिली तर ती बरीचशी उपयुक्त तरी ठरतात असा माझा अनुभव आहे. याच कारणांमुळे मी संयोजकांना नेहमी आग्रह धरतो की, माझ्या संवादरूपी भाषणावर श्रोत्यांच्या प्रतिक्रिया काय आहेत याचा आढावा घ्यावा. याचा असा उपयोग होतो की, आपण दिलेल्या वेळेची परिणामकारकता कितपत झाली, त्यांना काय आवडलं किंवा काय नाही आवडलं, यातून आपलंही शिक्षण होत असतं.

दुसरी गोष्ट या संदर्भात सांगावीशी वाटते. मी एक पथ्य पाळतो... जोपर्यंत श्रोत्यांकडून प्रश्न येत आहेत तोपर्यंतच कार्यक्रम सुरू ठेवायचा. मग तो अर्ध्या तासात संपो की दोन तासांनंतर संपो! तिसरी गोष्ट अशी की, या पद्धतीमुळे बोलणं एकतर्फी होत नाही. वेगवेगळ्या प्रश्नांच्या निमित्तानं श्रोते सहभागी होत असल्यानं विविधता येते. श्रोता जागरूक राहतो. एरवी, असा श्रोतृवर्ग लगेच मोबाइलकडे वळतो. याचा अर्थ असा आहे की, वक्त्यानं किती वेळ बोलावं हेही श्रोतृवर्ग ठरवतो. आपला कार्यक्रम पंधरा-वीस मिनिटांत आटोपला किंवा दोन तासांनंतर वेळेअभावी थांबवावा लागला हेच परिमाण आपल्या वेळेची उपयुक्तता ठरवतं. नकळत सर्वांनाच याचं भान राहतं.

(या बाबतीत वेगवेगळ्या ठिकाणी अर्थातच वेगवेगळे अनुभव येतात. त्यातील काही आठवणीत राहण्यासारखे असल्यानं लिहावेसे वाटले.)

आणखी एक आग्रह असतो. तो म्हणजे, माझा परिचय; जो काही वेळा लांबलचक होतो किंवा होण्याची शक्यता असते. तर, माझा परिचय लांबणार नाही याची काळजी घेतली जावी असा माझा आग्रह असतो. म्हणजे असं की, माझी ओळख दोन-तीन मिनिटांत करून द्यावी, अशी अपेक्षा असते. नंतर मग मीच माझा परिचय करून देत प्रश्नोत्तरांना सुरुवात करतो. विद्यार्थ्यांशी संवाद असल्यानं हे उपयुक्त ठरतं, असा माझा अनुभव आहे.

पवार कुटुंबाच्या आयुष्यात किंवा कोणत्याही यशस्वी व्यक्तीच्या आयुष्यात काय अडचणी होत्या याविषयीचा विचार किंवा किती सामान्य परिस्थितीतून ही व्यक्ती पुढं आली असेल असा विचार कुणी सहसा करत नाही. 'पवार यांना काय कमी' अशी सोयीस्कर समजूत समाजात असते किंवा तशी घडवली जाते.

एकदा औरंगाबादला परिसंवाद होता. विविध क्षेत्रांतील पाचशे-सहाशे महाविद्यालयीन विद्यार्थी उपस्थित होते. वर नमूद केल्यानुसार, सुरुवातीचे सोपस्कार संपल्यावर प्रश्नोत्तरांनी सुरुवात होणार होती. स्वतःची ओळख करून देताना, माझ्या शालेय शिक्षणाची सुरुवात काटेवाडीला आमच्या वस्तीजवळील खताळपट्टा इथल्या मारुतीच्या देवळात झाली, असं सांगून मी आरंभ करतो. एक शिक्षक; सहा वर्ग... अनेकदा मास्तर बाहेर अशी स्थिती असे... काटेवाडीची शाळा सुमारे दीड-दोन मैल दूर असल्यानं माझ्या आईनं ही शाळा – जी सुमारे एक किलोमीटरवर होती – निवडली

होती. मात्र, तिथलं शिक्षण पाहून तिनं मला काटेवाडीच्या शाळेत घातलं. दुसऱ्या इयत्तेत बारामतीला घराजवळील म्युनिसिपालिटीच्या शाळेत घातलं. आमचा वर्ग पत्र्याच्या शेडमध्ये होता. तिथं चौथीपर्यंत वर्ग असत.

घरच्या शिस्तीमुळे मी शाळेत वेळेवर येत असल्याचं गुरुजींच्या लक्षात आलं. गुरुजी, विद्यार्थी हे निदान पंधरा-वीस मिनिटं उशिरा येत, त्यामुळे 'या दरम्यानच्या काळात तू शाळा झाडून घेत जा' असं मला सांगण्यात आलं. मी नियमितपणे शाळा झाडत असे. 'सकाळ'चा कार्यभार स्वीकारल्यावर मशीन शॉपमध्ये कामगार धूळ उडवत साफसफाई करत असत. तेव्हा धूळ न उडवता कसं झाडायचं हे मी त्यांना प्रात्यक्षिकाद्वारे दाखवलं! हा त्यांना आश्चर्याचा धक्का होता. अर्थात, माझी दुसऱ्या इयत्तेतील पार्श्वभूमी त्यांना माहीत नव्हती.

भाषणात मी गमतीनं सांगतो की, वेळेवर शाळेत जाण्याचं बक्षीस मला शाळा झाडण्याच्या जबाबदारीच्या रूपानं मिळालं! हे सांगण्याचं कारण असं की, पवार कुटुंबाच्या आयुष्यात किंवा कोणत्याही यशस्वी व्यक्तीच्या आयुष्यात काय अडचणी होत्या याविषयीचा विचार किंवा किती सामान्य परिस्थितीतून ही व्यक्ती पुढं आली असेल असा विचार कुणी सहसा करत नाही. 'पवार यांना काय कमी' अशी सोयीस्कर समजूत समाजात असते किंवा तशी घडवली जाते.

'तुम्हां सर्व विद्यार्थ्यांपेक्षा सामान्य-साध्या शाळेतून माझ्या शिक्षणाचा श्रीगणेशा झाला आहे. नव्हे, सर्व पवार कुटुंबीयांचाच झाला आहे,' हे सांगणं आवश्यक ठरतं. आपण समोरच्या व्यक्तीपेक्षा चांगल्या शाळेतून आलेलो आहोत, याची मग उपस्थित विद्यार्थ्यांना जाणीव होते.

माझं सर्व प्राथमिक शिक्षण मराठी माध्यमांतून उत्तम गुणांसह झालं. फर्ग्युसन कॉलेजमध्ये गेल्यावर सर्व विषय इंग्लिशमधून, त्यामुळे काही समजेना. पहिल्या परीक्षेत 'अनेक विषयांत नापास' अशी स्थिती. परिणामी, अभ्यासातील लक्ष उडालं. टंगळमंगळ करणं, मुलींकडे पाहणं, सिनेमे पाहणं यात वेळ जाऊ लागला. अकरावीच्या परीक्षेत (तेव्हाची शालान्त परीक्षा) मला ७० टक्क्यांहून अधिक गुण होते. त्या काळात हे सोपं नव्हतं. परंतु मराठी माध्यमांतून आलेल्या बहुतांश विद्यार्थ्यांची परिस्थिती माझ्यासारखीच होती. लवकरच माझ्या लक्षात आलं की, अशा वागण्यानं आपलं काही भलं होणार नाही... आपल्याला इंग्लिश यायला हवं.

मग, त्यासाठी मी काय-काय प्रयत्न केले आणि पिलानी कसं गाठलं, याचं थोडं वर्णन मी माझ्या परिचयरूपी भाषणात करत असतो. पिलानीमध्येही हिंदी, इंग्लिश

भाषेची अडचण होतीच; परंतु तीवर मात करत मी शिक्षण पूर्ण केलं, असं सांगत मी विद्यार्थ्यांना 'आता तुम्ही प्रश्न विचारा,' असं आवाहन करतो. दोन-तीन प्रश्नांनंतर त्यांच्यात मोकळेपणा, धैर्य यायला लागतं आणि मग खरी प्रश्नोत्तरांची, अर्थात संवादाची सुरुवात होते.

साधारणतः पुढील दोन-तीन प्रश्न हमखास असतात :

१. तुम्ही पवार, तुम्हांला काय कमी आहे?

२. तुम्ही राजकारणात का गेला नाहीत?

३. इंजिनिअरिंगचे पदवीधर असताना 'सकाळ' कसा चालवू शकलात? अर्थात,

या प्रश्नांची उत्तरं त्यांचं समाधान होईल अशा पद्धतीनं मी देत असतो.

समारोपाच्या आसपास आल्यावर मी एक उदाहरण जरूर सांगतो... माझे एक जवळचे मित्र, जे अतिशय यशस्वी होते, त्यांचं दहाव्या वर्षापर्यंतचं आयुष्य अत्यंत ऐशोआरामात गेलं होतं. कराची शहरात आयुष्य व्यतीत होत असताना त्यांच्या वडिलांचं अचानक निधन झालं. पुढील दोन वर्षांत व्यवसायाचं दिवाळं वाजल्यानं एका साध्या खोलीत राहण्याची वेळ त्यांच्यावर आली. कालांतरानं महिना दहा रुपये पगार मिळवत त्यांचा पुढील प्रवास सुरू झाला. पुढील पाच-सहा वर्षांत त्यांना पुण्यात महिना तीस रुपये पगाराची नोकरी मिळाली. शिक्षण नाही, पैसे नाहीत, स्थानिक परिचय नाही किंवा स्थानिक भाषा येत नाही, अशा परिस्थितीतून ते दहा हजार कोटींची उलाढाल करणारे यशस्वी उद्योजक झाले. मी एकदा त्यांना विचारलं होतं, 'तुमच्या यशाचं गमक एका वाक्यात कसं सांगाल?' ते उत्तरले होते, 'माझं भांडवल म्हणजे माझ्या हृदयातील आग! तिनं मला सर्व अडचणींवर मात करायची प्रेरणा दिली.'

हे उदाहरण मी नावानिशी सांगत त्या उद्योजकाचा प्रवास मांडतो आणि उपस्थितांना विचारतो, 'तुम्ही आता तक्रार करू शकता का? कुणालाही यश आपोआप मिळत नसतं. अडचणींवर मात करतच यशप्राप्ती होते, मार्ग काढता येतो.'

उपस्थितांच्या डोळ्यांत मला आत्मविश्वास दिसतो. दिलेला वेळ सत्कारणी लागला, या समाधानात मी निरोप घेतो.

आपण विद्यार्थ्यांमधील स्फुल्लिंग जागृत करण्याचं काम करू शकलो, हे वेगळंच समाजकार्य असतं. सुदैवानं आमच्या आई-वडिलांनी हेच भांडवल आम्हांला दिलं. बाकी सर्व इतिहास आहे. आपण मान्य कराल, अशी आशा आहे.

● ● ●

ज्ञानातून निर्मितीकडे

आपल्या देशात आपण आत्मनिर्भरतेबाबत, म्हणजेच स्वयंपूर्णतेबाबत आज बोलतो आहोत. परंतु याची सुरुवात अनेक उद्योग-संशोधन संस्थांच्या पातळीवर तीस-चाळीस वर्षांपूर्वीच झालेली आहे. या आधीच्या काळात अशा गोष्टींना फारसं चांगलं वातावरण नव्हतं. म्हणजे, एखादी कल्पना, गरज यावर कुणी यशस्वीपणे कामं केली तरी त्याला पुढं जाण्यासाठी नकटीच्या लग्नाप्रमाणे शंभर विघ्नं असत... म्हणजेच वाट पाहावी लागत असे. मी नेहमी गमतीनं म्हणतो, 'अमेरिका - युरोपमध्ये एखादं बीज बागेत लावल्यावर त्याला सर्व पोषक वातावरण देऊन ते फुलेल-फळेल अशी काळजी घेतली जाते. आपल्या देशात कायदे, बाबूशाही, राजकीय शिथिलता वगैरेंमुळे तेच बीज जंगलात रुजण्यासाठी फेकल्यासारखं असतं. त्यामुळे त्याचं वटवृक्षात रूपांतर होण्याची शक्यता शंभरात किंवा हजारांत एखादी असते. शिवाय, फार जोरात फोफावणं हे अमेरिकेत अभिमानाचं, कौतुकाचं मानलं जातं; तर आपल्याकडे त्याकडे संशयानं पाहिलं जातं.' अर्थात, ही मानसिकता बदलायला लागली आहे.

विविध क्षेत्रांत, मला समजेल अशा तंत्रज्ञानाची निर्मिती झाल्यास ती समजावून घ्यायला मला आवडतं. तंत्रज्ञानातील सर्वच बारकावे समजायला हवेत असं नाही; परंतु त्याचा उपयोग, समाजाला त्याचा फायदा काय, हे समजून घेता येतं. अनेकांशी संपर्क येतो किंवा शेतीप्रधान संशोधन वा उत्पादन असल्यास आमच्या 'ॲग्रोवन'मधून

प्रसिद्धी देऊन शेतकऱ्यांचं आणि त्या उद्योजकाचं भलंही करता येतं. 'सकाळ'नं प्रचार केलेलं E.M. हे रसायन शेतकऱ्यांच्या फार उपयोगी पडत आहे.

संशोधन, उत्पादन करू इच्छिणाऱ्या उद्योजकांना सक्रिय मदत करणाऱ्या काही संस्थांबरोबर मी गेली बारा-पंधरा वर्षं काम करत आहे. एका ठिकाणी अध्यक्ष आणि दुसऱ्या ठिकाणी उपाध्यक्ष असलो तरी खरं काम करणारे इतर विश्वस्त आणि पदाधिकारी असतात. धोरण, संस्था योग्य मार्गानं काम करत आहे ना, आर्थिक शिस्त पाळली जात आहे की नाही, हे पाहणं हे माझ्यासारख्याचं काम असतं.

ज्याप्रमाणे इमारतीतली प्रत्येक वीट महत्त्वाची असते, त्याप्रमाणे सर्वांच्या सहकार्यानंच कोणत्याही संस्थेचा कारभार चालतो. वस्तुस्थिती ही स्पष्ट असते की, लोक संस्था उभी करतात, वाढवतात किंवा लोकच ती नामशेष करतात. प्रश्न असतो की, हे लोक निःस्वार्थी आहेत की स्वार्थी आहेत?

माझा बाएफ (भारतीय ॲग्रो इंडस्ट्रीज फाउंडेशन, उरुळीकांचन) या संस्थेशी गेली पंधरा-वीस वर्षं विश्वस्त या नात्यानं जवळचा संबंध आहे. मणिभाई देसाई यांनी त्या संस्थेची स्थापना केली. या संस्थेनं दुधाबाबत देशभर क्रांती केली. याशिवाय, शेती व संलग्न उत्पादनात अनेक यशस्वी प्रयोग केले. देशाच्या तेरा राज्यांत ही संस्था काम करते. एक चर्चेत मला PROM म्हणजे 'फॉस्फेटरिच ऑर्गेनिक मन्युअर' या नवीन निर्माण केलेल्या उत्पादनाची माहिती मिळाली. थोडक्यात, डेअरीतील गायी-म्हशींच्या शेणातून गोबरगॅस निर्माण केल्यावर राहिलेल्या शेणखतात फॉस्फेटयुक्त खनिज विशिष्ट पद्धतीनं घालून हे खत निर्माण करायचं. असं केल्यानं ते ऑर्गेनिक तर असतंच; त्याचबरोबर रासायनिक खतांइतकंच किंवा काकणभर जास्तच उत्तम दर्जाचं खत निर्माण होतं; आणि तेही जवळपास निम्म्या किमतीत! यामुळे एरवी दोन रुपये किलो भावानं विकलं जाणारं खत आता पंधरा-वीस रुपये किलो दरानं विकलं जातं. शिवाय, गॅसवर इंजीन चालवणं, स्वयंपाकाला गॅस मिळणं हे फायदे होतातच. सर्व अर्थशास्त्र बदलून जातं आणि डेअरी फायद्यात जाते. हा यशस्वी प्रयोग आम्ही बारामतीच्या ॲग्रीकल्चरल डेव्हलपमेट ट्रस्टमध्ये राबवला आहे. कोणताही शेतकरी हे पाहू शकतो, शिकू शिकतो. बाएफप्रमाणे अशा गोष्टी यशस्वी होण्यासाठी संघटित म्हणजे संस्थात्मक प्रयत्न करावे लागतात, तरच त्या दीर्घ काळ टिकतात.

वर उल्लेखिलेल्या संस्थांप्रमाणेच आणखी दोन अशाच संस्थांचा थोडक्यात परिचय करून देणं आवश्यक वाटतं.

पुणे विद्यापीठात संशोधनयुक्त उत्पादनं निर्माण होण्यासाठी एक शाखा निर्माण करण्यात आली. कालांतरानं तिचं रूपांतर एका न्यासात, म्हणजे STP (सायन्स ॲण्ड टेक्नॉलॉजी पार्क) या नावानं झालं. त्यात बारा वर्षांपूर्वी मी विश्वस्त झालो. उद्योजक शोधायचे, त्यांना मार्गदर्शन करायचं, आवश्यक असल्यास जागाही द्यायची आणि त्यांना यशस्वितेकडे न्यायचं. आतापर्यंत हजारांहून अधिक उत्पादनांचा इथं जन्म झाला. अर्थात, नेहमीप्रमाणे या संस्थेलाही अनेक अडचणी होत्याच. म्हणजे, उद्योजक आणि त्यांना जन्म देण्यास मदत करणारी ही संस्था सतत आर्थिक चणचणीतून जात असते. सुदैवानं, भारत सरकारच्या 'डिपार्टमेंट ऑफ सायन्स ॲण्ड टेक्नॉलॉजी' या विभागानं उद्योजकांसाठी आर्थिक मदत करण्याच्या दृष्टिकोनातून अनेक योजना वेगवेगळ्या नावानं राबवायला सुरुवात केली आहे. अर्थात, याला दहा-पंधरा वर्षं झाली. याचा उपयोग एसटीपीनं करून घेतला. परंतु न्यासातर्फे मदत देण्याऐवजी विशिष्ट धोरण असणारी कायदेशीर संस्था निर्माण केल्यास (Section 8 company) पैशाचं पाठबळ मोठ्या प्रमाणात दिलं जाईल, असं भारत सरकारनं धोरण म्हणून ठरवलं. अर्थातच, आम्ही याचा फायदा करून घ्यायचं ठरवलं.

आज एखादी कल्पना पूर्ण स्वरूपात आणणं, नंतर तिचं वस्तुस्थितीत परिवर्तन करणं, नंतर तिचं मोठ्या प्रमाणात उत्पादन करणं अशा गोष्टींसाठी वेगवेगळ्या योजना आहेत. एसटीपी आता या सर्व गोष्टींचा उत्तम उपयोग करून घेऊन देशातील नव-उद्योजकांना मदत करते.

सर्वसाधारणतः नवकल्पना वापरून तयार केलेल्या उत्पादनांत जवळपास फक्त १० ते १५ टक्केच यश मिळतं; परंतु आमच्या एसटीपीमध्ये विश्वस्तांबरोबर अनेक क्षेत्रांतील तज्ज्ञ काम करतात, आपलं योगदान देतात, त्यामुळे निवड केलेल्या या छोट्या प्रकल्पांचं यशस्वी होण्याचं प्रमाण ८० ते ९० टक्के आहे. परिणामी, भारत सरकारलाही या संस्थेबद्दल मोठा विश्वास निर्माण झाला आहे.

बारामतीत ॲग्रीकल्चरल डेव्हलपमेंट ट्रस्टतर्फे प्रत्येक जिल्ह्यातील एक मुलगा आणि एक मुलगी यांना एक महिन्याचं सर्वांगीण प्रशिक्षण दिलं गेलं. हे विद्यार्थी-प्रशिक्षण सुरू होण्याआधी आणि ते संपल्यावर पाहणं कौतुकास्पद असतं. पैलू पाडणं हे सर्वच ठिकाणी आवश्यक असतं, उपयुक्त असतं.

अशीच दुसरी संस्था म्हणजे सीओईपीच्या यशस्वी उद्योजक असलेल्या काही माजी विद्यार्थ्यांनी स्थापन केलेली भाऊ इन्स्टिट्यूट.

ही संस्था महाविद्यालयामध्येच सुरू करण्याचं त्यांनी ठरवलं. या लोकांनी जवळपास पाच कोटी रुपयांची आर्थिक मदत करण्याचं ठरवलं. सीओईपीनं जागा द्यावी, तिथं एक वेगळी इमारत या कामासाठी उभी करून विद्यार्थी, नव-उद्योजक यांना सीओईपीच्या पाठबळावर यशस्वी होण्यासाठी सर्वतोपरी मदत करावी, असा या भाऊ इन्स्टिट्यूटचा उद्देश होता. मी सीओईपीशी संबंधित असल्यानं मला त्यात ओढलं गेलं आणि माझा सक्रिय सहभाग अध्यक्ष या नात्यानं सुरू झाला.

इमारत वगैरे बांधून होईपर्यंत वर उल्लेख केल्यानुसार, भारत सरकारच्या 'डिपार्टमेंट ऑफ सायन्स अॅण्ड टेक्नॉलॉजी'तर्फे कशी मदत मिळवता येईल हे प्रयत्न सुरू झाले. त्यासाठी भारत सरकारच्या नवीन धोरणानुसार, न्यासाऐवजी कायदेशीर कंपनी सुरू करणं किंवा असणं आवश्यक ठरवण्यात आलं होतं. तत्कालीन अध्यक्ष डॉ. कोहली यासाठी मान्यता देईनात. शेवटी, मी मुंबईला जाऊन त्यांची भेट घेतली आणि त्यांचा या मागचा दृष्टिकोन काय आहे ते समजून घेतलं. त्यांना भविष्यात ही कंपनी बाहेरचे लोक ताब्यात घेऊ शकेल, अशी भीती वाटत होती. त्यावर 'कंपनीचे डायरेक्टर्स हे सीओईपीचं बोर्डच ठरवू शकेल, अशी व्यवस्था कंपनीच्या नियमावलीत करता येईल,' असा सोपा मार्ग मी सुचवला. त्यामुळे बाहेरच्या लोकांचा मार्गच बंद होतो, हे डॉ. कोहलींना लगेच पटलं आणि पुढील वाट मोकळी झाली.

भाऊ इन्स्टिट्यूट आज देशातील सर्वोत्तम ७५ संस्थांपैकी आहे. कित्येक कोटी रुपयांची साधनसामग्री, संस्थेला प्राथमिक गरजांसाठी आर्थिक मदत, नव-उद्योजकांना भारत सरकारच्या सर्व योजनांचा लाभ या गोष्टी प्रत्यक्षात आल्या. सीओईपीला चिखलीमध्ये महाराष्ट्र सरकारनं जागा उपलब्ध करून दिली आहे. तिथं भाऊ इन्स्टिट्यूटला हवी तेवढी जागा देता येईल. उत्तम तंत्रज्ञान, उत्तम उत्पादनं होण्यासाठी विशेष प्रयत्न केले जातील, अशी अपेक्षा आहे.

याच प्रकारचे प्रयत्न बारामतीत अॅग्रीकल्चरल डेव्हलपमेंट ट्रस्टतर्फे सुरू झाले आहेत. तिथंही मला विश्वस्त या नात्यानं सहभागी होता आलं आहे. स्वयंपूर्णता ही शहरांपुरतीच मर्यादित न ठेवता बारामतीसारख्या ठिकाणीही यशस्वीपणे राबवली जात आहे. प्रत्येक जिल्ह्यातील एक मुलगा आणि एक मुलगी यांना एक महिन्याचं सर्वांगीण प्रशिक्षण दिलं गेलं. हे विद्यार्थी-प्रशिक्षण सुरू होण्याआधी आणि ते संपल्यावर पाहणं कौतुकास्पद असतं. पैलू पाडणं हे सर्वच ठिकाणी आवश्यक असतं, उपयुक्त असतं.

अशीच एक गोष्ट विद्यार्थी साहाय्यक समितीमधील मुलामुलींसाठी 'गर्जे मराठी' या आंतरराष्ट्रीय संस्थेच्या मार्गदर्शनाखाली सुरू झाली आहे. प्रशिक्षित केलेल्या चाळीस विद्यार्थ्यांमध्ये आत्मविश्वास, सामाजिक जाण, हवे तेवढे कष्ट करण्याची तयारी हे गुण प्रकर्षानं दिसले. साहजिकच, ही बाब आम्हां सर्व कार्यकर्त्यांना पुढील प्रगतीसाठी उत्साह आणि समाधान देऊन गेली.

सर्व शहरांमध्ये काम करणारे आणि निवृत्त झालेले शेकडो तज्ज्ञ आहेत. त्यांना एका व्यासपीठावर आणल्यास अशा मुलांना, संस्थांना खूप फायदा होईल. या तज्ज्ञांनाही समाजासाठी योगदान दिल्याचं समाधान मिळेल. याची सुरुवात पुण्यातील मराठा चेंबरनं केलेली आहे.

आपल्यापैकी कुणालाही यात सहभागी व्हावंसं वाटलं तर जरूर कळवा. अडचणी, दोष दाखवण्याऐवजी संघटित प्रयत्न करू या! या तज्ज्ञ लोकांना आता शिक्षण क्षेत्रातही 'प्रोफेसर इन प्रॅक्टिस' या योजनेंतर्गत शिकवता येईल, सहभागी होता येईल. अर्थात, सीओईपीमध्ये याची यशस्वी सुरुवात केव्हाच झाली आहे. संपर्काची वाट पाहू नका, आपणच पुढाकार घ्या!

बाबासाहेब देशमुख... एक दीपस्तंभ!

बालग्राम म्हणजे SOS Childrens Village. या प्रकल्पाला देशात सुरुवात झाली ती १९७०नंतर. हरमन मायनर या ध्येयवेड्या माणसानं या संस्थेचं काम दुसऱ्या महायुद्धानंतर युरोपमध्ये सुरू केलं. युरोपमध्ये अनेक देशांची वाताहत झालेली होती. पुरुष, विशेषतः तरुण, युद्धात मोठ्या प्रमाणात मारले गेले होते. ही परिस्थिती युरोपमधील अनेक देशांत होती.

अनाथ, विधवा, वयस्कर महिलांचा चरितार्थ कसा चालणार, ही व्यथा होती. तीच गोष्ट अनाथांची, बालकांची, अर्थात मोठ्या घटकांची होती. मायनर यांनी एक उपाय शोधला. त्यातून या प्रकल्पाचा जन्म झाला. एका अनाथ स्त्रीनं सात-आठ मुलांचं संगोपन कसं करावं... तिला घराचं आणि या सर्वांचं संगोपन सर्वार्थानं करण्यासाठी पुरेसा आर्थिक पुरवठा व मार्गदर्शन करायचं... त्यामुळे स्त्रीला घर आणि सुरक्षितता मिळते; तर मुलांना माता, आधार, संस्कार मिळतात. हा प्रयोग युरोपमध्ये यशस्वी झाल्यानंतर मायनर यांनी व्हिएतनामकडे आणि नंतर भारताकडे लक्ष वळवलं. याबाबत देशपातळीवर चर्चा झाली. दिल्लीत या प्रकल्पाबाबत चर्चा झाल्यावर बाबासाहेब जाधव यांनी ही बालग्राम चळवळ महाराष्ट्रात सुरू करण्याची जबाबदारी घेतली. त्यांचा जनसंपर्क होताच. यात त्यांनी माझ्यासह अनेकांना ओढलं. त्यांना 'नाही' म्हणणं शक्य नव्हतं. मी सुमारे ३५ वर्षं महाराष्ट्रात बालग्रामचा विश्वस्त, खजिनदार म्हणून आणि आजतागायत राष्ट्रीय समितीवर काम करत आहे.

या अनुषंगानं काही पूर्वपरिचित म्हणजे डॉ. अच्युतराव आपटे, शोभनाताई रानडे, डॉ. दादा गुजर आदी सोबत होतेच; तर मराठवाड्यातील सगरोळी इथले बाबासाहेब देशमुख यांचाही परिचय झाला.

बाबासाहेब देशमुख यांचं भव्य व्यक्तिमत्त्व, अतिशय मृदू भाषा, धिप्पाड देह, राहणीतील अगदी साधेपणा, कामाची तळमळ यांतून मी त्यांच्याकडे ओढला गेलो. का कोण जाणे; मला त्यांच्यात माझ्या वडिलांचा भास होत असे. त्यामुळे आमची घसट तर वाढलीच; परंतु ते पुण्यात आले की घरी जेवायला येणं हे नियमित व्हायला लागलं.

त्यांच्या ट्रस्टला मी कधीच मोकळ्या हातानं जाऊ दिलं नाही... अगदी आजतागायत! बाबासाहेब २००४मध्ये वारले; परंतु त्यांच्या कुटुंबीयांशी ऋणानुबंध कायमचे जोडले गेले आहेत. आमच्या संबंधांत जिव्हाळा आणि निःस्वार्थ प्रेम होतं. समाजासाठी देण्याच्या त्यांच्या योगदानाचं मनापासून कौतुक तर होतंच; त्याचबरोबर एक आदराची भावनाही होती.

बाबासाहेब हे महाराष्ट्र-तेलंगण यांच्या सीमेवरील सगरोळी (जिल्हा, नांदेड) इथले. हैदराबाद इथं शिक्षण पूर्ण करून ते गावी परत आले ती आपली मोठी शेती करण्यासाठी! सुशिक्षित व मृदू स्वभाव, मदत करण्याची वृत्ती यांमुळे गावकऱ्यांनी त्यांची सरपंच म्हणून बिनविरोध निवड केली. शिक्षणाबद्दल त्यांना कळकळ होतीच. त्यामुळे चौथी पास झाल्यावर आपल्या मुलीला त्यांनी पुण्यात महर्षी धोंडो केशव कर्वे यांच्या स्त्री शिक्षण संस्थेत दाखल केलं. मराठवाड्यात शिक्षणाची फारशी सोय तेव्हा नव्हतीच. त्या निमित्तानं त्यांची महर्षी कर्वे यांच्याशी भेट झाली. हा त्यांच्या जीवनातील एक मोठं वळण घेणारा भाग ठरला!

कर्वे यांच्या भेटीनंतर बाबासाहेबांनी संस्कृती-संवर्धन मंडळाची स्थापना केली. यात प्रामुख्यानं मुलींच्या शिक्षणाला प्राधान्य होतं. त्या काळात मराठवाड्यात हा विचारही

बहुतांश समाजाच्या डोक्यात नव्हता. या निमित्तानं बाबासाहेबांनी उत्तम शिक्षक शोधून त्यांना सगरोळीला आणण्याच्या कार्यक्रमाला प्राधान्य दिलं. शिक्षक उत्तम असतील तर चांगले विद्यार्थी घडतात, हा सार्वत्रिक अनुभव आहे. आजही आपण आपल्या शिक्षकांचं कृतज्ञतापूर्वक स्मरण करतो ते यामुळेच. मराठवाड्यातील पराकोटीचं अज्ञान आणि त्यामुळे असलेलं दारिद्र्य ही वस्तुस्थिती होती. भाऊराव पाटील यांच्या रयत शिक्षण संस्थेप्रमाणे बाबासाहेबांनी गरीब, मागासवर्गीय मुलामुलींसाठी शाळेबरोबरच वसतिगृहेही उभी केली. याच प्रयत्नात आर्थिक ताण कमी करण्यासाठी त्यांनी स्वतःची दीडशे एकर जमीन संस्थेला दान केली! या तळमळीतून अनेक विद्यार्थी, मुलंमुली संस्कृती-संवर्धन मंडळाच्या शाळेत येऊ लागली.

एक शैक्षणिक चळवळ उभी राहिली. तिचं अनुकरण मराठवाड्यात साहजिकच सुरू झालं. बाबासाहेबांच्या तळमळीचं, त्यागाचं, प्रामाणिकपणाचं ते फळ होतं. या सुमारास बाबासाहेबांचा बालग्राम चळवळीशी संपर्क झाला आणि ते त्यातील एक भाग म्हणून समरस झाले. इतके की, ते लक्षातही येऊ नये. त्यांनी सगरोळी इथं बालग्राम सुरू करण्याचा निर्णय घेतला आणि अमलातही आणला. सगरोळीला एकदा पुरामुळे मोठी हानी झाली. सकाळ रिलिफ फंडातून शक्य ती मदत करण्यात आली. त्याचं ऋण ते कधीच विसरले नाहीत.

बाबासाहेब आमच्यातील प्रत्येकाशी वैयक्तिक संबंध ठेवत. कुणी नवीन काय केलं, याविषयी चर्चा करत.

बाबासाहेब देशमुख यांचं भव्य व्यक्तिमत्त्व, अतिशय मृदू भाषा, धिप्पाड देह, राहणीतील अगदी साधेपणा, कामाची तळमळ यांतून मी त्यांच्याकडे ओढला गेलो. का कोण जाणे; मला त्यांच्यात माझ्या वडिलांचा भास होत असे. त्यामुळे आमची घसट तर वाढलीच; परंतु ते पुण्यात आले की घरी जेवायला येणं हे नियमित व्हायला लागलं. समाजासाठी देण्याच्या त्यांच्या योगदानाचं मनापासून कौतुक तर होतंच; त्याचबरोबर एक आदराची भावनाही होती.

विद्यार्थी समितीचं काम कसं चालतं यासाठी अच्युतराव आपटे, महिलांसाठी काम करणाऱ्या शोभनाताई रानडे, निर्मलाताई पुरंदरे यांच्याशी ते चर्चा करत. डॉ. दादा गुजर यांच्या हॉस्पिटलला भेट देणं, अगदी माझे वडीलबंधू पद्मश्री अप्पासाहेब पवार

यांना बारामतीत भेटणं, त्यांच्याकडून शिकणं, त्यांना सगरोळीला मार्गदर्शनासाठी बोलावणं हे बाबासाहेबांच्या स्वभावात होतं. ध्येयवादी तळमळीच्या प्रेरणेतून स्वतःची दीडशे एकर जमीन देऊन आदर्श घालून देणाऱ्या या बाबासाहेबांबद्दल कुणालाही प्रेम, जिव्हाळा वाटल्यास आश्चर्य वाटण्याचं कारण नाही!

बाबासाहेबांचे चिरंजीव प्रमोद देशमुख आता त्यांची धुरा यशस्वीपणे सांभाळत आहेत. ॲग्रीकल्चरल कॉलेज, कृषी विज्ञान केंद्र, मुलींची सैनिकी शाळा असे अनेक नवीन प्रकल्प त्यांनी बाबासाहेबांच्या प्रेरणेतून सुरू केले. बाबासाहेबांनी मला अनेकदा सगरोळीला येण्याचा आग्रह केला; परंतु ते मला जमलं नाही. बाबासाहेबांचं २००४मध्ये निधन झालं. त्यांच्या हयातीत सगरोळीला न गेल्याची चुटपुट माझ्या मनाला कायम लागून राहिली आहे.

बाबासाहेबांच्या परंपरेनं आता छान बाळसं धरलं आहे. अफार्मसारख्या अनेक संस्थांशी संबंध जोडून सतत सुधारणा, वाढ सुरू आहे. दरम्यान, २०१२मध्ये बालग्राम संस्थेचे संस्थापक जाधवसाहेब यांच्या सुविद्य पत्नी सौ. जाधव आणि शोभनाताई रानडे यांना माझ्यासोबत घेऊन मी विमानानं नांदेडला गेलो. तिथं दोन दिवस घालवले. शेकडो माजी विद्यार्थी बाबासाहेब देशमुख यांच्या स्मृतिप्रीत्यर्थ तिथं आलेले होते. 'एकता' मासिकानं काढलेल्या विशेषांकाच्या प्रकाशनाच्या निमित्तानं आम्हीही याच कारणामुळे तिकडे गेलो होतो. सायन्स पार्क, कृषी विज्ञान केंद्र, उत्कर्ष कौशल्य विकास केंद्र आणि औद्योगिक क्षेत्राच्या गरजेवर सुरू केलेले अनेक अभ्यासक्रम वगैरे गोष्टी प्रत्यक्ष पाहता आल्या. कार्यकर्त्यांशी चर्चा करता आली. काही नवीन गोष्टी पाहता आल्या.

लेखात उल्लेखिलेल्या सर्व व्यक्ती म्हणजे समाजहितासाठी आयुष्य वेचलेली फुलं असून बाबासाहेब हेही याच माळेतील एक सुगंधी फूल आहेत. बाबासाहेबांनी जन्माला घातलेल्या संस्कृती-संवर्धन मंडळाचं वटवृक्षात रूपांतर झाल्याचं 'याचि देही, याचि डोळा' आम्हांला पाहता आलं... मन भरून आलं!

बाबासाहेबांच्या आठवणींनी भारावलेल्या मनानं आणि पाणावलेल्या डोळ्यांनी आम्ही तिघांनी सगरोळीचा निरोप घेतला. बाबासाहेबांची आठवण माझ्या हृदयात चिरंतन राहील. आणि आता कदाचित तुमच्याही....!

पिलानीतील काही वेगळे अनुभव

आमचा कॅम्प एके वर्षी गंगापूर जिल्ह्यातील एका खेड्यात ठेवायचा, असं आमच्या प्राध्यापकांनी आणि संयोजकांनी ठरवलं. आमच्या विरोधाला काही किंमत नव्हती, त्यामुळे अगदी नाखुषीनं आम्ही तिथं गेलो. राजस्थान कॅनॉलचं बरंचसं काम नुकतंच पूर्ण होऊन त्यात पाणी यायला लागलं होतं, हे एक आकर्षण होतंच!

आम्हांला रविवारी पूर्ण सुट्टी होती. आता वेळ कसा घालवायचा, असा विचार करत आसपास काही पाहण्याजोगं आहे का, याचा आम्ही शोध घेतला. जवळच्याच एका छोट्याशा डोंगरावर गरम पाण्याचे झरे आहेत, असं समजलं. मग काय; सकाळी व्यवस्थित नाश्ता करून आम्ही चार-पाच मित्र निघालो. त्या डोंगरावर तासाभरात पोहोचल्यावर समजलं की, इथं नाही; तर पुढच्या डोंगरावर झरे आहेत. थोडी झाडीसुद्धा दिसत होती. आता इथपर्यंत आलोच आहोत तर पुढंही जाऊ, असा विचार आम्ही केला. पुढच्या डोंगरावर पोहोचेपर्यंत दुपारचे बारा-साडेबारा वाजले होते. जागा छान होती. तिथं एक छोटंसं, टुमदार शिवमंदिरही होतं; परंतु वस्ती नव्हती. फक्त वयस्कर पुजारी आणि त्यांची पत्नी.

भूक लागल्यानं आम्ही विचारलं, ''काही खायला मिळू शकेल का?''

पुजारी म्हणाले, ''अर्थातच! अर्धा तास थांबा, आम्ही स्वयंपाक करतो.''

आम्ही गप्पा मारत होतो तोपर्यंत पुजारीणबाईंनी जात्यावर दळण दळायला सुरुवात केली. पुजारी त्यांना सर्व मदत करत होतेच.

त्या दोघांनी अतिशय प्रेमानं, आग्रहपूर्वक आम्हां सर्वांना जेवायला घातलं. लागलेली भूक आणि त्यांचं आतिथ्य यामुळे जेवण अतिशय रुचकर लागलं. जेवण झाल्यावर मुलांनी खिशात हात घालून पैसे काढले. त्यामागचं कारण मला अर्थातच समजलं.

मी म्हटलं, ''हे उभयता आपल्याकडून पैसे घेणार नाहीत.''

आमचे दिल्ली, कोलकाता आदी ठिकाणचे शहरी मित्र म्हणाले, ''तुला काय माहीत? आम्ही पैसे देणारच!''

मी म्हटलं, ''जरूर प्रयत्न करा.''

पैसे देऊ केल्यावर पुजारी म्हणाले, ''आपण आपल्या मुलांकडून पैसे घेतो का? मग मी तुमच्याकडून कसे पैसे घेऊ?'' मित्र निरुत्तर झाले.

मी काटेवाडी-बारामतीचा असल्यानं मी खेडं आणि शहर यांतील मनोवृत्ती जाणून होतो. पुजाऱ्यांनी पैसे नाकारल्यावर मला मित्रांनी विचारलं, ''यार, आता काय करायचं?''

मी म्हटलं, ''समोरचं मंदिर या पुजाऱ्यांचं असल्याविषयीची खात्री करून घेऊ आणि आपले पैसे देवापुढं ठेवू. ते पुजाऱ्यांना मिळतील.''

मित्रांनी विचारलं, ''तुला काय माहीत?''

मी म्हटलं, ''पुजाऱ्यांना विचारा.''

पुजाऱ्यांना मी विचारलं. तसं करायला त्यांनी होकार दिला. हा माझ्या शहरी मित्रांना दुसरा सुखद धक्का होता. 'अतिथी देवो भव।' असं खेड्यांमध्ये निश्चितपणे अनुभवास येतं; परंतु माझ्या मित्रांनी ते कुठं अनुभवलं होतं!

त्याच गावात आम्ही विद्यार्थी संध्याकाळी चालत आमच्या कॅम्पकडे येत होतो. मी थोडा भरभर चालतो, त्यामुळे बराच पुढं होतो. पाठीमागून आवाज आला. मारवाडी भाषेत विचारलं गेलं, ''ए पोरा, कुठं चालला आहेस?'' मी मागं वळून पाहिलं तर एक बंदूकधारी जाट उंटावर बसलेला होता. प्रफुल्लित, रसरशीत चेहरा, उत्तम शरीरयष्टी, भरदार दाढी-मिश्या, डोक्याला मुंडासं. मी उत्तरलो, ''इथं जवळच आमच्या कॅम्पकडे चाललो आहे.'' त्यानं उंटाला खाली बसवलं आणि म्हणाला, ''बैस, मी सोडतो तुला तिकडं.'' 'नाही' म्हणायचा प्रश्न उद्भवत नव्हता. त्यानं गुळाचा खडा माझ्या हातावर ठेवला आणि म्हणाला, ''हे खा!'' याचा अर्थ मी तुझ्या संरक्षणाची पूर्ण जबाबदारी

घेतलेली आहे. आता मला काळजी करायचं कारण नव्हतं. आपल्याला स्थानिक चालीरीती माहीत असल्यास जीवन सुकर होतं एवढंच!

या कॅम्पमध्ये निषेध म्हणून आठ-बारा दिवस आम्ही कुणीही दाढी करायची नाही, असं ठरवलं होतं. पिलानीला पोहोचल्यावर माझा जवळचा मित्र माझ्याकडे पाहून म्हणाला, ''तू दाढी कर; परंतु मिश्या कापू नकोस.''

मी विचारलं, ''का?''

तो उत्तरला, ''तुझं नाक आणि ओठ यांच्यात अंतर आहे. त्यामुळे तुझ्या चेहऱ्याला मिश्या शोभून दिसतील!'' त्याची ही प्रेमळ सूचना मी आजतागायत पाळली आहे! मी कसा दिसतो याचा फारसा विचारही यापूर्वी मनात आलेला नव्हता.

पिलानीत पहिली दोन-तीन वर्षं एनसीसी ही आवश्यक बाब होती. आमचे कॅम्प वेगवेगळ्या शहरांत होत असत. शेवटच्या वर्षी – म्हणजे 'एनसीसी'च्या – आमचा कॅम्प आग्रा इथं ठरला. आम्हांला अर्थातच आनंद झाला. ताजमहालाचं आकर्षण होतंच. विद्यार्थ्यांशी नातं कसं जोडायचं हे आमचे प्राध्यापक डॉ. महेश्वरी सरांना चांगलं माहीत होतं. परंतु त्याचबरोबर ते कडक शिस्तीचेही होते. सैनिकांच्या कुटुंबांना राहण्यासाठीची चाळवजा घरं आमच्या कॅम्पभोवती सर्व बाजूंना होती. त्यामुळे आम्ही कुणीही बेशिस्त वागता कामा नये, पिलानीचं नाव खराब होता कामा नये, अशी सक्त ताकीद आम्हांला दिली गेली होती.

महेश्वरी सरांनी पौर्णिमेची रात्र पाहून आमचा 'नाईट-मार्च' ताजमहालवर ठेवला. आम्ही सर्व एकदम खूश! पौर्णिमेच्या रात्री ताजमहाल पाहणं हा एक अविस्मरणीय अनुभव होता. त्यामुळे पाच मैल परेड करत जाणं आणि येणं हे मोठं अंतरही आम्हांला जाणवलं नाही. शेवटच्या दिवशी परेडची स्पर्धा होती. आमच्याबरोबर इतर कॉलेजचे विद्यार्थीही होते. 'माझा प्रत्येक विद्यार्थी सर्वार्थानं उठून दिसला पाहिजे. अगदी बुटापासून डोक्यावरच्या कॅपपर्यंत...', अशी अपेक्षा महेश्वरी सरांनी व्यक्त केली. आम्ही सर्वांनी तीन-चार तास बूटपॉलिश करण्यात, कपड्यांना इस्त्री करण्यात घालवले. महेश्वरी सरांचा शब्द खाली पडू देणं आम्हांला शक्यच नव्हतं. पालकाची शिस्त आणि ममता महेश्वरी सरांमध्ये होती. त्यांच्या इच्छा, सूचना आम्हांला साहजिकच शिरोधार्य असत.

अशा कॅम्प्समधून खूप शिकायला मिळतं. प्रत्येक जण वेगळ्या स्वभावाचा, पार्श्वभूमीचा असतो. या सर्वांना एका विचाराच्या कक्षेत आणणं, त्यांच्यात सांघिक शिस्त, अभिमान निर्माण करणं हे एक शास्त्रच आहे. तुमच्या हृदयाला ते भिडतं तेव्हा

कुण्या मुकादमाची गरज पडत नाही. संस्था उभ्या करताना, चालवताना आपणही या विचारांतून वागण्याचा प्रयत्न केल्यास सांघिक यश मिळतं. शेवटी यशही सर्वांचं असतं आणि अपयशही!

आधी सांगितल्यानुसार, राजस्थान कॅनॉल हा राजस्थानच्या दृष्टीनं गंगेइतकाच महत्त्वाचा होता. अनेक वर्षांच्या खटपटीनंतर त्याची पूर्तता झाली होती. सुट्टीच्या दिवशी आम्ही काही मित्रांनी त्यात पोहायचं ठरवलं. माझं लहानपण बारामतीच्या कॅनॉलमध्ये पोहण्यात गेलं. आम्हांला त्या गढूळ पाण्यामुळे तेव्हा त्वचेचे आजार कसे झाले नाहीत याचं आजही आश्चर्य वाटतं. तुम्हांला हसू येईल; परंतु कॅनॉलमध्ये आमच्याबरोबर पोहणाऱ्या म्हशींवर बसून मैलभर प्रवास करणं ही आमच्या दृष्टीनं चैनीची गोष्ट असे! याच पार्श्वभूमीवर राजस्थान कॅनॉलमध्ये पोहण्यास मी उत्सुक होतो. सकाळचे अकरा-साडेअकरा वाजलेले होते. कडक ऊन होतं. कॅनॉल म्हणजे मोठ्या नदीच्या पात्रासारखा होता. आमच्या बारामतीचा कॅनॉल याच्यापुढे अगदी छोटा होता.

पाण्यात उतरल्यावर कळलं की, पाणी हरिद्वारच्या गंगेच्या पाण्याप्रमाणे अगदी थंडगार आहे. कॅनॉलच्या दुसऱ्या किनाऱ्यापर्यंत जाऊन परत यायचं असं आम्ही ठरवलं होतं. निम्म्या-अर्ध्या भागात जाईपर्यंत एक-दोन मित्रांची दमछाक होते आहे, असं लक्षात आलं आणि आम्ही परत फिरलो. काठावर आलो... आणि तसेच कॅम्पकडे चालू लागलो. सुमारे अर्धा किलोमीटर चालल्यानंतर लक्षात आलं की, आपण कपडे विसरून आलो आहोत. त्या बर्फासारख्या पाण्यानं आमची विचारशक्तीच नाहीशी झाली होती. हा वेगळाच अनुभव होता. चालण्यामुळे अंगात आलेली ऊब आणि लागलेली भूक यामुळे आम्ही जागेवर आलो होतो.

दोन्ही कॅनॉलमधील तुलना माझ्या मनात कायमची कोरली गेली. चाकोरीबाहेर जा, काहीतरी शिकायला मिळतं. संरक्षण काढून घ्या, लढायला शिकावं लागतं. आमच्या आई-वडिलांप्रमाणे मुलांवर प्रेम करा; परंतु फाजील लाड करू नका. ते मुलांच्याच हिताचं ठरतं. आमचं तरी हित यामुळे नक्कीच झालं. पाहा, पटतंय का...!

'गर्जे मराठी'चा डंका

अमेरिकेतून आनंद गानू यांचा ऑगस्ट २०२१मध्ये फोन आला होता. माझा व त्यांचा परिचय नव्हता. त्यांनीच स्वतःची ओळख करून देत 'गर्जे मराठी' या संकल्पनेची थोडक्यात माहिती दिली. आवाजात एक गांभीर्य आणि कळकळ होती. एक हितचिंतक, सल्लागार या नात्यानं 'गर्जे मराठी'शी मी नातं जोडावं अशी विनंतीवजा सूचना त्यांनी मला केली. त्यांची संकल्पना मला आवडली आणि काय करता येऊ शकेल याचा विचारही मी करू लागलो. यानंतर आमचा अनेकदा फोनवरून संवाद झाला.

या संस्थेशी थेट संलग्न होण्याबरोबरच हा ध्यासपूर्ण उपक्रम समाजापर्यंत कसा पोहोचवता येईल, या दृष्टीनं मी विचार करायला लागलो. या उपक्रमाची माहिती लोकांना होण्यासाठी काय योगदान देता येईल याचे मी प्रयत्न केले. 'सकाळ' आणि 'साम' यांच्या माध्यमातून यशस्वी मराठी लोकांचा परिचय करून दिला.

गानू आणि त्यांचे सहकारी यांच्यासारखी ध्येयवेडी माणसं मी आयुष्यात अनेक अनुभवली. मी स्वतः पिलानीमध्ये महाराष्ट्र मंडळाचा सक्रिय कार्यकर्ता होतो. कुठंही महाराष्ट्राबाहेर मराठी माणसं एकमेकांना शोधत असतात. त्याचंच वैश्विक स्वरूप म्हणजे 'गर्जे मराठी'!

जगात अनेक देशांत कितीतरी यशस्वी पदांवर काम करणारी, तसंच उद्योजक असणारी मराठी मंडळी आहेत. या सर्वांना एका संस्थात्मक रूपानं जोडता येईल का,

त्यांचा उपयोग महाराष्ट्राला अथवा आपल्या देशाला करून देता येईल का, हा गानूंचा विचार! मग गानू कुटुंबीयांनी आणि सहकाऱ्यांनी आपल्या या ध्येयासाठी सर्वस्व ओतलं.

गानूंनी प्रत्येक देशातील मराठी माणसांचा शोध घ्यायला सुरुवात तर केलीच; त्याचबरोबर त्यांना 'गर्जे मराठी'चं सभासदही करून घेतलं – अगदी अमेरिकेपासून ते ऑस्ट्रेलिया, न्यूझीलंडपर्यंत! अर्थात, हे काम सोपं नव्हतं. सातत्यपूर्ण प्रयत्नांतून शेकडो व्यक्तींची नावं, पत्ते, माहिती गोळा करण्यात आली. हा पहिला टप्पा होता.

आता या लोकांचं अमेरिकेत संमेलन भरवावं, त्यातून सर्वांची एकमेकांशी ओळख, परिचय करून द्यावा हा विचार पुढं आला. हे संमेलन कुठं, कसं, केव्हा भरवायचं याचं विचारमंथन सुरू झालं. कुणाला पकडायचं व कामाला लावायचं हे गानूंना चांगलं समजतं. माझ्यासारख्यांना या संस्थेत ओढण्यात ते यशस्वी झाले. अर्थात, माझ्यासारखे शेकडो... अगदी नितीन गडकरी, डॉ. रघुनाथ माशेलकर यांच्यापर्यंत!

'गर्जे मराठी'चं सॅनफ्रॅन्सिस्को इथं दोन दिवसांचं भरगच्च कार्यक्रमांचं संमेलन जुलैमध्ये झालं, त्यात मला सहभागी व्हावं लागलं. कल्पना करा, सर्वच मंडळी वेगवेगळ्या देशांमध्ये, वेगवेगळ्या विषयांमध्ये यशस्वी! त्या सर्वांशी संपर्क साधायचा, त्यांची राहण्याची वगैरे सोय करायची... सर्वांना पसंत पडतील अशा भाषणांचं, चर्चांचं, संवादरूप कार्यक्रमांचं आयोजन करायचं... हे काम सोपं नव्हतं.

मला आग्रहाचं आमंत्रण होतंच; परंतु ते स्वीकारल्यानंतरही पाच-सहा वेळा चौकशी करून, काही अडचण नाही ना, याची काळजीपूर्वक चौकशी! कोण हे गानू... हे सर्व ते कशासाठी करत असतात? तथापि, अशी ध्येयवेडी माणसंच समाजाचं भलं करत असतात.

माझ्या आयुष्यात डॉ. माचवे, डॉ. अच्युतराव आपटे, डॉ. नरेंद्र दाभोलकर, किशाभाऊ पटवर्धन, बाबासाहेब जाधव, बाबासाहेब सगरोळीकर अशी कितीतरी माणसं आली. त्यांच्याबरोबर काम करण्याची मला काही दशकं संधी मिळाली. या लोकांचं वैशिष्ट्य असं असतं की, ते एखाद्या लोहचुंबकाप्रमाणे लोकांना आपल्याकडे आकर्षित करून घेतात... त्यांना कायमचे सहकारी बनवतात... संस्था घडवतात... आणि तेही निःस्पृहपणे, समाजाच्या हितासाठी!

समारंभाच्या उद्घाटनाच्या वेळी दोघांची प्रमुख भाषणं झाली. एक होते डॉ. माशेलकर आणि दुसरे होते केंद्रीय मंत्री नितीन गडकरी. डॉ. माशेलकरांचं भाषण अप्रतिम झालं! मला त्यांचं भाषण ऐकायला नेहमीच आवडतं. एक अभ्यासू, विद्वान,

जमिनीवर पाय असणारा विचारवंत या नजरेतून मी त्यांच्याकडे पाहतो. आमचे व्यक्तिगत संबंध जवळचे आणि गेल्या काही दशकांचे आहेत.

केंद्रीय मंत्री गडकरी मला फार आवडतात. पहिलं कारण म्हणजे, ही व्यक्ती प्रथम हाडाचा कार्यकर्ता आहे. राजकारण, पद हे त्यांच्या दृष्टीनं दुय्यम असतं. कुणाबद्दलही द्वेष, आकस नाही.

सध्याच्या राजकारणात व्यक्तिगत द्वेष; तसंच कुणी राजकीय विरोधक असले तर ते म्हणजे शत्रू किंवा काही वेळा देशद्रोही अशा विचारांच्या टोकाला जाणारी नेतृत्वं पाहायला-ऐकायला मिळतात. खरं म्हणाल तर, राजकारणात राहून खूप काही चांगली कामं करता येतात. परंतु त्यासाठी वेगळी मानसिकता लागते (सर्वपक्षीय), जी सर्वांची नसते. आजकाल अनेक आरोपांमुळे; मग ते खरे-खोटे का असेनात, यातून राजकीय नेतृत्वाबद्दलच जनतेत फार वाईट प्रतिक्रिया उमटतात, हे फारसं कुणी लक्षात घेत नाही.

एबीसीडीतील सर्व 'बंदुका' वापरून राजकीय विरोधकांना नामोहरम करणं अथवा त्यांना शरण यायला लावून माफ करणं असला प्रकार केंद्रीय मंत्री गडकरींकडून त्यांच्या स्वप्नातही होणार नाही. आपलं काम उत्कृष्ट दर्जाचं, व्यावहारिक चातुर्य वापरून करणं हे त्यांचं वैशिष्ट्य! त्यांच्याबरोबर गप्पा मारणं म्हणजे नवीन योजना, कल्पना यांत पोहण्यासारखं असतं! महत्त्वाचं म्हणजे, ते अभ्यासू आहेत.

आपण चांगली कल्पना, तंत्रज्ञान घेऊन गेलो की ते ती विनाविलंब उचलून धरतात. सामान्य माणसाला राजकीय नेतृत्वाकडून यापेक्षा काय हवं असतं? डॉ. माशेलकरांप्रमाणेच गडकरींचं भाषणही उत्तम झालं. संसदेचं अधिवेशन सुरू असल्यानं, इच्छा असूनही ते व्यक्तिशः येऊ शकले नाहीत. नागपूरमधून त्यांनी आम्हां सर्वांशी संवाद साधला. त्यामुळे प्रत्यक्ष भेटीची संधी हुकली.

माझ्या आयुष्यात डॉ. माचवे, डॉ. अच्युतराव आपटे, डॉ. नरेंद्र दाभोलकर, किशाभाऊ पटवर्धन, बाबासाहेब जाधव, बाबासाहेब सगरोळीकर अशी कितीतरी माणसं आली. त्यांच्याबरोबर काम करण्याची मला काही दशकं संधी मिळाली. या लोकांचं वैशिष्ट्य असं असतं की, ते एखाद्या लोहचुंबकाप्रमाणे लोकांना आपल्याकडे आकर्षित करून घेतात... त्यांना कायमचे सहकारी बनवतात... संस्था घडवतात... आणि तेही निःस्पृहपणे, समाजाच्या हितासाठी!

या संमेलनाच्या निमित्तानं अनेक संस्थांनी आपापला परिचय करून दिला. यासाठी नियोजन केलं गेलं होतं. आमच्या विद्यार्थी साहाय्यक समितीतर्फे आम्ही तिघं विश्वस्त उपस्थित होतो. सर्वांशी संवाद साधण्याची संधी आम्हांला प्रश्नोत्तर पद्धतीनं मिळाली. प्रतिसाद उत्तमच होता. समितीच्या भावी वाटचालीत याचा नक्कीच उपयोग होईल.

समितीच्या वतीनं 'एकलव्य' या उपक्रमांतर्गत तीस विद्यार्थ्यांना विविध प्रकारचं प्रशिक्षण दिलं गेलं. हा 'गर्जे मराठी'च्या प्रयत्नाचा एक भाग असून पहिलाच प्रयोग आहे. या उपक्रमांतर्गत राज्यभरात कार्यविस्तार करण्याची योजना आहे. त्याचा विविध शैक्षणिक संस्थांना आणि पर्यायानं होतकरू विद्यार्थ्यांना फायदा होणार आहे.

समारंभाच्या निरोपाच्या वेळी सर्वांनी श्री. व सौ. गानू, श्री. व सौ. पाध्ये, दिवस-रात्र झटणारे इतर सर्व कार्यकर्ते यांना उभं राहून टाळ्यांच्या कडकडाटात मानवंदना दिली. हे सर्व कार्यकर्ते आपल्या भावना आवरू शकले नाहीत. मुलीचं लग्न धामधुमीत पार पाडल्यानंतर निरोप घ्यायची वेळ येते तेव्हा तिच्या आई-वडिलांना अश्रू आवरता येत नाहीत, तशीच भावना या सर्व कार्यकर्त्यांमध्ये होती. आम्हीही सर्व जण भारावून गेलो. 'गर्जे मराठी'चं ऋण, विचार बरोबर घेऊन सर्वांनी निरोप घेतला.

समाजासाठी निःस्पृहपणे काम करण्याच्या इच्छेचं पूर्ततेत होणारं समाधान वेगळंच असतं. समाजासाठी संपूर्ण योगदान देणं सर्वांनाच शक्य नसतं आणि आवश्यकही नसतं.

आपण सर्व जण 'फूल ना फुलाची पाकळी' या स्वरूपात काय देऊ शकतो याचा विचार मात्र झाला पाहिजे. आणि हो, तोही आपल्या आवडत्या क्षेत्रात... (करताय ना सुरुवात?) पाहा, जमतंय का...!

बालमित्र आणि बरंच काही...!

काटेवाडीत पहिली इयत्ता पास झाल्यावर बारामतीत आम्ही आमराईत राहायला आलो. नवीन शाळा पत्र्याची का असेना; तिथं मला नवीन मित्र मिळाले. त्यातील एकाशी माझी घट्ट मैत्री झाली. आम्ही जवळच राहत असू. तसा तो नात्यातलाही निघाला.

आमचे कौटुंबिक संबंधही जवळचे होते. अभ्यासात त्याला फारशी गती नव्हती. माझा पहिला नंबर असे. मला मिडल स्कूल स्कॉलरशिपमध्ये विशेष प्रावीण्य मिळालं होतं. याचं श्रेय आम्हां दोघांची तयारी करून घेणाऱ्या देशमाने गुरुजींना जातं.

बंड्या – त्याला आम्ही सर्व जण याच नावानं संबोधत असू – आणि मी एकमेकांच्या घरी नेहमी यायचो-जायचो. माझ्याप्रमाणे तोही शेंडेफळ होता. शाळेत जाण्याबाबत तो फारसा दक्ष नसे. त्याचं घर शाळेच्या रस्त्यावरच असल्यानं मी त्याला बोलवायला जात असे. घरातून निघताना तो त्याच्या वडिलांकडे एक पैशासाठी हट्ट धरत असे. त्याला काही वेळा छिद्राचा पैसा किंवा ढब्बू पैसा मिळत असे.

रस्त्यातील दुकानात छिद्राच्या पैशाला चार रंगीबेरंगी गोळ्या मिळत, तर ढब्बू पैशाला सहा गोळ्या मिळत. मग तो मला एक गोळी देत असे. बाकीच्या गोळ्या वर्गात 'कुडुम कुडुम' आवाज करत संपवत असे. साहजिकच, त्या बालवयात त्याच्या या गोष्टींचा मला फार हेवा वाटायचा.

आमच्या घरी असला काही प्रकारच नव्हता. त्यामुळे बंड्याचे आई-वडील किती चांगले आहेत याची मनात तुलना होत असे. आपण अभ्यासात चांगले असूनही आपल्या आई-वडिलांना त्याचं काहीच कौतुक नाही, अशी भावना मनात दाटून यायची.

बंड्या जेमतेम दहावी-बारावीपर्यंत शिकला आणि मग त्यानं लष्करात नोकरी धरली. आमचा पत्रव्यवहार होत असे. सुट्टीत घरी आल्यावर तो आठवणीनं भेटायचा.

माझं लग्न झाल्यावर आम्ही मधुचंद्रासाठी बंगळूर, म्हैसूर, कोईमतूर इथं जायचं ठरवलं. घरी तशी प्रथा नव्हती. परंतु मी शेंडेफळ असल्यानं आणि वडीलबंधूंचीही मान्यता असल्यानं आम्ही गेलो. आई-वडिलांनी चेहऱ्यावर नापसंती दाखवली तरी आम्ही गेलोच!

बंगळूरला गेल्यावर आधी कळवल्यानुसार – बंड्या तिथं असल्यानं हॉटेलवर भेटायला आला; तेही रात्री दहा-साडेदहा वाजता. दरवाजावर टकटक झाल्यानं मी नाइलाजानं दार उघडलं. नवीन लग्न झालेल्या जोडप्याची अशा वेळी काय मनःस्थिती असते ते सांगायला नकोच! पाहतो तर काय, समोर बंडोपंत उभे!

मी विचारलं, ''काय रे, इतक्या रात्री!''

''काही नाही रे, तुझी फार आठवण आली म्हणून आलो.'' बंड्यानं निर्विकारपणे सांगितलं. मी (मनातल्या मनातच!) कपाळावर हात मारला आणि गोड बोलून त्याची बोळवण केली.

आम्ही कोईमतूरला निघालो. आमच्या सोबत येण्यासाठी बंडोपंत त्या बसजवळ सामानासह हजर! माझी पत्नी भारती आता मात्र वैतागली. त्याला परत पाठवण्यासाठी तिनं मला फटकारलं, 'मित्राला अशा प्रवासातसुद्धा बोलावतात का?' गप्प बसण्याशिवाय माझ्यापुढं दुसरा काय उपाय होता!

बंगळूर, कोईमतूर इथं छान वेळ गेला. तिथून आम्ही म्हैसूरला आलो. वृंदावन गार्डनचं आकर्षण होतंच. सिनेमात सगळीच्या सगळी बाग नायक-नायिकेकरताच फुललेली असते. कुणीही त्यांच्या आसपास नसतं, त्यामुळे पळापळ करत गाणी म्हणायला त्यांना सोपं जातं. परंतु इथं तसं काहीच नव्हतं. अमाप गर्दी! त्यामुळे 'हातात हात दे' म्हटलं तरी भारती संकोचत होती. सिनेमात दाखवलं जातं तशी झाडाआडची पळापळ करणं प्रत्यक्षात कसं अशक्य असतं याची प्रचिती आली.

आपल्या प्रेमाचं प्रदर्शन सर्वांसमोर कसं करायचं, हा विचार तिच्या संस्कारात होता. ती कोल्हापूरच्या सुशिक्षित शेतकरी कुटुंबात जन्मलेली मुलगी... तीही थोरली!

त्यामुळे शिस्तीचे सर्व प्रयोग तिच्यावर केले गेले होते! तरी बरं, तिचं सर्व आयुष्य मुख्यतः मुंबईतील शिवाजी पार्कमध्ये गेलेलं होतं.

म्हैसूरमध्ये इतरत्र भटकत असताना एक छान प्राणिसंग्रहालय दिसलं. वेळ असल्यानं आम्ही तिथं गेलो. इकडंतिकडं भटकंती झाल्यावर एका मोठ्या पिंजऱ्यात अतिशय देखण्या अशा ब्लॅक पँथरचं दर्शन झालं. काळ्या कुळकुळीत कांतीचं एक वेगळंच सौंदर्य होतं. लाल डोळ्यांत एक प्रकारची भेदकता होती. भारतीला जनावरांचं अतिशय प्रेम आहे. आमच्याकडे औंधला दोन कुत्री होती. ती म्हणजे भारतीची लाडकी बाळंच!

आमचा कुत्रा ऑब्लिक्स तिच्या समजुतीप्रमाणे कधीच चुकत नसे! त्याची भाषा, भावना हे भारतीला सर्व समजत असे. थंडी वाजत असेल म्हणून अभिजितचा परदेशातून आणलेला स्पोर्ट्स शर्ट ती त्याला बिनधास्तपणे घालत असे. अर्थात, सर्व नातेवाइकांमध्ये, विशेषतः ऑब्लिक्सबद्दलचे तिचं प्रेम हा आमच्या सर्वांकडे एक चेष्टेचा, थट्टा करण्याचा विषय असायचा.

प्राणिसंग्रहालयातील या पँथरच्या जोडीचे मी भराभर बारा-पंधरा फोटो काढले. विशेष म्हणजे, भारती पिंजऱ्याजवळ उभी राहिल्यावर तो जणू काही आज्ञाधारक बालकाप्रमाणे पोज देत असे. त्यामुळे हे प्रसंग फोटोत टिपणं आवश्यक होतं. हॉटेलवर आल्यावर लक्षात आलं की, कॅमेऱ्याचं लेन्सपुढील झाकण काढायला मी विसरलो होतो! ही चुटपुट कायमची मनात राहिली.

नंतर आम्ही बंदीपूरच्या जंगलात जायचं ठरवलं. तिथं हत्तीवर बसून वाघांच्या शोधात जाता येतं. वाघ कुठं असतील याचा माहुतांना अचूक अंदाज असतो. शिवाय, हत्तीची बारीक नजरही सोबतीला असतेच. आम्ही जंगलात एक-दोन मैल फिरलो तरीही वाघांचा कुठं पत्ताच नव्हता.

दरम्यान, भारतीच्या लक्षात आलं की, तिची एक चप्पल पडली आहे. आता आली का पंचाईत! आमच्या बोलण्यावरून माहुताला शंका आली. 'काय झालं?' अशी त्यानं चौकशी केली. घडलेला प्रकार आम्ही त्याला सांगितला. माझ्या बोलण्यात साहजिकच काळजीचा सूर होता. त्यानं भारतीच्या दुसऱ्या पायातील चप्पल मागितली आणि हत्तीला थांबवून त्याला वास घ्यायला ती चप्पल सोंडेसमोर धरली. हत्ती उलटा फिरला.

सुमारे अर्धा-एक किलोमीटरवर मागं जाऊन हत्तीची सोंड तिथल्या पालापाचोळ्यात आपलं 'संशोधन' करू लागली. हत्ती एके ठिकाणी थांबला आणि पाचोळ्यातून त्यानं

चप्पल शोधून काढली! सोंडेनं माहुताच्या ताब्यात दिली. आम्ही थक्क होऊन गेलो! अर्थात, या सेवेचं बक्षीस आम्ही आनंदानं दिलंच.

जंगलात वाघ कुठं दिसेना... मग माहूत म्हणाला, 'बहुतेक तमिळनाडूकडील भागात हे वाघ गेले असावेत असं दिसतंय. त्यामुळे आता आपण परत फिरू या.' पर्यटकांना जंगलात रोज घेऊन जाणाऱ्या या माहुताला हा बोध आत्ता झाला आहे हे पटण्यासारखं नव्हतं. पण मुकाट्यानं आम्ही मूळ जागी आलो.

आमचं लग्न ऑगस्ट महिन्यात झाल्यानं या गमतीदार गोष्टींचा काळ डोळ्यांपुढं चित्रपटासारखा उभा राहिला. (साहजिकच आहे... नाही का!). अशा आठवणी आयुष्यभर आपल्याबरोबर राहतात, त्रेपन्न वर्षं झाली तरी...!

मी पाचवीत होतो. होळीचा दिवस होता. माझे वडील सकाळी अकरा वाजता आणि संध्याकाळी सात-साडेसात वाजता जेवत असत. त्यांची शिस्त ही पहाटे उठल्यापासून रात्री झोपेपर्यंत घड्याळाच्या काट्याप्रमाणे असे. त्यामुळे आम्हीही सर्व जण त्याच वेळी जेवत असू. आता चौकोनी कुटुंबातही अनेकदा एकत्र जेवण होत नाही.

घरी अर्थातच पुरणपोळीचा बेत होता. पुरणपोळी किंवा गोड पदार्थ मला आवडतात, तसंच बारामतीत स्वयंपाकपद्धतीत भरपूर तिखट हाही प्रकार असे. घरात नवीन पिढी, विशेषतः मृणाल आल्यावर स्वयंपाक अगदी फिका असतो. अभिजित आणि नातवंडंही अजिबात तिखट खात नाहीत. त्यामुळे आजही माझ्या जेवणात हिरवी मिरची किंवा मिरचीचा ठेचा असतोच. मित्रांना याचं मोठं नवल वाटतं! पण 'क्या करूँ? बचपन से ही आदत से मजबूर हूँ ना!'

पुरणपोळीचं जेवण संपवून मी घराबाहेर आलो तर बंडोपंत समोर उभे! मी विचारलं, "काय रे, या वेळी (म्हणजे जेवणाच्या वेळी) आलास?"

तो म्हणाला, "माझ्या आईनं तुला बोलावलं आहे."

मी म्हटलं, "ठीक आहे."

घरात तसं सांगून मी त्याच्या घरी गेलो. त्याचं घर म्हणजे पाच मिनिटांचा रस्ता. त्याचे आई-वडील माझ्यासाठीच जेवायचे थांबले होते असं जाणवलं. ताट-वाटी मांडली गेली. 'जेवायला बस!' अशी जवळपास आज्ञाच झाली.

"माझं जेवण झालं आहे," असं मी सांगितलं. त्यावर पुन्हा "आज सणाचा दिवस आहे... नाही म्हणायचं नाही!" अशी प्रेमळ आज्ञा केली गेली. मुकाट्यानं पाटावर

बसलो. दोन्ही बाजूंना त्याचे आई-वडील आणि मध्ये मी. एक पुरणपोळी (ती म्हणजे बारामतीतील) वाढली गेली. ती संपवत नाही तोच दुसरी वाढली गेली.

मी विनवणीपूर्वक म्हटलं, ''माझं जेवण झालेलं आहे!''

मात्र, त्यांना त्यांचा आग्रह महत्त्वाचा वाटत होता. असं करता-करता तब्बल पाच पुरणपोळ्या माझ्या पोटात कोंबल्या गेल्या. पोटातून कळा यायला लागल्या... माझ्या कमरेभोवती काळा करदोरा असे... तो तुटला. मी ताटावरून उठून गडबडा लोळायला लागलो तेव्हा त्याचं गांभीर्य सर्वांच्या लक्षात आलं.

मला ओवा वगैरे देऊन झोपायला सांगण्यात आलं. तेव्हापासून आजतागायत कुणी खाण्याचा आग्रह केल्यास किंवा जबरदस्ती केल्यास मला रागच येतो. शिवाय, आवश्यकतेपेक्षा मी कणभरही अधिक खात नाही. मी इतकी वर्षं बिनढेरीचा कसा याचं लोकांना आश्चर्य वाटतं! याचं श्रेय नियमित व्यायाम आणि खाण्यावरील आवश्यक तो संयम या बाबींना आहे.

सर्वांनाच हे शक्य आहे, हे तुम्हांला पटलं असेलच! या बाबी अमलात आणायच्या की नाही, हे ज्यानं त्यानं ठरवायचं आहे.

●●●

काही वाचन-चिंतन!

अनेकदा काही पुस्तकं, काही वाचन, काही संवाद, भेटीगाठी यांतून खूप शिकायला मिळतं. त्या गोष्टी तुम्हांला विचार करायला भाग पाडतात, तर काही गोष्टी तुमच्या आचरणात - आयुष्यात - तुमच्या विचारांत परिवर्तन घडवून आणतात. यासाठी आपण विद्यार्थी असायला हवं. दुसरी अथवा वेगळी भूमिका, वेगळा दृष्टिकोन समजून मन किंवा वृत्तीही तयार हवी. गेली सुमारे ५५ वर्षं मी अनेक सामाजिक न्यासांबरोबर काम केलं... अनेक छोट्या उद्योजकांबरोबर वेगवेगळ्या कारणांनी एकत्र काम केलं... व्यवसायही केला.

या सर्व गोष्टींमध्ये – भले त्या पूर्णतः सामाजिक असोत – अनेक लोकांशी संपर्क होतो, संवाद होतो आणि त्यातून ज्ञानाचं, त्यांच्या विचारांचं भांडारच आपल्याला उपलब्ध होतं. उदाहरणादाखल मी फक्त काही नावं सांगेन. अर्थात, तशी अनेक उदाहरणं सांगू शकतो. पहिले शंतनुराव आणि यमुताई किर्लोस्कर, अच्युतराव पटवर्धन, अच्युतराव आपटे, एन. दांडेकर, डॉ. एफ. सी. कोहली, यशवंतराव चव्हाण, शरद पवार, यशवंतराव चंद्रचूड, डॉ. रॉसी... उल्लेखिलेली प्रत्येक व्यक्ती ही ज्ञानाचं, अनुभवांचं भांडारच! त्यांच्या पदांपेक्षा त्यांच्या मानवी चेहऱ्यामुळे मी जास्त आकर्षित झालो होतो. त्यांच्या संपर्कातील एक तास हा दहा पुस्तकं वाचण्यासारखा असतो, सामाजिक कामांमध्ये अशा लोकांबरोबर अनौपचारिक गप्पा, चर्चा होतात. त्यांच्या

आठवणी, त्यांचे संस्कार आपल्याबरोबर कायमचे राहतात. माझी आई पुस्तकी (अभ्यासक्रमातील) शिक्षणापेक्षा, आम्ही काय वाचतो, कोणत्या विषयांवर चर्चा करतो, आमचा मित्रपरिवार कोण आहे, व्यायाम - खेळ यांत किती भाग घेतो यांवरच अधिक लक्ष ठेवत असे. कदाचित, त्याचमुळे तिच्या दोन मुलांना 'पद्मश्री' आणि एका मुलाला 'पद्मविभूषण' या किताबानं सन्मानित केलं गेलं असावं!

आजही माझ्यासारख्याला रोज नवीन काहीतरी शिकण्याची भूक असते. त्यातून आनंद मिळतो. समाजासाठी रोज थोडं का होईना, योगदान देण्याची प्रवृत्ती निर्माण होते. वरील नमूद केलेल्या आणि तत्सम अनेक व्यक्तींमुळे आपल्याला अजून खूप पल्ला गाठायचा आहे, याची जाणीव तर होतेच; परंतु पाय जमिनीवर राहतात, वृत्ती विनयशील होते.

खरं म्हणाल तर, हे केवढं मोठं भाग्य की, माझ्यासारख्याला गेली ५५ वर्षं या सर्व व्यक्तींचा सातत्यानं लाभ झाला आणि त्यांतल्या काही जणांच्या स्मृतींमधून आजही होत आहे. अशा लोकांच्या सहवासामुळे आपलीसुद्धा वृत्ती देण्याची होते. मागणे, स्वार्थ या बाबी केव्हाच गायब झालेल्या असतात. त्यामुळे मनःशांती लाभते, म्हणजेच सुखी आयुष्य! यापेक्षा मनुष्याला काय हवं असतं?

सध्याच्या जगातील अनेक देशांमध्ये जी नेतृत्वे उदयाला आलेली आहेत, त्यांच्यात सत्तेचं केंद्रीकरण ही वृत्ती मोठ्या प्रमाणावर दिसते. अशा वेळी जनतेला भुरळ पाडणारं व्यक्तिमत्त्व असेल तर हे नेतृत्व अनिर्बंध वृत्तीकडे जातं.

त्यात देशाभिमान, धर्माभिमान आणि आपल्या विरुद्धच्या लोकांबद्दल द्वेष निर्माण करणं – भले त्यात अनेक असत्य गोष्टी घुसडून का होईना – या बाबी सातत्यानं केल्या जातात. हिटलरच्या गोबेल्सचं एक तत्त्व होतं. एखादी गोष्टी; मग ती किती का खोटी असेना, जीव तोडून शंभर वेळा सांगितली की लोकांचा विश्वास बसायला लागतो त्या गोष्टीवर! याच अनुषंगानं एक गोष्ट वाचनात आली. ती माझ्या मनात घर करून बसली. त्या गोष्टीत विचारवंतानं म्हटलं आहे की, 'शिक्षण म्हणजे काय हो? आपण इतिहास शिकवतो म्हणजे काय? उदाहरणार्थ, हिटलरनं साठ लाख ज्यू लोकांची –त्यात बायका-मुलं-तरुण-म्हातारे असे सर्व प्रकारचे लोक होते – निर्घृणपणे हत्या केली. त्यांत विविध प्रकारची अमानुषता होती. हे करण्यात जर्मन लोकांमध्ये युवक, बायका, पुरुष, डॉक्टर्स, सैनिक, पोलीस असे सर्व जण सामील होते. मग हे फक्त ऐकून घ्यायचं, की हिटलरसारखा माणूस हे सर्वसामान्य जर्मन लोकांकडून कसं करून घेऊ शकला हे समजून घ्यायचं?'

'केवळ घोकंपट्टी नको. तर, घटनेच्या मुळाशी जाऊन चिंतन करा,' असं शिक्षण सांगतं. त्याचबरोबर शिक्षण म्हणजे अशी लक्षणं दिसल्याबरोबर जागरूक होऊन, हिटलरशाहीची पुनरावृत्ती; मग ती कुठल्याही स्वरूपात का असेना, होणार नाही याची समाजानं काळजी घ्यायला हवी. हे किती जणांना समजतं किंवा समजलं... तेही सुशिक्षित लोकांना? की भावनांच्या प्रलयात तुम्हीही वाहून जाणाऱ्यांपैकी एक असणार आहात? अशा प्रश्नांचं चिंतन म्हणजे शिक्षण.

एखाद्या समुदायाबद्दल - धर्माबद्दल - देशाबद्दल द्वेषाची भावना पेरण्याऐवजी आपलं कर्तृत्व - वक्तृत्व समन्वयासाठी का वापरलं जाऊ नये, असाही आपण विचार करायला हवा. कदाचित, त्यामुळे जगात - समाजात युद्धजन्य परिस्थिती निर्माण होण्याऐवजी शांततामय परिस्थिती होऊ तयार होऊ शकते. मात्र, त्याचबरोबर स्वशक्ती, स्वावलंबन वाढवत राहणं हेही तितकंच महत्त्वाचं आहे. सशक्त व्यक्तीच शांततेचा पुरस्कार करू शकते, हे जगन्मान्य आहे.

हुकूमशाही वृत्तीच्या लोकांमध्ये एक साधर्म्य दिसतं. 'आपण अत्यंत प्रामाणिक आहोत,' या गोष्टीचा ते वक्तृत्वशैलीच्या जोरावर जनतेवर प्रभाव टाकतात. मात्र, त्यांचे सहकारी, निवडलेले सरकारी अधिकारी हे बहुतांशी भ्रष्ट असतात. त्यांच्या साहाय्यानं ते विरोधी पक्षाला नामोहरम करतात. परंतु स्वतःच्या भ्रष्ट नसण्याच्या गोष्टीचं सतत भांडवल करत विरोधी पक्षांच्या नेत्यांवर, त्यांचे सर्व कुटुंबीय - हितचिंतक यांच्यावर धाडी टाकून, खोटेनाटे आरोप करत जनतेची दिशाभूल करण्यात ते यशस्वी होतात. प्रसारमाध्यमांना ते कधीच भेटत नाहीत आणि त्यांच्यावर सर्व प्रकारची नियंत्रणं आणण्याचा प्रयत्न करतात. निदान लोकशाहीत तरी जनतेनं आपले डोळे, कान उघडे ठेवणं आवश्यक ठरतं. अशा नेत्यांचा मानवी चेहरा शोधल्यावर सत्य समजतं. मुखवट्यांना भुलून जाऊ नका... तो जाणीवपूर्वक घडवलेला असतो!

उत्कृष्ट शैक्षणिक गुणवत्ता असलेले सरकारी किंवा औद्योगिक क्षेत्रातील बहुतांश अधिकारी हे एखाद्या उद्योगपतीच्या किंवा मंत्र्याच्या आज्ञेनुसार अंमलबजावणी करत असतात. याचाच फायदा वेगळ्या प्रकारे ब्रिटिशांनी घेतला. आपल्याच लोकांना त्यांच्या पद्धतीनं हुकमाचे ताबेदार, गुलाम बनवलं गेलं; मग तो सैनिक असो वा आयएएस अधिकारी! आश्चर्य वाटू घेऊ नका... पण या ब्रिटिशांनी फक्त एक लाख ब्रिटिश पाठवून पाच हजार मैलांवरून आपल्याच भारतीय लोकांच्या साहाय्यानं भारतावर दीडशे वर्षं राज्य केलं. आपल्या देशाची पूर्ण लूट केली. आम्ही यातून काय शिकलो... अगदी आजही?

आपला एक तास कुणाबरोबर घालवायचा, शहाण्या व्यक्तीबरोबर, चांगल्या वाचनात की गाढवाबरोबर? जरूर विचार करा. उत्तर प्रत्येकाकडे आहे. वेळ कुठल्या गोष्टीत वाया घालवायचा...? फालतू चर्चेत, आळसात, की एखाद्या सामाजिक काम करणाऱ्या संस्थेत; इतरांना दोष देण्यात, की इतरांच्या आणि स्व-उन्नतीसाठी, की आपल्या कामात; हे ज्यानं त्यानं ठरवायचं आहे.

अशीच एक वाचनात आलेली रूपककथा : एकदा जंगलात एक मस्तवाल, तरुण गाढव आरडाओरड करत वाघासमोर उभं राहिलं. वाघोबा आराम करत होते. गाढवानं आरडाओरड करत, थोडाफार थयथयाट करत वाघाला त्याच्याशी वाद घालण्यास भाग पाडलं. प्रश्न असा होता की, गवत हे हिरव्या रंगाचं की निळ्या? गाढवाचं म्हणणं होतं, 'गवत निळं असतं या निष्कर्षापर्यंत खूप संशोधन केल्यावर मी पोहोचलो आहे.'

त्यामुळे गाढव एक प्राथमिकता म्हणून वाघाचं वादवजा-शिक्षण करण्यासाठी अतिशय उत्साहात आलेलं असतं. वादविवादात वाघानं सांगितलं, 'गवत हिरवंच असतं.' त्यावर गाढवानं खूप वाद घातला... आरडाओरडा केला. मात्र, वाघानं आपलं मत बदललं नाही व अशा परिस्थितीत त्यानं एक पर्याय सुचवला. त्यानुसार, दोघंही जंगलच्या राजाकडे, म्हणजे सिंहाकडे न्यायनिवाड्यासाठी गेले.

सिंहराजापुढं गाढवानं आपली कैफियत जोरजोरात मांडली. 'वाघाला हे साधं कसं कळत नाही' वगैरे त्यानं सिंहाला सांगितलं आणि न्याय मागितला. सिंहानं विचारपूर्वक उत्तर दिलं, ''गाढवाचं म्हणणं बरोबर आहे. गवत हे निळंच असतं.''

सिंहाचा हा निवाडा ऐकल्याबरोबर गाढव हुंदडायला लागलं... मोठमोठ्यानं खिंकाळून आनंद व्यक्त करायला लागलं आणि सिंहराजाचे आभार मानून, 'वाघोबा, तुम्ही किती गाढव आहात...' असं सांगत जोरात पळत गेलं.

तक्रारीबरोबर वकील जसे 'सर्व खर्चसुद्धा द्यावा' अशी न्यायाधीशांना विनंती करतात, त्याच धर्तीवर 'पुढील पाच वर्षं मला तोंड दाखवायचं नाही!' अशी शिक्षा सिंहराज वाघाला सुनावतात. हे सर्व झाल्यावर वाघ काही मिनिटं तिथंच थांबतो. तो सिंहाला म्हणतो, ''महाराज, तुम्हांला माहीत आहे, की गवत हिरवं आहे. तरीसुद्धा तुम्ही माझ्याविरुद्ध निकाल तर दिलातच; परंतु मला शिक्षाही केलीत. असं का?''

सिंहमहाराज उत्तरतात, ''होय, तू म्हणतोस ते खरं आहे. गवत हे हिरवंच असतं. परंतु तुझ्यासारख्यानं गाढवाबरोबर वाद घातला आणि माझा वेळ वाया घालवला यासाठी मी तुला शिक्षा केली. जा आता!''

तात्पर्य, आपण कुणाबरोबर किती वाद घालतो, हे प्रत्येकानं तपासावं.

आता व्हॉट्सअ‍ॅप किंवा तत्सम माध्यमांमध्ये अनेकदा राजकीय अथवा धार्मिक टोकाच्या भूमिका असलेली माहिती येते. सुरुवातीला 'या गोष्टी मित्रांमध्ये आणू नका' अशी मी विनंती केली. एक-दोन ग्रुपमधून मी बाहेरही पडलो.

आता मी असे मेसेजेस न वाचता सरळ काढून टाकतो. कशासाठी मनाला ताप करून घ्यायचा? अर्थात, हा प्रत्येकाचा वैयक्तिक प्रश्न आहे. तुम्हांला जे पटेल तेच तुम्ही विचारपूर्वक करा, एवढंच सुचवायचं आहे!

लेखाच्या सुरुवातीला उल्लेख केल्यानुसार, आपला एक तास कुणाबरोबर घालवायचा, शहाण्या व्यक्तीबरोबर, चांगल्या वाचनात की गाढवाबरोबर? जरूर विचार करा. उत्तर प्रत्येकाकडे आहे. (तुम्हांला मान्य आहे?)

वेळ कुठल्या गोष्टीत वाया घालवायचा...? फालतू चर्चेत, आळसात, की एखाद्या सामाजिक काम करणाऱ्या संस्थेत; इतरांना दोष देण्यात, की इतरांच्या आणि स्व-उन्नतीसाठी, की आपल्या कामात; हे ज्यानं त्यानं ठरवायचं आहे.

त्यामुळे आपल्या विचारांवर, ध्येयावर लक्ष ठेवा. कारण, याच बाबी तुमच्या उपयोगाला येतील. तुमच्या कामाचा प्राधान्यक्रम ठरवतील. आपल्या कार्यावर, म्हणजे कर्मावर लक्ष ठेवा. कारण, त्यातूनच तुमचं व्यक्तिमत्त्व निर्माण होईल. म्हणून ठरवा, प्रत्येक तास कुठं घालवायचा! पाहा शांतपणे विचार करून...!

माझे काही शिक्षक

मी गेल्या ५० वर्षांहून अधिक काळ प्रवास करत आहे. बराचसा प्रवास हा व्यावसायिक कारणांमुळे किंवा काही वेळा मित्रांबरोबर सुट्टीकरिता नवनवीन जागी जाणं या उद्देशानं असतो. मी एकटा असतो तेव्हा देशात अथवा परदेशांत टॅक्सीनं प्रवास करावा लागतो. बहुधा हा प्रवास अर्ध्याएक तासाचा असतो. मात्र, काही वेळा दोन-तीन तासांचाही असतो. या प्रवासात मला वाहनचालकाबरोबर गप्पा मारायला आवडतं. थोडं बोलतं केल्यावर त्यांच्याकडून अनेकदा खूप शिकायला मिळतं. माझ्यासारख्या शेकडो प्रवाशांशी त्यांचा संपर्क आलेला असतो, प्रश्नोत्तरं झालेली असतात, त्यामुळे त्यांच्यामध्ये एक प्रगल्भता निर्माण झालेली असते. प्रश्न असतो तो त्यांच्या काळजाला भिडणं आणि त्यांच्याकडून शिकायला मिळणं (मिळवणं). हे फक्त परदेशात होतं असं नव्हे, तर भारतातही होतं.

१९८४चा काळ. मी मुंबईत विमानतळावरून फोर्टमध्ये जाण्यासाठी टॅक्सी केली. टॅक्सीचालक हा उत्तर प्रदेशातील असल्याचं त्याच्या बोलण्यावरून लक्षात आलं. इकडच्यातिकडच्या गप्पा झाल्यावर मी म्हटलं, ''आता देशात निवडणुका होत आहेत. तुम्ही 'यूपी'वाले राजकारणात पटाईत आहात. इतकी वर्षं तुमचाच पंतप्रधान असतो.''

''खरं आहे.'' तो उत्तरला.

मी विचारलं, ''या वेळी काँग्रेसतर्फे नवा गडी प्रतिनिधित्व करतो आहे....'' इंदिरा गांधींची हत्या झाल्यानंतरची ती निवडणूक होती. मी त्याला विश्वासात घेत विचारलं, ''काय रागरंग दिसतोय? तुम्ही कुणाला मत देऊ इच्छिता आणि त्याचं कारण काय?''

गप्पांमध्ये तो बराच मोकळा झाला होता.

''काँग्रेसला, म्हणजे राजीव गांधी यांना!'' तो उत्तरला.

मी म्हटलं, ''अहो, त्यांना तर काहीच अनुभव नाही. तुमच्यासारखा, टॅक्सीऐवजी विमान चालवणारा इंदिरा गांधींचा तो मुलगा, असं मला वाटतं.''

तो म्हणाला, ''तुम्ही म्हणता ते खरं आहे. परंतु काय आहे, बाळकडू नावाची गोष्ट असते....''

मी माझं अज्ञान दाखवलं. त्यावर तो मला समजावण्याच्या सुरात बोलू लागला, ''कसं आहे... गवयाच्या पोराला गाणं शिकवलं नाही तरी त्याच्या कानांवर सूर पडत असतात... नकळत त्याचा कान तयार होत असतो... भले तो संगीत न का शिकेना! आता आमचंच उदाहरण पाहा ना... आमचा मुलगा हा लहानपणापासून चाकं बदलणं, गाडीची काळजी घेणं, हात काळे करणं, या गाडीवर आपलं जीवन असल्यामुळे आमचं गाडीवर आपल्या मुलाबाळांइतकंच प्रेम करणं, या साऱ्या बाबी पाहत आलेला असतो. त्याला गाडी चालवणं शिकायला कितीसा वेळ लागेल?''

मी विचार करत होतो... मी स्वतः शेतकऱ्याचा मुलगा असल्यानं शेतातला वाफसा म्हणजे काय? भाज्या-फळं ताजी आहेत की शिळी आहेत, हे आजही एक नजरेत सांगू शकतो. भले मी शेती केलेली नसेलही; परंतु बाळकडू तर आहेच ना!

तो पुढं म्हणाला, ''हीच गोष्ट राजीव गांधी यांना लागू पडते. त्यांच्या घराण्यात राजकारण आहे. ते भले आज पायलट असेनात का; परंतु जबाबदारी पडल्यावर देश चालवू शकतील.''

राजीव गांधी प्रचंड बहुमतानं निवडून आले... पंतप्रधान झाले. अर्थात, इंदिरा गांधी यांच्या हत्येमुळे देशभर निर्माण झालेली सहानुभूती त्यामागं होती, हीसुद्धा वस्तुस्थिती होती.

WAN म्हणजे जागतिक माध्यमांमध्ये काम करणारी जागतिक संघटना. हिचं प्रमुख केंद्र पॅरिसमध्ये आहे. तिच्या संचालक मंडळावर मी २००५पासून ते आजतागायत आहे. भारतात हिची जागतिक परिषद आयएनएसतर्फे घडवून आणण्यात माझा प्रमुख वाटा होता. अर्थात, हे आयएनएस म्हणजे, भारतातील वर्तमानपत्रांची देशपातळीवरील

संस्था. हिचाही मी १९९५पासून संचालक आहे. वॅनची वार्षिक परिषद वेगवेगळ्या देशांत होते, तर संचालक मंडळाची सभा वेगवेगळ्या देशांत - शहरांत तीन-चार वेळा होत असल्यानं त्या निमित्तानं माझी भटकंती होतेच.

सध्या चर्चेत असलेल्या युक्रेनच्या राजधानीत, म्हणजे कीव्ह इथं दोन-तीन वेळा आमच्या सभा झाल्या. सभेनंतर खास जेवण असतं. त्याला आमच्याबरोबर प्रथितयश लोकांना बोलावलेलं असतं. गप्पा होतात, इतिहास-भूगोल समजतो. युक्रेनवर रशियाच्या स्टॅलिननं प्रचंड अत्याचार केले. युक्रेन हे गहू-उत्पादन करणारं युरोपचं एक प्रमुख केंद्र. स्टॅलिननं त्यांचं उत्पादन हळूहळू १०० टक्के पळवलं आणि ज्यांनी विरोध केला त्यांच्यावर रणगाडे घातले. युक्रेनला याचमुळे रशियापासून दूर राहायचं आहे.

कीव्हमध्ये मी टॅक्सीनं भटकत होतो. त्या वेळी नुकतीच टाटांची नॅनो गाडी बाजारात आलेली होती. गाड्या तयार करणाऱ्यांबरोबरच गाड्या वापरणाऱ्यांमध्येही – मग तो भले टॅक्सी-ड्रायव्हर का असेना – एक कुतूहल निर्माण होतं. या युक्रेनियन ड्रायव्हरच्या चेहऱ्यावर भारताबद्दल एक कौतुकाची झलक मला दिसत होती. तो म्हणाला, ''हे कसं शक्य आहे...! माझा तर विश्वासच बसत नाही!''

तो अनुभवातून म्हणाला, ''खरं सांगू... टाटा कंपनीनं निदान दुप्पट किंमत ठेवायला हवी. आमच्यासारख्यांना वर्षभर फुकट देखभाल करण्याची शाश्वती दिली तर आम्ही उड्या मारत ती गाडी घेऊ.''

हे व्यावहारिक शहाणपण हे त्याच्या अनुभवाचे बोल होते.

मी टाटा ग्रुपबरोबर पुणे/जमशेटपूर इथं जवळपास ३५-४० वर्षं व्यवसाय केला. माझा अनुभव नेहमीच चांगला राहिला. त्या अनुषंगानं टाटा ग्रुपमधील सर्वोच्च पदांवरील लोकांच्या गोष्टी ऐकायला-पाहायला-काही वेळा अनुभवायलाही मिळत.

या ड्रायव्हरवरून मुळगावकर यांची एक गोष्ट मला आठवली. मुळगावकर दुपारच्या जेवणाच्या वेळी स्वतः गाडी घेऊन, म्हणजे ड्रायव्हरशिवाय बाहेर जेवायला जात. सर्वत्र समजूत अशी होती की, सर्वांसाठी असलेल्या कँटीनमध्ये ते कशाला जेवतील? चांगल्या सर्वोच्च हॉटेलमध्ये मस्तपैकी जेवत असतील. शेवटी, ते टाटा मोटर्सचे प्रमुख होते ना!

एक दिवस या अधिकाऱ्यांपैकी एकानं धाडस करून मुळगावकरांचा पाठलाग केला. दुरून तो टेहळणी करत पाठोपाठ जात होता. मुळगावकर एक ढाब्यावर गेले. गाडी दूर कुठं लावून चालत गेले. जिथं ट्रकचे ड्रायव्हर्स जेवत असत तिथल्या खाटेवर

अथवा टेबलवर जाऊन बसले. ते जेवता-जेवता टाटा ट्रक्सबद्दल विचारणा करत होते. या ड्रायव्हर्सना कोणत्या कंपनीचे कोणते ट्रक आवडतात... किंवा का आवडत नाहीत... काय सुधारणा केल्या तर टाटाच्या गाड्यांना ते प्राधान्य देतील... अशा सहज गप्पा मारत चौकशी करत.

तिथून येऊन ते अधिकाऱ्यांबरोबर चर्चा करत... सूचना करत... पूर्वी सांगितलेल्या सुधारणांचा आढावा घेत. यामुळे 'टाटा ट्रक्स' हे देशात प्रथम क्रमांकावर पोहोचले होते. आपल्या गिऱ्हाइकांची सेवा केली की तिचं फळ मिळतं. हे सर्वत्रच लागू पडतं.

असे पुष्कळ अनुभव माझ्या गाठीशी आहेत. सामान्य माणसाचे अनुभवाचे बोल हे आपल्याला खूप काही शिकवून जातात.

हा लेख मी लंडन-मुंबई या विमानप्रवासात, विमानात बसून लिहीत आहे! कारण, आज मित्राच्या घरून लंडन विमानतळापर्यंतचा टॅक्सीचा प्रवास जवळपास दोन तासांचा होता. आमच्या गाडीचालकांना बोलतं करणं हे माझ्या स्वभावातच आहे. मग काय; इथंही मी तेच केलं. तो दिसण्यावरून इंग्रज नाही हे माझ्या लक्षात आलं. साहजिकच, 'कुठून आला... का आला... कसं काय चाललं आहे... तुला इथं कसं वाटतं' वगैरेची माहिती घेतली.

तो पॅलेस्टाईनमधून २५ वर्षांपूर्वी युरोपमध्ये आला. एक उत्तम खेळाडू असल्यानं त्याची निवड जर्मनीमध्ये झाली... वेळ छान गेला... पैसे मिळवले... व्यक्तिमत्त्व छान असल्यानं मित्रमैत्रिणी अनेक! मी विचारलं, ''लग्न कुणाशी केलं आणि कशा पद्धतीनं?''

तो उत्तरला, ''पॅलेस्टाईनला जाऊन लग्न करण्याची इच्छा मी व्यक्त केली. परंतु माझ्या आत्यानं मला एका कौटुंबिक समारंभात नेलं आणि माहितीतली छान मुलगी दाखवली... ती आवडली. ओळख वगैरे करून दिली गेल्यावर तिच्याशी लग्न केलं.''

मी विचारलं, ''तुझ्याभोवती मित्रमैत्रिणींचा गराडा असताना पॅलेस्टाईनमध्ये भारतीय पद्धतीनं, म्हणजे अरेंज मॅरेज का केलंस?''

तो उत्तरला, 'प्रश्न माझा नाही... पुढील पिढीचा, तिच्या जडणघडणीचा असतो. आपल्या देशातील, समाजातील, चालीरीतीतील मुलीशी विवाह करण्यानं हे सर्व पुढच्या पिढीत पोहोचतं. युरोपीय मुलीशी लग्न केलं असतं तर हे होऊ शकलं नसतं.''

त्याचा हा विचार आपल्या भारतीय संस्कारांत बसतो.

पुढं गप्पा मारताना पॅलेस्टाईन, इस्त्रायल यांविषयी, तसंच युरोपीय आणि विशेषतः ब्रिटिश यांनी कशी वाट लावली याविषयी तो बोलत राहिला. युरोपीय, विशेषतः ब्रिटिश आणि अमेरिकी ही अत्यंत स्वार्थी आणि निष्ठुर जमात कशी आहे, हे त्यानं ऐतिहासिक दाखले देत सांगितलं.

तो म्हणाला, ''पाहा ना, सद्दाम हुसेनचं आणि इराकचं छान चाललं होतं. परंतु त्यानं एक घोडचूक केली. आपलं तेल अमेरिकी डॉलर्समध्ये न विकता, ज्या देशाला तेल हवं त्या देशाच्या चलनात द्यायला सुरुवात केली. यामुळे अमेरिकेचं पित्त खवळलं. इतर देशही असंच करायला लागतील ही भीती अमेरिकेला वाटली. म्हणजे, म्हातारी मेल्याचं दुःख नाही; पण काळ सोकावतो. यामुळे इंग्लंडनं आणि अमेरिकेनं खोटं बोलून सद्दाम हुसेन आणि इराक यांची वाट लावली. तेच त्यांनी लिबिया, सीरिया यांसारख्या देशांचं केलं.''

तो पुढं सांगत राहिला, ''वास्तविक, पॅलेस्टाईन हा पाच हजार वर्षांपासूनचा देश... त्या काळी तर युरोपीय हे पूर्ण मागासलेले होते. दुसऱ्यांना लुटून त्यांचा वापर करून श्रीमंतीत राहणारे हे लोक.'' हे सांगताना त्याची पोटतिडीक जाणवत होती.

तो पुढं म्हणाला, ''पाहा ना, इंग्लंडमध्ये काम कोण करतं? तर काम करणारे सर्व बाहेरचे लोक आहेत. त्यांना बाहेर काढा, इंग्लंडचं उद्या दिवाळं वाजेल.''

त्याचं बोलणं ऐकताना माझं शिक्षण होत होतं. विमानतळ आला. मी उतरलो. माझ्याशी प्रेमानं हस्तांदोलन करून या माझ्या शिक्षकानं निरोप घेतला. विमानात स्थिरावल्यावर माझं विचारचक्र सुरू झालं... जुन्या गोष्टी आठवायला लागल्या... त्यांचं या लेखात रूपांतर झालं.

कसे वाटले हे माझे शिक्षक? आपण आयुष्यभर विद्यार्थी असावं असं (तुम्हांलाही) (कुणालाही) वाटतं ना?

●●●

... तेव्हापासून कानाला खडा!

'बाएफ' (भारतीय ॲग्रो-इंडस्ट्रीज फाउंडेशन) या संस्थेचा विश्वस्त या नात्यानं मी नुकताच उरुळीकांचन इथं गेलो होतो. संस्थेचा वर्धापनदिन, संस्थापक मणिभाई देसाई यांचा स्मृतिदिन हे निमित्त होतं. सर्व देशांतून अनेक आदिवासी संस्था, व्यक्ती – ज्या बाएफमुळे यशस्वी झाल्या होत्या – त्यांचा कौतुकसोहळाही या निमित्तानं होत असतो. ओडिशा, बिहार, नंदुरबार इथल्या दुर्गम भागात जाऊन बाएफच्या कार्यकर्त्यांनी घडवलेलं सामाजिक-आर्थिक-शैक्षणिक परिवर्तन पाहणं, तिथल्या लोकांचं, विशेषतः स्त्रियांचं काम आणि मनोगत ऐकणं हा सर्व कार्यकर्त्यांना, विश्वस्तांना समाधान देणारा प्रसंग असतो. देशातील तेरा प्रांतांमध्ये गेली पाच दशकं हे काम अव्याहत सुरू आहे. स्थानिक प्रतिनिधींपासून शास्त्रज्ञांचा यात सहभाग असतो. एकट्या उरुळीकांचनमध्ये सुमारे चारशे लोक विविध प्रकल्पांवर काम, संशोधन करत असतात. हे सर्व मग देशपातळीवर जातं.

ॲग्रोवनच्या माध्यमांतून महाराष्ट्रात हे ज्ञान, माहिती पोहोचवणं मला सोपं जातं. आपल्या माध्यमाचा तो आणखी एक कृतिशील सहभाग असतो. तिथं मला एका व्यक्तीनं भेटायची इच्छा व्यक्त केली होती; परंतु आजारी पडल्यानं ते शक्य झालं नाही. या निमित्तानं काही आठवणी जाग्या झाल्या.

सुमारे ४०-४५ वर्षांपूर्वीची गोष्ट. मी बारामतीहून पाटसमार्गे सोलापूर महामार्गानं पुण्याकडे येत होतो व गाडी मीच चालवत होतो. उरुळीकांचनला पोहोचेपर्यंत दुपारचे दोन-तीन वाजलेले होते. एक गोरागोमटा तरुण एका लहानशा झाडाखाली भर उन्हात उभा होता. माझं त्याच्याकडे दुरूनच लक्ष गेलं. त्याच्या कपड्यांवरून तो सुशिक्षित असावा असा अंदाज मी बांधला. कोवळा चेहरा... त्यामुळे तो शेतकऱ्याचा नसावा असाही विचार मनात आला. मी गाडी थांबवली. नाहीतरी मी एकटाच होतो आणि बहुधा पुण्यालाच जाण्यासाठी हा तरुण एसटीची वाट पाहत असावा, हा माझा अंदाज बरोबर ठरला. गाडी थांबल्यावर तो तरुण पळतच आला.

मी विचारलं, ''कुठं जायचंय?''

तो म्हणाला, ''पुण्याला. तास-दोन तास झाले. पण एसटीचा पत्ताच नाही.''

मी म्हणालो, ''बस गाडीत! मीही पुण्यालाच चाललो आहे.''

आमच्या गप्पा सुरू झाल्या. तो अमेरिकेहून उच्च शिक्षण घेऊन भारतात नुकताच परतला होता. गप्पा मारता-मारता पुणं कधी आलं हे समजलंही आलं नाही.

मी म्हणालो, ''हे पाहा, स्वारगेट आलं आहे. परंतु तुला पुढं कुठं जायचं आहे? कारण, मी डेक्कन जिमखान्यावर चाललो आहे.''

तो उतरता-उतरता म्हणाला, ''साहेब, मलाही तिकडेच जायचं आहे.''

मी म्हणालो, ''मग बस की! मी सोडतो तुला तिकडेच.''

जिमखाना आल्यावर मी सहज म्हटलं, ''आता मी प्रभात रोडवर जाणार आहे.''

तो लगेच उत्तरला, ''अहो मलासुद्धा...''

गाडी पुढं जात राहिली.

प्रभात रोडला यायच्या आधी पुन्हा मी म्हटलं, ''मी दुसऱ्या गल्लीत जाणार आहे.''

तो उत्तरला, ''साहेब, मलाही...!''

आता मात्र मी चकित झालो!

मी त्याला थट्टेनं म्हणालो, ''आता सांगू नकोस, की त्या गल्लीत पवारांकडे जायचं आहे.''

तोही थोडा गोरामोरा झाला आणि म्हणाला, ''साहेब, विश्वास ठेवा... माधवराव पवारांच्याच घरी जायचं आहे मला!''

आम्ही त्या वेळी एकत्रच राहत असू. या विलक्षण योगायोगानं माझीही करमणूक झालीच; परंतु कायमचं नातंही जोडलं गेलं.

शक्य झाल्यास अवश्य मदत करावी, तीही निरपेक्ष असावी... आणि 'आपल्याला शक्य झालं' याच्या समाधानात राहावं असा माझा स्वभाव! तथापि, यातून काही कटू अनुभवही आले. तुमच्या हातून अशा चुका होऊ नयेत यासाठी त्यातील एक अनुभव सांगावासा वाटतो.

काही वेळा, नंतरच्या काळात आर्थिक बाबतीत काही भागीदारीत व्यवसाय केले. काहींमध्ये यश, तर काहींमध्ये अपयश आलं. काही वेळा चुकीची गुंतवणूक केली गेली. या सर्व गोष्टींमुळे मी आता कुणाच्याही आर्थिक फंदात पडत नाही. यातून आपल्याच लक्षात येतं की, आपल्या शिक्षणासाठीही आपल्याला चांगलीच किंमत मोजावी लागते.

आर्थिक अडचणीत आलेल्या लहान उद्योजकांना शंतनुराव किर्लोस्करांच्या मार्गदर्शनात किर्लोस्कर फाउंडेशनचा विश्वस्त या नात्यानं मी मदत-मार्गदर्शन करत असे. यात बहुधा मराठी उद्योजक असत. मलाही खूप शिकायला मिळायचं. शंतनुरावांच्या चांगुलपणाचा गैरफायदा घेणारेही अनेक होते.

अशीच एकदा एका प्रथितयश उद्योजकानं माझी भेट घेतली. ज्या जिल्ह्यात या उद्योजकाचं उत्पादन होत होतं तिथं मला आग्रहानं बोलावण्यात आलं. आपण अत्यंत अडचणीतून हा उद्योग कसा उभा केला आणि आता विस्तार करण्यासाठी पब्लिक लिमिटेड कंपनी केल्याचंही त्यानं सांगितलं. अर्थात, मला कौतुक वाटलं. नंतर त्यानं त्याच्या नवीन प्रकल्पाचं उद्घाटन करण्यासाठी मला आणि त्याच्या राष्ट्रीयीकृत बँकेच्या अध्यक्षाला बोलावलं.

आदरातिथ्य, सत्कार वगैरे गोष्टी झाल्या. जेवताना त्या अध्यक्षांनी 'ही संस्था उत्तम असून आम्ही समाधानी आहोत' असं सांगितलं. यानंतर संबंधित उद्योजक घरी भेटायला आला. 'उधारीमुळे व्यवसाय वाढत नाही... कच्चा माल रोखीनं घ्यावा लागतो...' असं सांगून त्यामुळे येणाऱ्या अडचणींचा पाढा त्यानं वाचला.

त्याचं सगळं ऐकून घेतल्यावर 'मला काय करता येईल यावर मी विचार करेन,' असं मी त्याला सांगितलं. त्याचा ताळेबंद पाहिल्यावर उधारीत खूप पैसे अडकलेले असल्याचं माझ्या लक्षात आलं. माझा त्या व्यवसायाशी संबंध असल्यानं अनेक

पुरवठादार माझ्या व्यक्तिगत ओळखीचे होते. त्यांना मी एकत्र बोलावलं आणि सुचवलं – 'बँकेनं ९० दिवसांची व्याजासह पैशाची हमी दिल्यास माल द्यावा.'

बहुतेक सर्वांनी ते मान्य केलं. एक-दोन जण म्हणाले, ''साहेब, हा माणूस भरवशाचा नाही.'' परंतु त्यांच्या म्हणण्याकडे मी दुर्लक्ष केलं. आता त्या उद्योजकाला ९० दिवसांच्या गरजेइतकं खेळतं भांडवल मिळणार होतं. त्या उद्योजकाची 'आर्थिक तब्येत'ही सुधारेल आणि प्रगतीसुद्धा होईल, असा आमचा यामागचा हेतू.

मग हा उद्योजक मला भेटून म्हणाला, ''साहेब, बँकांमधून मी खूपच पैसे उचलले असल्यानं पाच-सहा कोटी रक्कम बँकांना दिल्याशिवाय पुरवठादारांना L/C म्हणजे लेटर ऑफ क्रेडिट द्यायला त्या तयार नाहीत. तुम्ही मदत करा. माझ्याकडे पुष्कळ जमीन, एक-दोन घरं आहेत, ती मी गहाण ठेवीन.''

मी अशा भानगडीत पडत नाही. परंतु त्या परिस्थितीत मी तेही मान्य केलं. सुदैवानं पैसे द्यायच्या आधी माझ्या, तसंच पुरवठादारांच्याही पैशाची काळजी व्याजासह घेतली जाईल, यापेक्षा अधिक जमीन कायदेशीररीत्या बांधून घेतली.

नंतर हे महाशय भेटेनात. पुरवठादारांच्या तक्रारी सुरू झाल्या. रोज देवपूजा-अर्चा, टिळा लावणारे हे महाशय शब्द न पाळणारे निघाले.

त्यांचा ताळेबंद खोटा होता. या उद्योजकमहाशयांनी बँकेच्या अध्यक्षांना आधीच सांगितलं होतं – 'हे पवार आहेत. यांच्याकडे खूप पैसा आहे. यातून मी तुमची कर्जे फेडीन. त्यामुळे माझ्या उद्योगाबद्दल चांगलंच बोला.' परिणामी, उद्घाटनाच्या वेळी संबंधित बँकेच्या अध्यक्षांनी स्वार्थी भावनेतून 'संस्था उत्तम आहे,' असं मला सांगितलं होतं.

त्या उद्योजकानं गहाण ठेवलेल्या जमिनी विकून मी सर्व पैसे व्याजासह वसूल केले. सर्व पुरवठादारांचेही पैसे फेडले आणि उरलेले सुमारे दीड कोटी रुपये त्या उद्योजकाला धनादेशाद्वारे परत केले.

उद्योजकावर दिल्लीतून धाड पडली. त्या वेळी मी पैसे दिलेले दिसल्यानं मला बोलावण्यात आलं. कसून चौकशी करण्यात आली. भाषा अत्यंत उर्मट होती. आपल्या अधिकारांचा दर्प ठायी-ठायी दिसत होता. परंतु सर्व व्यवहार धनादेशाद्वारे झाल्यानं आणि मीच त्या उद्योजकाला दीड कोटी रुपये परत केल्याचं स्पष्ट दिसत असल्यानं दिल्लीकरांचा निरुपाय झाला. तरीही, मला वीस लाख रुपयांच्या मागणीचा निरोप आलाच! मी म्हणालो, ''वीस रुपयेसुद्धा देणार नाही.''

सुदैवानं मी यातून सुटलो. काही वेळा, नंतरच्या काळात आर्थिक बाबतीत काही भागीदारीत व्यवसाय केले. काहींमध्ये यश, तर काहींमध्ये अपयश आलं. काही वेळा चुकीची गुंतवणूक केली गेली. या सर्व गोष्टींमुळे मी आता कुणाच्याही आर्थिक फंदात पडत नाही. त्याची गरजही नाही. यातून आपल्याच लक्षात येतं की, आपल्या शिक्षणासाठीही आपल्याला चांगलीच किंमत मोजावी लागते. एक-दोन ठिकाणी फसगतही झाली. याचा विचार एखाद्या वेळी माझ्या मनात येतो तेव्हा मी चेष्टेनं स्वतःलाच विचारतो, 'निर्णय कुणाचा होता?'

उत्तर येतं, 'अर्थातच तुझा!'

मग मी स्वतःलाच समजावतो, 'मग, यापुढं त्याचा परिणामही तुझाच...'

आणि, हेच खरं आहे... हे तुम्हांलाही पटेल असं वाटतं.

तुमच्यावर अशी वेळ येऊ नये एवढीच सदिच्छा!

●●●

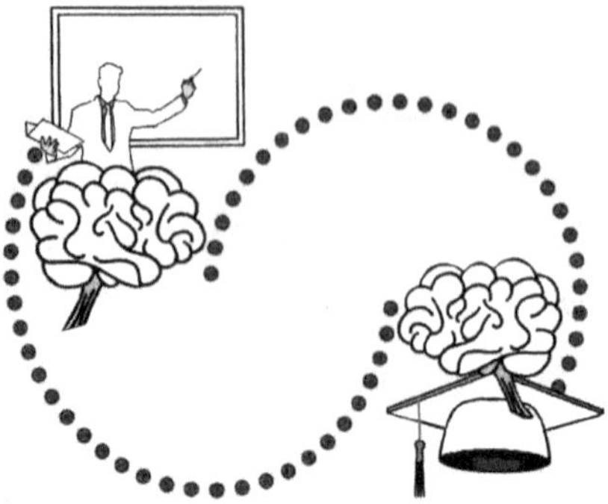

शैक्षणिक संवादाचा पूल...!

आपल्याकडील शिक्षण क्षेत्रातील प्रमुख मंडळी, विचारवंत यांना घेऊन वेगवेगळ्या देशांमधील शिक्षणपद्धतींबाबत भेट, चर्चासत्रं 'सकाळ एज्युकॉन'च्या माध्यमांतून होतात. सामाजिक, शैक्षणिक उद्देशानं २००४मध्ये सुरू झालेल्या या योजनेला जवळपास वीस वर्षं होत आली. शिक्षणप्रमुखांचा दृष्टिकोन व्यापक व्हावा, त्यांना जगातील उत्कृष्ट शिक्षण संस्थांचा प्रत्यक्ष परिचय व्हावा, ज्यांना शक्य आहे त्यांनी अशी विद्यापीठं, शिक्षण संस्था यांच्याशी संधान साधावं, हाही उद्देश असतो.

अगदी बारामतीच्या ॲग्रीकल्चर डेव्हलपमेंट ट्रस्टचं उदाहरण घेतलं तर त्यांचे अनेक विद्यार्थी नेदरलँडमध्ये काही काळ शिकतात. तिकडचे विद्यार्थी आपल्याकडे येतात. यामुळे विद्यार्थ्यांना, प्राध्यापकांना आंतरराष्ट्रीय शिक्षणपद्धतीचा अनुभव मिळतो. काही विद्यार्थ्यांना तिकडे नोकऱ्याही मिळतात. आपल्या देशातही हे घडायला सुरुवात झाली आहे.

विद्यार्थ्यांची - प्राध्यापकांची प्रगल्भता आंतरराष्ट्रीय दर्जाची व्हावी हा 'सकाळ एज्युकॉन'च्या आयोजनामागचा उद्देश आहे. अशा प्रयत्नांतून होणारा आणखी एक फायदा म्हणजे, या आपल्या सर्व संस्थांमध्ये एक सुसंवाद निर्माण होतो. त्यांनाही एकमेकांकडून शिकता येतं. विचारांचं आदानप्रदान आपोआपच होतं.

'पुढच्या वर्षी नवीन देशात जाण्याची इच्छा आहे का,' असं आम्ही सहभागी लोकांना दर वर्षी विचारतो. याचं उत्तर १०० टक्के 'होय' असंच येतं. कारण, या योजनेचा उद्देशच त्यांच्या भल्यासाठी, प्रशिक्षणासाठी आहे. कोणत्या देशात जावंसं वाटतं याचीही चाचपणी केली जाते आणि त्यावर पुढील वर्षीच्या कामाला सुरुवात होते.

तुम्हांला कोणतंही कुतूहल वाटल्यास किंवा तुमच्या मनात कोणताही विचार आल्यास त्याची प्रयोगशीलता तुम्ही इथं प्रयोग करून पाहू शकता. विद्यार्थी हा आनंदी आणि प्रयत्नशील असावा या दृष्टीनं वातावरण निर्माण केलं जातं. उद्याचे सक्षम नागरिक घडवण्यासाठीची ही प्रयत्नशील धडपड कौतुकास्पदच वाटते.

२०२३मध्ये फिनलंडची निवड याच पद्धतीनं झाली होती. फिनलंडची शैक्षणिक व्यवस्था जगप्रसिद्ध आहे. आपल्या नवीन शिक्षण धोरणात फिनलंडच्या अनेक गोष्टींचा अंतर्भाव केला गेला आहे.

आता थोडंसं फिनलंडबद्दल सांगणं आवश्यक आहे. रशिया, स्वीडन यांना खेटून असलेला हा देश. काही वेळा स्वीडनच्या, तर काही वेळा रशियाच्या आधिपत्याखाली तो होता. रशिया आणि जर्मनी यांच्यामुळे फिनलंड दुसऱ्या महायुद्धात ओढला गेला. दरम्यान, महायुद्ध सुरू असतानाच एक तहाद्वारे फिनलंड स्वतंत्र झाला. महायुद्धाच्या अखेरच्या काळात जर्मनीनं फिनलंडला मदत केली. फिनलंडनं १९५०पासून प्रगतीची मुसंडी मारली ती आजतागायत!

संशोधन, उत्पादन या प्रयत्नांतून या देशानं नोकियासारख्या अनेक आंतरराष्ट्रीय संस्था यशस्वीपणे उभ्या केल्या. इस्रायलप्रमाणे आंतरराष्ट्रीय दर्जाची उत्पादनं निर्माण करणं, ही यांचीही गरज आहे. इस्रायलची लोकसंख्या पंचाऐंशी लाख, तर फिनलंडची जेमतेम पंचेचाळीस लाख! उत्पादन केलं तर विकणार कुठं? देशाबाहेरच विकावं लागणार!

त्यामुळे उत्पादनाचा दर्जाही जागतिक स्पर्धेला निश्चित तोंड देऊ शकेल असाच राखावा लागतो. परिणामी, संशोधन हा या व्यवसायाचा गाभा आहे. त्याला अनुकूल अशा शैक्षणिक संस्था निर्माण केल्या गेल्या. अगदी शाळेपासून समाजोपयुक्त शिक्षण, तेही हसतखेळत प्रात्यक्षिकातून, हे या देशाचं आणखी एक वैशिष्ट्य!

देशाच्या एकंदर उत्पन्नापैकी सहा टक्के खर्च सरकार शिक्षणावर करतं. आम्ही पाहिलेल्या, भेट दिलेल्या शिक्षण संस्थांमध्ये सरकारी सक्रिय भाग होताच; परंतु अनेक उद्योगांचाही सहभाग होता. शिक्षणाचा दर्जा हा सर्वोत्तम असेल असा दृष्टिकोन आणि वस्तुस्थितीही! फिनलंडचं आपल्यापेक्षा आणखी एक महत्त्वाचं वेगळेपण आहे. आपल्यापेक्षा त्यांचं दरडोई उत्पन्न वीसपट अधिक आहे!

जवळपास ५० टक्के प्रत्यक्ष, अप्रत्यक्ष कर-आकारणी होते. अर्थात, सर्व पैशाचा विनियोग समाजासाठी होतो. महत्त्वाचं म्हणजे तिथं भ्रष्टाचारच नाही! आपले माजी पंतप्रधान राजीव गांधी एकदा म्हणाले होते, 'सरकारच्या शंभर रुपये उत्पन्नातील जेमतेम दहा-बारा रुपये समाजाच्या भल्यासाठी खर्च होतात.' बाकीचे कुणाच्या खिशात जातात, हे सांगायला नको! आजही त्यात काहीही बदल नाही. उलट, भ्रष्टाचार वाढला आहे, अशा वस्तुनिष्ठ तक्रारी सतत कानांवर येत असतात.

फिनलंडमध्ये एकमेकांवरील विश्वास हा अतिशय महत्त्वाचा मानला जातो. जनतेचा सरकारवरील आणि सरकारचा जनतेवरील विश्वास ठायी-ठायी जाणवतो.

आम्ही कार्यक्रमाच्या निमित्तानं वाहनातून प्रवास करत असताना चालकानं सीट-बेल्ट लावायला सांगितला. तो न लावल्यास दंड होईल, असं त्यानं स्पष्टपणे सांगितलं. यावरून एक गोष्ट लक्षात येते की, नियम पाळण्यात त्या देशातील नागरिक काटेकोर असतात. आपल्याकडे मात्र असं चित्र दिसत नाही.

आपल्याकडे असं झालं तर आपलाही अत्यंत वेगानं कायापालट होईल. तिथंही एकसूत्री राजकीय पक्षाचं नियंत्रण नाही. पाच-सात राजकीय पक्ष एकत्र येऊन कारभार करतात. देशहिताबद्दल सर्वांचं एकमत असतं.

आपल्याकडे विरोधी पक्षांना, त्यांच्या पुढाऱ्यांना शिव्या देणं, दोष देणं हा सर्व राजकीय पक्षांचा प्रमुख कार्यक्रम असतो. मग एकमेकांचं सहकार्य कसं मिळणार? सहकार्याऐवजी तो पक्ष कसा खच्ची करावा यासाठी भरपूर खोकी, सरकारी यंत्रणा आजकाल सर्रास वापरली जाते, ही दुर्दैवाची गोष्ट आहे. यामुळे विरोधासाठी विरोध हा होतच राहतो.

फिनलंडमध्ये देशभर एक लाखाहून अधिक गोड्या पाण्याची तळी आहेत. यामुळे हॉटेलमधील नळाचं पाणी तुम्ही निर्धास्तपणे पिऊ शकता. अशी तळी आणि झाडी, म्हणजे जवळपास ६५ टक्के जंगल, यामुळे प्रदेशाचं सौंदर्य अधिकच खुलतं!

आमचा सर्व वेळ तांपेरे आणि हेलसिंकी या दोन शहरांतील शिक्षण संस्थांबरोबर गेला. जागतिक दर्जाची विद्यापीठं इथं आहेत. संपूर्ण शिक्षणच अशा पद्धतीचं आहे की,

जसजसे तुम्ही उच्च शिक्षणाच्या दिशेनं प्रगती कराल तसतसं तुम्ही हवं ते शिक्षण घेऊ शकता. संवादांतून शिक्षण, शाळेमध्ये उद्योजकता-शिक्षण यांवर भर असतो.

उच्च दर्जाच्या शिक्षणासाठी तुम्हांला एक परीक्षा द्यावी लागते. तुमच्यात कोणत्या क्षमता आहेत आणि नाहीत याचा बारकाईनं आढावा घेतला जातो. मगच त्या विद्यार्थ्याला प्रवेश मिळतो. आपल्याकडच्यासारखा इथं वशिला उपयोगी येत नाही! प्रत्येक विद्यार्थी हा समाजाच्या उत्पादकतेचा सभासद होईल याची काळजी घेतली जाते. उद्योजकतेला खूप महत्त्व दिलं जातं.

यामुळे सरकार, उद्योजक आणि शिक्षण संस्था यांच्यात उत्तम समन्वय आहे. विद्यार्थ्यांना सर्वांगीण सक्षमता यावी यावर इथं भर असतो. यासाठी सर्वत्र उत्तम आधुनिक सुविधा उपलब्ध करून दिल्या जातात.

एक प्रयोगशाळा पाहिली. तिचं नावच Lab of Curiosity असं आहे. म्हणजे, तुम्हांला कोणतंही कुतूहल वाटल्यास किंवा तुमच्या मनात कोणताही विचार आल्यास त्याची प्रयोगशीलता तुम्ही इथं प्रयोग करून पाहू शकता. विद्यार्थी हा आनंदी आणि प्रयत्नशील असावा या दृष्टीनं वातावरण निर्माण केलं जातं. उद्याचे सक्षम नागरिक घडवण्यासाठीची ही प्रयत्नशील धडपड कौतुकास्पदच वाटते.

आपल्याकडे बुद्धिमत्ता, निसर्गसंपदा याची वानवा नाही. गरज आहे ती एकोप्याची, सामाजिक जाणिवेची आणि सर्वांगीण प्रामाणिक प्रयत्नांची.... तरच भारताच्या सुजलाम्, सुफलाम् स्वप्नांचं वस्तुस्थितीत रूपांतर होईल. आपल्या सर्वांना हे पटल्यावर ते प्रत्यक्षात शक्य आहे. मग मागं का राहायचं? आपण करू या प्रयत्न... आपल्या भारताच्या उज्ज्वल भवितव्यासाठी!

●●●

जागरूकतेची कसोटी!

गेलं शतक संपायच्या आसपास घडलेल्या; परंतु स्मरणात कायम राहिलेल्या काही गोष्टी...

कार्यकारी संचालक म्हणून आमच्या अजय मेटाकेमचंही काम मी पाहत असे; विशेषतः विक्री-निर्यात वगैरेंवर माझं अधिक लक्ष असे. आम्हांला दोन-तीन आंतरराष्ट्रीय स्पर्धकांना तोंड द्यावं लागायचं, त्यामुळे आमच्या ग्राहकांना अधिकाधिक वेगळं काय देता येईल, हा आमचा प्रयत्न असे.

मग अशी कंपनी आम्हांला प्राधान्यही द्यायची. त्या वेळी आयातीवर बरीच बंधनं असत, त्यामुळे आम्ही परदेशी तंत्रज्ञान आत्मसात करून त्याचं भारतीयीकरण करून आमच्या या आंतरराष्ट्रीय स्पर्धकांना यशस्वीपणे तोंड देत असू.

दुसरा प्रकार होता तो असा की, काही उत्पादनं मोठ्या प्रमाणावर उत्पादित केल्याशिवाय परवडत नसत. यावर आम्ही अशा उत्पादनांचे विक्रीहक्क भारतासाठी मिळवून आवश्यक तेवढा आणि ग्राहकांच्या गरजेपुरता माल आयात करत असू. आमची निर्यातही होत असल्यानं आम्हांला ते त्यामानानं सोपं जात असे.

याचे दोन फायदे होत : एक तर आमच्याच ग्राहकाला आणखी एक वेगळं, उपयुक्त उत्पादन देता येत असे. आमची इतर उत्पादनंही ते खरेदी करत असल्यानं आमचा

विक्रीचा खर्च (Marketing Cost) कमी होत असे. शिवाय, या उत्पादनाच्या तांत्रिक-आर्थिक बाबी आम्हांला आपोआपच शिकायला मिळत असत.

लंडनमध्ये एक उद्योगधंद्याला लागणारं मेण (wax) उत्पादन करणारी चांगली कंपनी होती. त्यांची काही उत्पादनं फाउंड्री-व्यवसायासाठी लागत असत. आम्ही त्यांच्याशी संपर्क साधून भारतासाठी विक्रीहक्क मिळवले. मी इंग्लंडला गेलो की त्या कंपनीचे कार्यकारी संचालक विल्यम्स यांना प्रत्यक्ष भेटत असे. त्याचे काही फायदे असत. एक तर त्यांच्याशी व्यक्तिगत स्नेह निर्माण होई आणि ते आणखी नवीन काय करत आहेत, याची माहिती मिळत असे.

व्यवसायात विश्वासाला फार मोठी किंमत असते. दोन संस्थांमध्ये असं नातं निर्माण होतं तेव्हा आपल्या अडीअडचणीत साहाय्याची भूमिका समोरची संस्था घेते. आमच्या भेटीगाठी आणि व्यवसायवृद्धी या दोन्ही गोष्टी होत गेल्या आणि आमच्यातील व्यक्तिगत स्नेहही वाढला.

सुरुवातीच्या काही काळानंतर आम्ही दोघं एके दिवशी जेवायला गेलो. मीच बोलावलं होतं.

मी त्यांना म्हटलं, ''सुरुवातीला चहा वगैरे घेणार का?''

ते म्हणाले, ''मी चहा पीत नाही.''

मग म्हटलं, ''लिंबू-सरबत वगैरे...''

त्यावर ते म्हणाले, ''ते चालेल; परंतु त्यात साखर नको.''

''जेवायच्या पदार्थांमध्ये मसाला वापरलेले पदार्थ मी खात नाही,'त्र असं त्यांनी बजावलं. मला आता राहवलं नाही.

मी मिश्किलपणे त्यांना म्हटलं, ''एक गोष्ट विचारू का? राग तर येणार नाही ना?''

ते म्हणाले, ''अवश्य विचारा... आता आपण मित्र आहोत.''

मी सुरुवात केली, ''तुम्ही चहा पीत नाही... साखर खात नाही... मसाल्याचे पदार्थ टाळता... हे एवढं आहे, तर मग आमच्या देशावर कशासाठी व्यापाराच्या निमित्तानं राज्य केलंत?''

त्यांना एकदम हसू कोसळलं. ते म्हणाले, ''खरंच की! मी कधी असा विचारच केला नव्हता!''

अशा नात्यांतून अनेक सवलती, तांत्रिक माहिती मिळवणं सोपं जातं. शेवटी, व्यवसाय काय किंवा संस्था काय; माणसंच काम करत असतात.

असाच एक वेगळा अनुभव जर्मनीमधील. जर्मनीतील डुसलडॉर्फ या गावी मला वर्षातून दोन-तीन वेळा जावं लागत असे. तिथंही वरीलप्रमाणे नातं निर्माण झालेलं होतं.

जर्मनीमध्ये शिकलेल्या काही लोकांनी एक संस्था पुण्यात निर्माण करायचं ठरवलं. त्यांपैकी बहुतेक जण माझे वडीलबंधू माधवराव यांच्या बरोबरचे किंवा परिचयातील होते. या संस्थेंतर्गत जर्मन कुटुंबीयांना दर वर्षी भारतात बोलवायचं... त्यांची कुणाच्यातरी घरी राहायची सोय करायची... यातून भारतीय संस्कृतीची त्यांना ओळख होईल... व्यक्तिगत स्नेह निर्माण होईल... अशी कल्पना होती. गणेशोत्सवाच्या सुमारास जर्मनीत सुट्ट्या असतात, त्यामुळे त्यांनाही ते सोयीचं असे. शिवाय, या काळात आपलं सांस्कृतिक दर्शनही सहजरीत्या त्यांना होऊ शकणार असे.

जर्मनीत किंवा काही प्रगत देशांमध्ये वैद्यकीय शिक्षण घेणाऱ्या विद्यार्थ्यांना अभ्यासक्रम संपल्यावर निदान सहा महिने अप्रगत देशांत अनुभव घेणं आवश्यक असतं. आपल्या मुलीला भारतात पाठवावं असं एका जर्मन व्यक्तीला वाटलं. मुलीचीही तशी इच्छा होती.

'कुठं पाठवणं सोयीचं ठरेल आणि सुरक्षितही असेल?' अशी चौकशी त्यांनी काळजीपोटी साहजिकच केली.

'भारतात; विशेषतः पुण्यात प्रयत्न करा. तिथं शक्य होईल,' असं त्यांच्या एका परिचितांनी त्यांना सांगितलं. थोडक्यात म्हणजे, ती मुलगी माधवरावांच्या घरी पोहोचली. भविष्यकाळात ती त्यांची सून झाली ही गोष्ट वेगळी!

मी तिच्या वडिलांना मधूनमधून भेटत असे. ते एका मोठ्या प्रकल्पावर प्रमुख या नात्यानं काम करत होते. जिथं बांधकाम सुरू होतं तिथं त्यांनी मला बोलावलं. ऱ्हाईन नदीच्या तळाखालून एक बोगदेवजा मोठा रस्ता ते तयार करत होते.

सुमारे पाच-सहा हजार कोटी रुपयांचा तो प्रकल्प होता. ते त्याचे प्रमुख होते. या बोगद्यामुळे काय-काय फायदे होतील यासह, नवीन कोणती तंत्रज्ञानं ते वापरत आहेत, याची थोडीफार माहिती मला त्यांनी दिली. प्रकल्प आता शेवटच्या टप्प्यात होता.

मी सहज विचारलं, ''प्रकल्पाची पूर्तता होऊन पहिली गाडी केव्हा बाहेर पडेल?''

ते म्हणाले, ''थोडं थांबा... मी जरा बघून सांगतो.''

काही मिनिटांनी ते कागदपत्रं पाहून म्हणाले, ''येत्या २६ डिसेंबरला, संध्याकाळी चार वाजता!''

मी बेशुद्ध पडायचाच बाकी राहिलो होतो!

आपल्याकडे वर्षानुवर्षं प्रकल्प चालतात... गुणवत्तेची खात्री नाही... वेळ आणि खर्च यांचा ताळमेळ नाही आणि हे जर्मन गृहस्थ तासांमध्ये बोलताहेत!

मी म्हटलं, ''तुमची खात्री आहे?''

ते म्हणाले, ''हा जर्मन शब्द आहे!''

मला हे काहीसं पटलं नव्हतं किंवा विश्वास ठेवायला कठीण जात होतं. मी डिसेंबरच्या २६ तारखेला तिकडची वेळ साधून संध्याकाळच्या साडेचार वाजता त्यांना मुद्दाम फोन केला.

ते उत्तरले, ''होय, पहिली गाडी चार वाजता बाहेर पडली!''

गप्प बसण्याशिवाय मला मार्ग नव्हता. त्यांचं अभिनंदन करत मी फोन ठेवला.

आपल्याकडे 'मंगळयान', 'चांद्रयान' या गोष्टी आपण करतो; परंतु रस्ते अत्यंत निकृष्ट दर्जाचे तयार करतो. जनतेचे शेकडो कोटी रुपये दर वर्षी सर्व नगरपालिका – अगदी मुंबईपासून – निर्लज्जपणे खड्डेदुरुस्तीवर खर्च करतात.

हे राजकीय - सरकारी अधिकारी आणि बांधकाम व्यावसायिक यांच्या संगनमताशिवाय शक्य नाही हे जनतेला कळतं. परंतु कुणी जाब विचारत नाही किंवा संबंधितांना कुणी कोर्टात खेचत नाही.

साधे रस्ते बांधण्यातसुद्धा आपण आत्मनिर्भर नाही आणि 'जागतिक स्तरावर अमुकअमुक वर्षी इतक्या ट्रिलियन डॉलर्सची आर्थिक क्षमता निर्माण करू' म्हणून आपण वल्गाना करतो. हे सर्व शक्य आहे, जर या सर्व कामांमध्ये कायदेशीर बंधनं (पारदर्शक व्यवहार) जनतेनं दक्ष राहून पाळायला भाग पाडलं तर...! आपल्याला समजतं आहे... आपण प्रयत्न करत राहू... देशाच्या, समाजाच्या चांगल्या भवितव्यासाठी! गप्प बसायला नको... जागरूक राहू या!

काही प्रसंग, काही प्रसंगावधान...

वर्ष १९५६. संयुक्त महाराष्ट्राच्या चळवळीनं बाळसं धरलेलं होतं. माझे वडीलबंधू वसंतराव हे नामांकित वकील आणि शेतकरी कामगार पक्षाचे (शेकाप) कार्यकर्ते. घरात थोडंसं डावीकडे झुकलेलं वातावरण. वर्तमानपत्रं वाचणं आणि नंतर महाराष्ट्रातील राजकीय घडामोडींवर चर्चा वगैरे आम्हां सर्वांमध्ये होत असत. अगदी मोठ्या बहिणीही यात सहभागी होत. पुणे जिल्ह्यातील, विशेषतः बारामतीतील संयुक्त महाराष्ट्र चळवळीचं नेतृत्व बंधू वसंतरावांकडे – आम्ही त्यांना दादा म्हणत असू – आलेलं स्पष्ट दिसत होतं.

पुढील तीन-चार वर्षं अनेक नेत्यांच्या भेटींचं-सभांचं नियोजन वगैरे आमच्या घरात होत असे. आचार्य प्र. के. अत्रे, कॉम्रेड श्रीपाद अमृत डांगे, एस. एम. जोशी, उद्धवराव पाटील अशी कितीतरी मंडळी आमच्याकडे येत... काही वेळा राहत. आचार्य अत्रे यांच्या अग्रलेखांवर आम्हां सर्वांच्या चर्चा होत असत... अगदी माझ्यापर्यंत!

त्या वेळी मी उन्हाळ्याच्या सुट्टीत नेहमीप्रमाणे काटेवाडीतील वस्तीवर होतो. तिथून खताळपट्टा दोन-तीन किलोमीटरवर... तिकडे माझे मित्र होते. साहेबराव बलवंड, नाना झारगड आदींच्या घरांतील मुलं माझे जवळचे मित्र. अनेकदा मी त्यांच्याकडे अथवा ते आमच्याकडे 'पडीक' असत.

महाशिवरात्रीचा दिवस होता. अचानक गडबड सुरू झाली. दादांची सभा सोनगावला, म्हणजे तिथून पाच-सहा मैलांवर होती. नीरा आणि कऱ्हा नदीच्या संगमावर वसलेलं हे गाव. आज्ञा झाली, 'चला रं पोरांनो, आपल्याला सोनगावला

सभेला जायचंय.' आम्हांला फक्त आज्ञेचं पालन करणं एवढंच माहीत होतं. संध्याकाळी सहा-साडेसहाला बैलगाडीतून सोनगावला पोहोचलो. सभा सुरू झाली.

आम्हांला सभेत फारसा रस नव्हता. तिथं जत्रा भरलेली होती. तिकडे आम्ही काही वेळानंतर हुंदडलो. तास-दोन तास कसे गेले ते कळलंही नाही. भानावर आलो तेव्हा समजलं की, सभा केव्हाच संपली होती आणि आमची वडीलमंडळी बैलगाडीतून परतली होती. रात्रीची वेळ, भूक लागलेली... आता काय करायचं, हा प्रश्न पडला. कारण, परतीचे दोर कापलेले होते. माझी मित्रमंडळी माझ्यापेक्षा अधिक टग्या वृत्तीची होती. मित्र म्हणाले, ''हे बघ, तू इथं बसून राहा. आम्ही काहीतरी व्यवस्था करतो.'' मित्रांनी आणलेले पदार्थ खाऊन पोटाची शांती केली. आता प्रश्न होता, झोपायचं कुठं? महाशिवरात्रीचा तो दिवस होता. देवळात सर्वत्र गर्दी भरपूर... इकडेतिकडे... महादेवाच्या देवळात सगळीकडे पाहिलं... काही वाव दिसला नाही. थंडी पडायला लागली होती. या मित्रांचा सल्ला मानणं प्राप्त होतं.

सर्वांनी ओळीनं कोरडी वाळू उकरली. तीत झोपून अंगावर वाळू टाकून तिचंच पांघरूण केलं. तोंड फक्त उघडं ठेवलं. पहाटे जाग आल्यावर सर्व जण वाळू झटकून घराकडे चालायला लागलो. ज्याचं घर आधी लागलं तिथं राखुंडीनं दात घासले व मिळेल तो नाश्ता केला आणि आपापल्या घरी गेलो.

आता सांगा, प्रत्येक महाशिवरात्रीला मला याची आठवण होणारच ना!

ही गोष्ट मी मृणाल आणि आमची नात जान्हवी यांना दिवाळीत सहज सांगितली, तेव्हा त्यांचा विश्वासच बसेना! 'हे कसं शक्य आहे? घरात गोंधळ उडाला नाही का...?' वगैरे प्रश्न विचारले गेले.

कदाचित, 'दोन मुलांची आई' आणि 'अकरा मुलांची आई' यांतला फरक असावा. परंतु या प्रश्नांनी मात्र माझी व त्यांचीही करमणूक झाली होती. एक किंवा दोन मुलं असलेली आई ही तिच्या बाळांची जिवापाड काळजी घेते, काळजी करते. कदाचित अकरा मुलांची आई परिस्थितीमुळे तिच्या मुलांना स्वतःच्या पंखांवर, स्वतःच्या बळावर जगायला शिकवते. भारती, मृणाल आणि माझी आई यांची आपापल्या मुलांबद्दलची वागणूक यांमध्ये हाच फरक मी अनुभवला.

वर्ष १९७७. मी नुकताच बारामती ग्रेप इंडस्ट्रीच्या जबाबदारीतून मोकळा झालो होतो. डॉ. बोस्का, डॉ. रॉसी ही मंडळी मिळालेल्या यशामुळे माझ्यावर खूश होती. इकडे आमचा एक्स्पोर्ट सुरू झाला होता. त्यामुळे मी युरोपला जायचं ठरवलं होतं. आपल्याकडील मे-जूनचा महिना. सहज विचार आला, भारतीला बरोबर घेऊन जावं.

डॉ. बोस्का, डॉ. रॉसी यांच्यामुळे इटलीमध्ये सोय होणार होती, तर इंग्लंडमध्ये आर्किटेक्ट असलेले बंधू लंडनमध्ये होते. माधवरावांनी पाठिंबा दिल्यानं मार्ग सोपा झाला होता. माझ्याकडे आवश्यक व्हिसा होता. भारतीसाठी व्हिसा काढायला वेळ मर्यादित होता. स्पेन वगळता इतर देशांचे व्हिसा तिच्यासाठी मिळवले.

जर्मनी, फ्रान्स, इटली आणि लंडनपर्यंत आमचा प्रवास छान झाला. बोस्का मंडळींनी आमची उत्तम बडदास्त ठेवली होती. भारतीही अर्थात खूश होती. लंडनहून स्पेनमध्ये माद्रिद इथं जायचं होतं. दोघांचं तिकीट होतं; परंतु वेळेअभावी भारतीला स्पेनचा व्हिसा मिळाला नव्हता. मी धोका पत्करायचं ठरवलं. आम्ही माद्रिदच्या विमानतळावर उतरलो. कस्टममध्ये मी पुढं जाऊन आम्हां दोघांचे पासपोर्ट्स समोर ठेवले.

शिस्तीनं वागणाऱ्या तिथल्या अधिकाऱ्यानं, 'भारतीकडे व्हिसा नाही; तात्पर्य, परत लंडनला जा' असं सांगितलं.' मी समजावून सांगण्याचा खूप प्रयत्न केला. परंतु गडी काही ऐकेना. शेवटी मी त्याला म्हणालो, ''तुझ्या वरिष्ठ अधिकाऱ्याला मला भेटायचं आहे.'' सुदैवानं त्यानं ते मान्य केलं.

मी त्या अधिकाऱ्याला म्हणालो, ''साडी नेसलेली एखादी सुंदर स्त्री तुम्ही पाहिली आहे का?''

त्यावर त्यानं विचारलं, ''साडी...? हा काय प्रकार आहे?''

मी म्हटलं, ''कृपया ऑफिसच्या बाहेर येऊन पाहा.''

तो आला. भारतीनं सुंदर बनारसी सिल्कची पिवळीजर्द साडी नेसलेली होती. तो तिला पाहून म्हणाला, ''ओ माय गॉड! काय सुंदर व्यक्तिमत्त्व आहे!''

मी पटकन म्हटलं, ''अशा व्यक्तिमत्त्वाला, विशेषतः स्त्रीला तुम्ही लंडनला परत पाठवणार? व्हिसा काढायला वेळ नव्हता, तरी तुमचा सुंदर देश तिला दाखवावा म्हणून मी तिला आणण्याचा प्रयत्न करत आहे.''

त्यानं विचार केला आणि म्हणाला, ''आम्ही कसं काय त्यांना परत पाठवू...?''

लगेच त्यानं आमच्या पासपोर्टवर शिक्के मारले आणि स्पेनमधील प्रवासाला शुभेच्छा दिल्या. त्याच्या शुभेच्छांनी आमची स्पेनची भेटही संस्मरणीय झाली, हे सांगायला नकोच!

हो, लंडनच्या आमच्या वास्तव्याची गोष्ट सांगायची राहिलीच. बोस्का मंडळींच्या प्रयत्नांतून भारतीला अनेक प्रकारच्या वाइनची चव चाखायला लावली. संकोचानं का होईना, ती चमचाभर वाइन जिभेवर ठेवत होती. परत निघालो तर बोस्कांनी शॅम्पेनच्या

बारा बाटल्या दिल्या. सांगून पाहिलं; परंतु ते ऐकेनात! शेवटी, आम्ही सहा बाटल्या विमानतळावरच हळूच ठेवून दिल्या आणि उरलेल्या बाटल्या घेऊन बंधूंचं घर गाठलं.

त्यांची पत्नी, म्हणजे आमच्या वहिनीसाहेब खास ब्रिटिश (आंग्ल). शॅम्पेनच्या सहा बाटल्या पाहून त्यांना आश्चर्याचा व आनंदाचा धक्का बसला! दुसऱ्या दिवशी मी कामासाठी बाहेर पडलो ते संध्याकाळी साडेसात-आठ वाजता घरी आलो. ''कसा दिवस गेला? काय-काय झालं?'' अशी वहिनीसाहेबांनी चौकशी सुरू केली.

मी म्हटलं, ''हार्ले स्ट्रीटवर माझे एक जवळचे मित्र आहेत. त्यांच्याबरोबरच बराचसा दिवस गेला.''

हार्ले स्ट्रीट म्हणजे इंग्लंडमधील सर्वोत्तम डॉक्टर्स यांची हॉस्पिटल्स किंवा सल्ला मिळण्याची जागा.

''काऽऽय सांगताय!'' वहिनीसाहेबांची प्रतिक्रिया.

''मग पुढं काय झालं?''

मी म्हटलं, ''आमची पुणे अंधशाळेबद्दलची चर्चा झाल्यावर ते मला हाउस ऑफ पार्लमेंटला घेऊन गेले. तिथल्या काही खासदारांबरोबर माझी ओळख करून दिल्यावर तिथंच जेवण वगैरे केले. मला आणखी एक मीटिंग असल्यानं त्यांचा निरोप घेतला आणि माझं काम संपल्यावर मी घरी आलो.''

वहिनीसाहेब या 'वैशिष्ट्यपूर्ण इंग्रज' असल्यानं आमच्या घरात फक्त त्यांचे पती सुसंस्कृत, सुशिक्षित आहेत, अशी त्यांची समजूत होती. त्या समजुतीला पहिल्या दिवशीच 'भूकंपाचे अनेक धक्के' बसले. आम्हां उभयतांकडे पाहण्याचा त्यांचा दृष्टिकोन बदलला. 'आम्हांला जी संधी आयुष्यात मिळाली नाही ती तू पहिल्या दिवशीच सहज मिळवलीस...' असं त्या जरूर पुटपुटल्या. परंतु त्यांना दोष कसा देणार? त्या परदेशी युवती होत्या. माझ्या आयुष्यात असे अनेक अनुभव आले. मी *वाटचाल*मध्ये 'उचलली जीभ' हा लेख लिहिला आहे. वेळ मिळाल्यास तो लेख जरूर वाचावा.

आम्हां उभयतांच्या परदेशी प्रवासाला सुरुवात झाली होती. काही काळानंतर आम्ही जर्मनीमध्ये म्युनिक या गावी उतरलो. तिथं आम्हांला घ्यायला एक मराठी तरुण मित्र आला होता. त्याच्याकडे राहायला हवं याबाबत तो आग्रही होता. थोडा चेंगट असल्यानं तीन-चार गाड्या बदलत जवळच्या स्टेशनवरून बॅगा ओढत आम्ही त्याच्या घरी, म्हणजे त्याच्या प्रेयसीच्या माहेरी गेलो. त्यांचं तीनमजली घर... मधल्या मजल्यावर हे दोघं... प्रेयसी जर्मन आणि सुस्वभावी!

आम्ही त्याच्या दृष्टीनं ग्रामीण असल्याच्या समजुतीनं मित्रानं तिथल्या राहणीबद्दल, चालीरीतींबद्दल आमचं 'शिक्षण' सुरू केलं. आम्हांला शिस्त अथवा वळण नाही असं त्या जर्मन लोकांना वाटता कामा नये, या भूमिकेतून हे 'मास्तर' आमचं सारखं 'शिक्षण' करत होते. तरी बरं, आम्ही अनेकदा परदेशप्रवास केलेला होता, हे त्याला माहीत होतं.

भारती थोडी वैतागली होतीच. दुसऱ्या दिवशी माझ्या एक शालेय मित्राला आम्ही एकत्रित भेटलो. 'मास्तरकी' सुरू होतीच! थंडीमुळे माझ्या मित्राला कोटाच्या खिशात हात घालून बोलायची सवय होती. हे आमच्या 'गुरुजीं'ना खटकलं. 'कोटाच्या खिशातून हात बाहेर काढ आणि बोल' असं माझ्या या मित्राला 'गुरुजीं'नी तीन-चार वेळा सुचवलं-सांगितलं. माझा बालमित्र आता मात्र खवळला.

आमच्याकडे पाहत आणि 'गुरुजीं'ना उद्देशून तो चिडून म्हणाला, "मी काय तुझ्या कोटाच्या किंवा पँटच्या खिशात हात घालून बोलतो आहे का? माझा हात आणि माझा कोट आहे. मी कुठल्याही खिशात हात घालून बोलेन... तू शहाणपणा शिकवू नकोस." मला या दोघांच्या वादामुळे आणि दोघांचे स्वभाव जवळून माहीत असल्यामुळे हसू आवरेना. कसाबसा विषय बदलून आम्ही पुढील प्रवास सुरू केला.

इकडे मित्राच्या घरात 'टबमधील पाणी सांडू नका... ओल्या पावलांनी बाथरूममधून बाहेर येऊ नका; कार्पेट असतात...' वगैरे आमचं प्रशिक्षण 'गुरुजी' करतच होते. आम्ही काटेवाडीकर ना!

त्याच्या सूचनांनी भारती चिडली होतीच; त्यातच त्यानं भारतीला सहज विचारलं, "कशी वाटते माझी मैत्रीण... लग्न करावं म्हणतो!"

भारती उडालीच! मला रात्री म्हणाली, "मी इथं राहणार नाही. असं कसं शक्य आहे...? हे कसं तिच्या आई-वडिलांना चालतं?"

मी उत्तरलो, "तुला काय काळजी पडली आहे? मित्राच्या भावी सासू-सासऱ्यांना चालतंय, त्यांच्याच घरात हे दोघं राहत आहेत. हा काही आपला देश नाही. नीतिमत्तेच्या कल्पना प्रत्येक समाजात वेगवेगळ्या असतात. काळानुसार त्या बदलतही असतात, त्यामुळे तू काही रागवायचं कारण नाही."

यथावकाश त्या दोघांचं पुण्यात लग्न झालं. मुलामुलींसह त्यांचा संसार सुरू आहे.

आपल्या आणि इतर देशांतील, धर्मांतील चालीरीतींमध्ये फरक असतो एवढंच आपण समजून घ्यायला हवं. हेच तर वेगळेपण आपल्याला प्रगल्भ करत असतं! म्हणूनच आपण म्हणतो ना, 'केल्याने देशाटन...'!

काही अतर्क्य, काही अविश्वसनीय!

आमच्या अजय मेटाकेममध्ये सुरुवातीपासून म्हणजे कंपनीच्या जन्मापासूनच अनेक प्रश्नांचा, अडचणींचा मारा सुरू झाला होता. आमचा पाया तंत्रज्ञानाचा होता. कारण, आम्ही दोघंही बंधू इंजिनिअरिंगचे पदवीधर होतो. वडीलबंधू माधवराव यांचं शिक्षण मँचेस्टर, लीड्स या इंग्लंडमधील शहरांत झालं होतं. त्यांचा उत्तम मित्रपरिवारही तिथं होताच. मेटाकेममध्ये आमचा कुणाशी परिचय नाही, भांडवल नाही, जागा नाही. परंतु हे बहुतेक उद्योजकांच्या बाबतीत होत असतं. यावरच तर मात करायची असते. आमच्या स्पर्धेत जगभर, विशेषतः युरोपमध्ये स्थिरावलेल्या कंपन्या होत्या. ग्राहकांना असलेली त्या कंपन्यांची भुरळ, संबंध यांमुळे आमच्यासारख्यांना संधी मिळणं अवघड असे.

यावर उपाय म्हणजे, नवीन उत्पादनं निर्माण करणं किंवा आंतरराष्ट्रीय कंपन्यांच्या किमती अनेकदा भरपूर असत, ती उत्पादनं स्वस्तात विकणं... यात यश येऊ लागलं होतं. किर्लोस्कर उद्योगसमूहानं धोरणात्मक मदत केली. त्यामुळे आमच्या गाडीला वेग येऊ लागला होता. तशीच गोष्ट काही काळानंतर टाटा उद्योगसमूहाबाबत होती. जमशेदपूरला काही वर्षांनंतर कारखाना सुरू करावा लागला, इतका पाठिंबा मिळू लागला होता.

टेल्को, टिस्को यांच्या संशोधन विभागात आमचा सततचा संपर्क असे. त्यांच्या अडचणी, नवीन गरजा यांचा सतत मागोवा घेत आम्ही उत्पादनांत सुधारणा करत

असू अथवा नवीन उत्पादनं निर्माण करत असू. एकदा मी त्यांच्या या विभागाला गमतीनं म्हटलं, ''हे बरं आहे, तुम्ही आमचा संशोधन विभाग फुकटात वापरता... आपली डोकेदुखी आमच्यावर ढकलता!'' त्याचे प्रमुख डॉ. मुखर्जी म्हणाले, ''हे खरं असलं तरी, तुम्हांला प्राधान्यानं आम्ही व्यवसाय तर देतोच. परंतु इतरत्र नवीन ग्राहक मिळवण्यात आमच्या नावाचा तुम्हांला नक्कीच फायदा होत असणार!''

आमचे संबंध स्नेहाचे, विश्वासाचे निर्माण झाले होते. बहुतेक कंपन्यांबरोबर आम्ही अशाच प्रकारचे संबंध निर्माण करण्याचे प्रयत्न करत असू.

इंग्लंडमधील डनलॉप या कंपनीत माधवरावांचे काही मित्र होते. त्यांनी केलेली काही उत्पादनं, म्हणजे फोमच्या गाद्या, उश्या वगैरे जगभर विकली जात. मात्र, इंग्लंडमधील काही कैदी आत्महत्या करण्यासाठी या गादीला आग लावत असत. या फोममध्ये आयसोसायनाईड नावाचं अत्यंत विषारी रसायन असतं. आग लागल्यावर आगीपेक्षा या रसायनाच्या गॅसमुळे, म्हणजे वायूमुळे कैदी मरत असे. घरात, गाडीत आगी लागल्यावर आगीपेक्षा या रसायनामुळे लोक दगावत. डनलॉपला यावर उपाय हवा होता. काही उत्पादनं होती; त्यामुळे गादीचं आयुष्य फार कमी व्हायचं अथवा तिचा मऊपणा जात असे.

यावर उपाय शोधता येईल असं माधवरावांना वाटलं. आमच्याकडे उत्तम संशोधन खातं होतं. दिवसरात्र प्रयत्न करून त्यांनी हा प्रयोग यशस्वी केला. मग काय; सर्व जगच आम्हांला उपलब्ध झालं. याची विक्री करण्यासाठी आम्ही दोघंही युरोपमधील पुढारलेल्या देशांमध्ये, तसंच अमेरिकेला जात असू. यात मी अधिक प्रवास करत असे.

याच दरम्यान टिस्को कंपनीनं ब्रिटिश स्टीलबरोबर काही नवीन उत्पादनांसंदर्भात करार केला. डॉ. मुखर्जी यांना मँचेस्टर इथं पाच-सहा महिन्यांसाठी पाठवण्यात आलं असल्याचं मला माहीत होतं. एकदा मी अमेरिकेहून इंग्लंडला आलो. तिथल्या आमच्या ग्राहकांना भेटलो आणि मँचेस्टरला गेलो. डॉ. मुखर्जी यांच्याशी संपर्क साधला आणि ब्रिटिश स्टीलबरोबर नवीन तंत्रज्ञान वापरताना आमची कोणती उत्पादनं लागतील याचा अंदाज घेणं आणि पुण्यात त्यावर काम सुरू करणं असा उद्देश असल्याचं मी त्यांना सांगितलं. त्यांना हा आश्चर्यकारक; मात्र कौतुकास्पद असा प्रयत्न वाटला! साहजिकच, त्यांनी पूर्ण सहकार्य केलं. अशा गोष्टींमधूनच आमची व्यवसायवृद्धी होत होती, हे सांगायला नको.

मँचेस्टर-मुंबई अशी हवाईसेवा ब्रिटिश एअरवेजनं त्या वेळी नुकतीच सुरू केली होती. लंडनहून विमान पकडण्याऐवजी मी मँचेस्टरहूनच मुंबईला यायचं ठरवलं. त्यामुळे वेळही वाचणार होता. विमानात माझ्याशेजारी साधारणतः २८-३० वर्षांची तरुणी होती. ती गुजराती वाटली. पूर्वी मोबाइल-फोन, विमानातील सीटसमोर टीव्ही वगैरे सुविधा नसत. थोड्या वेळानं जेवण आलं. आम्ही गप्पा मारायला सुरुवात केली. नंतरचं जे घडलं ते लिहावं की नाही, याविषयी माझ्या मनात द्वंद्व होतं. परंतु या सदराचं नाव 'अनुभवें आले...' हे असल्यानं हा अनुभव लिहीत आहे.

त्या तरुणीशी गप्पा सुरू झाल्या. इकडच्यातिकडच्या गोष्टींवर काही वेळा चौकशीवजा आम्ही बोलत होतो. अनेक गोष्टींची माहिती ती माझ्याकडून घेत होती. थोड्या वेळानं, म्हणजे आमचे जेवण जवळपास संपलेलं होतं त्या वेळी, तिनं विचारलं, "तुमची महाराष्ट्रात बऱ्यापैकी ओळख दिसते. तुम्हांला एक अगदी वैयक्तिक गोष्ट विचारू का? माझ्या आयुष्याशी त्या गोष्टीचा फार मोठा भावनात्मक संबंध आहे."

मला कळेना, असा कोणता प्रश्न आहे, की मला विश्वासात घेऊन त्याबद्दल तिला माझ्याशी बोलावंसं वाटलं...! मी म्हणालो, "जरूर विचारा. मला शक्य असेल तर मी उत्तर देईन."

संवाद सुरू झाला....

'तुम्हांला स्मिता पाटील माहीत आहे का?' असं तिनं विचारताच मी म्हटलं "अहो, ती एवढी प्रथितयश अभिनेत्री आहे आणि तीही मराठी... साहजिकच, मला माहीत आहे ती!"

"तिच्याबद्दल तुम्हांला वैयक्तिक आणि कौटुंबिक काय माहिती आहे?" असं तिनं विचारताच मी म्हणालो, "हे का विचारताय? हे खरं आहे की, मी तिच्या माहेरच्या कुटुंबीयांना ओळखतो."

त्यावर तिनं परीक्षावजा प्रश्नांची सरबत्ती सुरू केली. मी तिला सांगितलं, "इंग्लंडला यायच्या आधी मी अमेरिकेतील शिकागो इथं होतो आणि स्मिता पाटीलच्या बहिणीकडे नेहमीप्रमाणे उतरलो होतो."

मी तिच्या बहिणीच्या नावाचा उल्लेख करताच लगेचच पुढचा प्रश्न, "मन्या कोण?"

मी उत्तरलो, "तिची धाकटी बहीण... वकील आहे ती."

मग तिनं तिच्या वडिलांचं नाव (शिवाजीराव पाटील) विचारून घेतलं, तसंच ते मुंबईत कुठं राहतात (कार्टर रोड) इत्यादी माहिती माझ्याकडून मिळवली. माझ्या

डायरीत शिवाजीरावांचा टेलिफोन-नंबर होताच. शिवाजीराव पत्नीसह आमच्याकडे, विशेषतः माझे वडीलबंधू माधवरावांकडे बरेचदा येत असत. पाटील कुटुंबीयांशी माझी खरोखरच जवळीक आहे, याची तिला आता खात्री पटली.

तिनं आता मन मोकळं करायला सुरुवात केली....

''माझ्या बाळाच्या जन्माच्या वेळी मी मुंबईत एका मोठ्या हॉस्पिटलमध्ये ॲडमिट झाले होते. प्रसूतिकळांमुळे माझी शुद्ध हरपली. नंतर मी देहापासून वरती तरंगत आहे असं मला दिसायला लागलं... डॉक्टरांची धावपळही मी पाहत होते... अपघातात मरण पावलेली जवळची मैत्रीण माझ्या त्या अवस्थेत मला एका टप्प्यावर 'भेटली'.

''तिनं मला विचारलं, 'इथं काय करत आहेस? खाली जा!' मी तिला म्हणाले, 'मी इथं काय करत आहे ते मला माहीत नाही... आणि खाली जायचं म्हणजे काय, हे मला समजलं नाही.' अशाच ओळखीच्या आणखी एक-दोन व्यक्ती 'भेटल्या'.

''यानंतर स्मिता पाटील 'भेटली'. तिनं मला एक धक्का दिला आणि म्हणाली, 'ए वेडाबाई, इथं काय करते आहेस? तुझं बाळ खाली तिकडं जन्म घेण्याचा प्रयत्न करत आहे. आता लगेच गेली नाहीस तर तुझी गत माझ्यासारखी होईल.'

''मी तिला म्हणाले, 'मला मान्य आहे. परंतु कसं जायचं ते कळत नाही.' त्यावर स्मिता म्हणाली, 'मी ते करते... मात्र, खाली गेल्यावर त्या डॉक्टरला एक धक्का मार आणि असं असं करायला प्रवृत्त कर...' स्मिताचं ते म्हणणं मी मान्य केलं.''

ती तरुणी तिचे हे अनुभव सांगताना पुढं म्हणाली, ''स्मितानं मला खाली ढकललं व काही अंतर ती स्वतः माझ्याबरोबर आली. या वेळात स्मितानं मला सांगितलं, 'तू फक्त माझं एक काम कर. माझ्या घरच्यांना सांग, की मी अगदी आनंदात आहे. तुम्ही प्रतीकची (स्मिता पाटील - राज बब्बर यांचा मुलगा) काळजी घेत आहात, त्यामुळे मी फार समाधानात आहे. विशेषतः मन्याला सांग की, मी तुझ्यावर खूप खूश आहे.' डॉक्टरसंदर्भात स्मितानं मला दिलेल्या सूचनेनुसार मी केलं आणि मी शुद्धीवर आले आणि बाळाला जन्म दिला.''

स्मिता पाटीलच्या कुटुंबीयांना कसं शोधायचं या विवंचनेत ती तरुणी काही काळ होती. 'मन्या कोण?' हा प्रश्न तिनं मला विचारण्याचा संदर्भ मला आता लागला.

मुंबईत उतरल्यावर आम्ही एकमेकांचा निरोप घेतला आणि मी शिवाजीरावांना फोन करून हे सर्व सांगितलं. त्यानंतर मी त्यांना विनंती केली की, या मुलीनं तुमच्याशी संपर्क साधला तर तिला जरूर वेळ द्या. त्यांनी ते मान्य केलं. परंतु 'विश्वास बसत नाही,' असं मला ते म्हणाले आणि त्या संदर्भात ते माझ्याप्रमाणेच सहमत झाले.

मात्र, विश्वास बसणार नाही अशा अतर्क्य गोष्टी काही वेळा पाहायला-ऐकायला मिळतात. त्यापैकीच हा एक प्रसंग होता. अर्थातच, कायमचा स्मरणात राहील असा!

आपल्या किंवा काही लोकांच्या आयुष्यात असा एखादा प्रसंग कदाचित घडलाही असेल, असं यावरून वाटतं. मात्र, याबाबत काय वाटतं हा प्रत्येकाचा वैयक्तिक निर्णय वा मत असेल. किंवा आपल्याला माहीत असलेल्या सूक्ष्म मनामुळे (पॅरासायकॉलॉजी) मानसशास्त्रामध्ये काही शारीरिक परिस्थितीत अशा गोष्टींचा अनुभव येतो, असं मला सांगितलं गेलं. मला अर्थातच हे समजायला मर्यादा होत्या.

●●●

कष्टाविण फळ ना मिळते...!

सध्या अनेक जातींची आंदोलनं सुरू आहेत. प्राणांची बाजी लावायला लोक तयार आहेत. जातीजातींमध्ये, धर्माधर्मांमध्ये समाज सातत्यानं विभागला जातो आहे. निवडणुका जवळ आल्या की अशा आंदोलकांचं प्रमाण वाढतं. योग्य की अयोग्य, यात मी पडू इच्छित नाही. परंतु यातून काही साध्य झालं तरी त्या समाजाच्या किती टक्के लोकांचा फायदा होऊ शकतो? माझ्या मते, एक-दोन टक्क्यांपेक्षा जास्त नाही. मग उरलेल्या ९८ टक्के लोकांनी काय करायचं? उपाशी राहायचं, की त्यावर अवलंबून न राहता मार्ग काढायचा?

आपल्या मराठी लोकांच्या स्वभावात, संस्कारात मला काही कमतरता जाणवतात. म्हणजे, आपण जेव्हा परप्रांतीय, परधर्मीय लोकांकडे पाहतो, तौलनिक अभ्यास करतो तेव्हा 'आपण मागं का आहोत' याचं काही प्रमाणात तरी आकलन होतं. आपल्या संतवाङ्मयातून, आध्यात्मिक गोष्टींमधून 'पैशाचा मोह ठेवू नका... काहीसं निरिच्छ किंवा अलिप्तपणे स्वतःच्या आयुष्याकडे पाहा' असे खूप संदर्भ सापडतात. परमेश्वराची जेवढी रूपं आहेत – मग ती गणपतीच्या, महादेवाच्या, विष्णूच्या वगैरेंच्या रूपात असोत – त्यांच्याकडे आपण 'माझे प्रश्न तू सोडव' अशी भक्तिपूर्ण मागणी करतो. 'मी लढेन त्यासाठी प्रेरणा दे... मदत कर' असं कुणी म्हटल्याचं माझ्या तरी ऐकिवात नाही. घरदार सोडून, दूर जाऊन मिळेल तिथं संधी घेऊ किंवा निर्माण करू

ही आपली वृत्ती नाही. 'एक तीळ सात जणांत वाटून खावा,' असं नेहमी म्हटलं जातं. परंतु 'सात लाख तीळ निर्माण करू, आपलं भागवून इतरांनाही मदत करू,' असं कुणी म्हटल्याचं ऐकिवात नाही.

बारा मावळ्यांना बरोबर घेऊन छत्रपती शिवाजीमहाराजांनी आपल्या आयुष्याची सुरुवात केली; तीही बलाढ्य आदिलशाहीविरुद्ध, औरंगजेबाविरुद्ध! शिवा काशिदपासून मदारीपर्यंत समोर मरण दिसत असताना ध्येयासाठी प्राणार्पण करण्याची, त्या टोकापर्यंत लढण्याची ती तेव्हाची वृत्ती आता गेली कुठं...? का आम्ही आत्महत्या करतो...?

व्यापारी मंडळींतील, म्हणजे मारवाडी, गुजराती, सिंधी यांच्यातील कुणी आत्महत्या केलेली आपल्याला दिसते का? उलट, संपूर्ण विदर्भात, मराठवाड्यात, उद्योग क्षेत्रात महाराष्ट्रात त्यांचीच आर्थिक सत्ता आहे आणि त्यांनी ती कष्टानं मिळवलेली आहे. आम्ही फक्त त्यांची चाकरी करण्यात धन्यता का मानतो? पुण्यातील महापौर शीख समाजातील असू शकतो. किती मराठी लोक पंजाब, हरियाना, उत्तर प्रदेश वगैरे प्रांतांत अशा पदांवर आहेत अथवा उद्योजक आहेत?

जपान - जर्मनीमध्ये आपल्या लाखो शिक्षित तरुणांना सातत्यानं बोलावलं जातं आहे. इथं नोकऱ्या नाहीत. दिवसरात्र अभ्यास करून, पदव्या मिळवूनही हजारो तरुण बेकार आहेत. सहा महिने जर्मन किंवा जपानी भाषा शिकून ते तिकडं का जात नाहीत? मी ऐकलेल्या एका घटनेत, जपानमध्ये महिना दहा लाख रुपयांची नोकरी मिळाल्यावर त्या तरुणाच्या वडिलांनी 'माझा मुलगा इतक्या लांब जाणार नाही,' असं सांगून त्या संधीवर लाथ मारली.

मुघल, ब्रिटिश हे जगभर व्यापारासाठी, जिंकण्यासाठी तर बाहेर पडेलच; परंतु अनेक देशांत, खंडांत त्यांनी साम्राज्ये उभी केली. आम्ही मराठी लोक यापासून काय शिकतो?

प्रत्येकाला सरकारी नोकरी हवी असते, म्हणजे हयात असेपर्यंत शाश्वती...! शिवाय, कामाची कुठलीही जबाबदारी नाही. काम करायचं की नाही, हा प्रत्येकाच्या मर्जीचा प्रश्न असतो. जिथं आर्थिक व्यवहार आहेत तिथं काम केल्याबद्दल ९० टक्के कामांत आर्थिक लाभ आहेत. मग कशाला व्यवसाय किंवा परराज्यगमन असल्या बाबींमध्ये शिरायचं?

भाजीपाला, फळं, धान्य यांमध्ये शेतकऱ्यांना योग्य तो भाव मिळत नाही. तरुण पोरं चकाट्या पिटत असतात किंवा अनेकांना राजकारणात रस असतो, अशा वेळी ते शहरात जाऊन स्वतः किंवा एकत्रपणे आपल्या शेतमालाची विक्री का करत नाहीत?

सुदैवानं आम्हांला अॅग्रोवनमध्ये रोज दोन यशस्वी शेतकऱ्यांच्या यशोगाथा गेली दहा-बारा वर्षं लिहिता आलेल्या आहेत.

बारामतीच्या अॅग्रीकल्चर डेव्हलपमेंट ट्रस्टच्या 'कृषक'सारख्या प्रदर्शनासाठी काही लाख शेतकरी येतात. यावरून शेतकरीसुद्धा शिकू इच्छितो, मार्गदर्शन मिळवू इच्छितो हे लक्षात येतं. आता या ट्रस्टमार्फत 'स्मार्ट अॅग्रीकल्चर' म्हणजे आधुनिक तंत्रज्ञानाचा, अर्थात कृत्रिम बुद्धिमत्तेचा वापर करून उत्पादन, अधिक गुणवत्ता व उत्पादनखर्चात कपात कशी करता येईल, यावर ऑक्सफर्ड विद्यापीठाबरोबर प्रयोग सुरू होत आहे. त्याचा फायदा सर्व शेतकऱ्यांना होईल.

सक्षम शेतकरी निर्माण होईल या दृष्टीनं आमची कृषी विद्यापीठे काय प्रयत्न करतात? हजारो एकर जमिनी असून त्यातून ही विद्यापीठे किती उत्पन्न काढतात आणि आपल्या विद्यार्थ्यांना किती सक्षम करतात? माझ्या माहितीनुसार, शेती-पदवीधरांमध्ये शेतीव्यवसाय करणारे दहा टक्केसुद्धा नाहीत. मग या विद्यापीठांवर हजारो कोटी खर्च करून आपण काय साध्य करतो?

काही महिन्यांपूर्वी मी लंडनमध्ये कामासाठी गेलो होतो. तिथं वेगवेगळे भारतीय लोक आणि काही उद्योजक भेटले. त्यातील पंजाबी, गुजराती लोकांनी पूर्व युरोपमधील काही देशांतील सुमारे ३५-४० लाख एकर जमिनी विकत घेतल्या आहेत. तिथं शेती करून धान्य, भाजीपाला पिकवून पश्चिम युरोपमध्ये, म्हणजे जर्मनी, फ्रान्स, इंग्लंड वगैरे देशांत पुरवठा करण्याचा व्यवसाय हे लोक करणार आहेत. यात मराठी माणूस नावालाही नाही!

मला आठवतंय, पंधरा-वीस वर्षांपूर्वी आफ्रिकेतील काही देशांत उसाच्या लागवडीसाठी जवळपास फुकटात जमिनी उपलब्ध होत्या. आपल्याकडील एक जणही तिकडे फिरकलासुद्धा नाही.

आपण सहकार चळवळींतून एकत्र येऊन साखर कारखाने, दूधव्यवसाय यशस्वीपणे निर्माण केले; परंतु त्यात राजकारण, सरकारचं नियंत्रण वगैरे गोष्टी आल्या आहेत. व्यवसाय निर्माण झाला की त्यात राजकारण घुसतंच. त्यातून पैसाही मिळतो आणि सत्ता मिळवायलाही मदत होते. मग सातत्यानं सुधारणा, प्रयोगशीलता, व्यवसायवृद्धी कोण करणार? अमूल डेअरी देशभर दुधाची उत्पादनं विकते. महाराष्ट्रात आपण त्याच्या आसपासही नाही. तिथं व्यवसायाभिमुख, तर आपल्याकडे राजकारणाभिमुख मनोवृत्ती आहे. त्यामुळे शिक्षण संस्थांपासून सहकार चळवळीपर्यंत राजकीय लाभ कसा घेता

येईल याचाच विचार होतो. अर्थात, हे जवळपास सर्व पक्षांमध्ये दिसून येतं. क्रियाशील संस्था निर्माण करणारे लोक जरूर आहेत; परंतु ते फार कमी आहेत.

पॅरिसमधील एक अनुभव सांगून हा लेख संपवतो.

कोणत्याही यशस्वी माणसामागं कोणतीतरी तपश्चर्या असते. तरुणांनो, तुम्ही राजकीय गोष्टींच्या फंदात न पडता जगात कुठंही जाऊन मार्ग काढून यशस्वी होण्यासाठी प्रयत्न करा! कुणाशीही तुलना करू नका! आपला इतिहास हा लढवय्यांचा आहे... तो आता आर्थिक साम्राज्य निर्माण करण्यासाठी वापरायचा आहे.

पॅरिसमध्ये मुख्य कार्यालय असलेल्या जागतिक वर्तमानपत्र संघटने (वॅन)वर माझी निवड झाली होती. नंतर दोन-तीन वर्षांत उपाध्यक्ष पदावर निवड झाली. तेव्हा पॅरिसमधील मराठी मंडळानं माझा सत्कार करायचं ठरवलं. त्या निमित्तानं अनेकांच्या भेटी झाल्या. त्यातील एका तरुण उद्योजकाबद्दल मला कुतूहल वाटलं म्हणून मी त्यांच्याशी संवाद साधला. हे ३५-४० वर्षांचे गृहस्थ उस्मानाबाद जिल्ह्यातील एका खेडेगावातले व शेतकरी कुटुंबातले... पदवीधर झाल्यावर नोकरी मिळेना... खूप प्रयत्न केले... मग घरात, गावात प्रत्यक्ष-अप्रत्यक्ष चेष्टा व्हायला सुरुवात झाली. त्याचा प्रचंड मानसिक त्रास व्हायला लागल्यामुळे त्यांनी आत्महत्या करण्याचं ठरवलं.

मनात असा विचार केला की, अशा ठिकाणी जीव द्यायचा, की कुणी ओळखणारही नाही. हा विचार का आला ते त्यांना माहीत नव्हतं. त्यामुळे त्यांनी पॅरिसला जायचं ठरवलं. कारण, फ्रेंच भाषा येत नव्हती. बारा भानगडी करून हे गृहस्थ पॅरिसला पोहोचले. खिशात थोडेफार डॉलर्स होते, ते एक-दोन दिवसांत संपले. त्यामुळे दिवसभर पॅरिसमध्ये भटकू लागले.

एके संध्याकाळी चांगलीच भूक लागली होती. एका छोट्याशा रेस्टॉरंटच्या शेजारी पायरीवर तीन-चार तास बसून राहिले. त्या रेस्टॉरंटच्या मालकाच्या लक्षात आलं आणि त्यानं फ्रेंच भाषेत विचारलं, 'काय अडचण आहे?' यांना ते अर्थातच समजलं नाही. रेस्टॉरंट बंद करण्याची वेळ आली होती. त्या मालकानं खुणेनं विचारलं, 'काही खायला पाहिजे का?' यांनी लगेच होकारार्थी खूण केली. जे मिळालं ते खाल्लं. मग पुन्हा मालकानं हावभाव करून विचारलं, 'इथं झोपायचं आहे का?' या प्रश्नालाही यांनी

'होय' असा प्रतिसाद दिला. मालकानं एक-दोन भांडी घासून-विसळून दाखवली आणि विचारलं, 'हे काम करशील का?' 'होय' असा प्रतिसाद दिला गेला.

सकाळी मालक आला तेव्हा त्याला सर्व भांडी स्वच्छ केली गेलेली, नीटनेटकी ठेवली गेलेली, जागेची जमेल तेवढी स्वच्छता केली गेलेली आढळली. यावर खूश होऊन मालकानं यांना 'आता इथंच राहा' असं खुणेनं सुचवलं. आपल्या या मराठी माणसानं फ्रेंच भाषा, पॅरिसची माहिती, रेस्टॉरंटला लागणारी सामानखरेदी वगैरे गोष्टी लवकरच आत्मसात केल्या. भांडी घासणं वगैरे सुरू होतंच.

सहा-सात महिन्यांनी मालकानं खूश होऊन यांना विचारलं, 'हे रेस्टॉरंट तू हप्त्याहप्त्यानं विकत घेशील का?' कारण, त्या मालकाला मूल-बाळ नव्हतं. यातून उस्मानाबादकरांच्या आयुष्याला कलाटणी मिळाली. पुढील पाच-सहा वर्षांत त्यांनी हे रेस्टॉरंट तर घेतलंच; परंतु आणखीही दोन विकत घेतली.

स्वतःचं लग्न करून दोन भावांना, मेहुण्याला पॅरिसमध्ये आणून नवीन घेतलेल्या दोन्ही रेस्टॉरंटची जबाबदारी त्यांच्यावर सोपवली. पुढं त्यांच्या आणखी काही योजना तयार होत्याच. घराबाहेर पडल्यानं, प्राणांची बाजी लावल्यानं हा इतिहास घडला.

कोणत्याही यशस्वी माणसामागं कोणतीतरी तपश्चर्या असते. तरुणांनो, तुम्ही राजकीय गोष्टींच्या फंदात न पडता जगात कुठंही जाऊन मार्ग काढून यशस्वी होण्यासाठी प्रयत्न करा! कुणाशीही तुलना करू नका! आपला इतिहास हा लढवय्यांचा आहे... तो आता आर्थिक साम्राज्य निर्माण करण्यासाठी वापरायचा आहे.

परप्रांतीयांकडून शिका; व्यवहारच नव्हे, तर गोड बोलणंसुद्धा! खात्री आहे, तुम्ही यशस्वी व्हाल आणि तुमची पुढची पिढी तुमच्या शिदोरीवर आणखी शंभर पावलं पुढं जाईल. दोर कापले गेलेले आहेत... पर्याय नाहीये... त्यामुळे आता लढायचं! आपल्या कमतरतांवर मात करायची. नक्की जमेल...!

हे आयुष्य पुन्हा मिळणार नाही!

ऑक्टोबर २०२३च्या पहिल्या आठवड्यात मी एका कंपनीच्या बोर्ड मीटिंगसाठी लंडनला चाललो होतो. विमानात बसायला ऐसपैस जागा होती. हवाईसुंदरी मधूनमधून येऊन काही स्नॅक्स वगैरे देण्याचा प्रयत्न करत होत्या. आता एक तर भूक मर्यादित लागते आणि मोकळा वेळ असला तरी काहीतरी हादडत राहावं, हे मला आवडत नाही. मग काय करायचं? विमानात असलेली वर्तमानपत्रं-मासिकं तीन-चार तासांत वाचून काढली. दुबई असो वा युरोप; तिथल्या वर्तमानपत्रांचं बदलतं स्वरूप काय आहे... मासिकांमध्ये किती आणि कोणते विषय प्रामुख्यानं मांडले आहेत... त्यांचं प्राधान्य कशाला आहे... अशा अनेक चाळण्या माझ्यासारख्यांकडून आपोआप लावल्या जातात. 'सकाळ', 'सकाळ साप्ताहिक' यांच्यासाठी काही सुचलं तर मी ते लिहून ठेवतो. संबंधित संपादकांशी चर्चाविनिमय करणं सोपं जातं. अर्थात, यातलं आपल्याला काय लागू आहे, हे तर पाहावंच लागतं.

उरलेल्या वेळेचं काय करायचं? एक तर झोप काढणं किंवा एखादा सिनेमा पाहणं, गाणी ऐकणं हाच पर्याय राहतो. कुणाशी गप्पा मारण्याचा प्रश्नच नसतो. एक तर शेजारी कुणी नसतोच आणि असला तर तो किंवा ती घुमी असते. ब्रिटिश जसे ओळख असेल तरच किंवा काही कारण असेल तरच संवाद साधतात, तसं होतं अशा वेळी!

मग अशा परिस्थितीत, समोरच्या टीव्हीवर एखादा हिंदी/मराठी सिनेमा सापडतोय का ते पाहत होतो. 'जिंदगी ना मिलेगी दोबारा' हा सिनेमा दिसला. पूर्वी पाहिला होता. त्या वेळी तो आवडला असल्यानं पुन्हा लावला. या सिनेमात स्पॅनिश संस्कृतीची झलक दाखवत त्या देशाची सहल घडवून आणण्यात आली आहे. त्यातली भारतीय प्रेमकथा, लोकप्रिय हीरो या कारणांमुळे हा सिनेमा पुन्हा पाहण्याचा मोह होणं साहजिक होतं.

पाहताना जुन्या आठवणी जाग्या झाल्या....

वॅनची दहा-बारा वर्षांपूर्वी वार्षिक सभा बार्सिलोना या शहरात होती. स्पेनची राजधानी माद्रिदनंतरचं हे दुसऱ्या क्रमांकाचं शहर. मी आणि भारती माद्रिदला गेलेलो होतो. जगातील वर्तमानपत्रांच्या क्षेत्रातील आमच्या काही मित्रांची भेट होणार असल्यानं आम्ही उभयता गेलो. ही फक्त वार्षिक सभा नसते. तिथं एक भव्य प्रदर्शन असतं. त्यात सध्याच्या काळातली आणि भविष्यकाळातली अनेक तंत्रज्ञानं, मशिनरी वगैरेंचंही प्रदर्शन असतं. काही नवीन विचारांवर होणारे संभाव्य परिणाम यांवर चर्चासत्रं असतात. यशस्वी प्रयोगशीलतेची त्या कंपनीकडून सर्वांना माहिती करून दिली जाते. म्हटलं तर हा एक ज्ञानसोहळा असतो! शिवाय, एका संध्याकाळी एखादा स्थानिक संस्कृतीचा - करमणुकीचा कार्यक्रम, तसंच जेवण वगैरेही असतं. वेळ छान जातो. शिकायला मिळतं. जुन्या-नव्या मित्रांच्या भेटीगाठी होतात. एकमेकांच्या बायकांची मैत्री झालेली असते आणि बायकांसाठी शहरातील काही वैशिष्ट्यं दाखवण्याचे कार्यक्रम असतात. आम्ही आमच्या चर्चासत्रांत गुंतलेलो, तर सर्वांच्या बायका शहरात मनसोक्त भटकंती करण्यात व्यग्र; यामुळे सर्वांचाच वेळ छान जातो.

मी नेहमीच 'सकाळ'मधील संपादकीय विभाग, तंत्रज्ञान विभाग, मार्केटिंग विभाग यांतल्या तीन-चार लोकांना अशा ठिकाणी पाठवत असे. सर्व अनुभव, विशेषतः भविष्यकाळाची चाहूल, ही 'सकाळ'ची प्रमुख धुरा वाहणाऱ्यांना जाणवावी हा त्यामागील विचार असतो. दुपारच्या जेवणाच्या वेळी आम्ही एकत्र भेटून चर्चाही करत असू. यातून एक भावनात्मक जवळीक साधली जाते. सर्व जण एका ध्येयातून-विचारातून उत्साहानं पुढच्या कामाला लागतात.

टीव्हीवर पाहत असलेल्या सिनेमाकडे मी आता पुन्हा येतो. त्यात फ्लेमिंगो या जगप्रसिद्ध स्पॅनिश नृत्याच्या निमित्तानं एका छान गाण्याचा प्रसंग गुंफलेला आहे. त्यावरून दहा-बारा वर्षांपूर्वीचा अनुभव आठवला....

अशाच एक स्पॅनिश नृत्य-सभागृहात आम्ही जायचं ठरवलं. बरोबर दोन-तीन भारतीय मित्र होते. ज्या ठिकाणी गेलो तिथल्या प्रमुख नर्तिकेचा परिचय तिथं दिलेला होता. त्यात 'जिंदगी ना मिलेगी दोबारा' या सिनेमाचाही उल्लेख होता!

आम्ही सर्व यामुळे खूश! कार्यक्रम सुंदर झाला. आपल्याकडील कथक नृत्याचा त्यावर प्रभाव असल्याचं सांगण्यात आलं. कथक नृत्यावर पहिल्यांदा मुघल राज्य आल्यावर त्यांच्या संस्कृतीचा परिणाम झाला. वेशभूषा, दागिने, पदलालित्य यांचा हा संगम होता. अर्थात, लखनौ त्याचं प्रमुख केंद्र होतं.

उत्तर आफ्रिका जिंकल्यावर मुघलांनी स्पेनचा बराचसा भाग जिंकला. मुघलांचं राज्य स्पेनपर्यंत पसरलेलं होतं. असं सांगण्यात आलं की, या फ्लेमिंगो नृत्यामध्ये जे पदलालित्य आहे, त्याचा मोठा भाग आपल्या कथक नृत्यांतून आलेला आहे. बारकाईनं पाहिलं तर, विचार केला की ते पटतं. असो! कार्यक्रम संपला.

आम्ही सर्व जण परत जायला निघालो तर रस्त्यावर हीऽऽ गर्दी. सर्व तरुण-तरुणींचा जल्लोष! आम्हांला काही समजेना. वाहतूक वगैरे पूर्णपणे कोलमडून गेली होती. कर्कश हॉर्न, आरडाओरडा याला ऊत आला होता. पोलीस आसपासही दिसत नव्हते. रस्त्यावर, फूटपाथवर अगदी झाडांवर किंवा विजेच्या खांबांवर चढून तरुण आपला आनंद व्यक्त करत होते. माहिती घेतल्यावर समजलं की, फुटबॉलची एक प्रमुख स्पर्धा बार्सिलोनाच्या संघानं जिंकली होती. आपल्याकडे गणपती विसर्जनाच्या वेळी तरुणांमध्ये जशी ऊर्जा संचारते तसंच किंवा त्याहीपेक्षा बरंच मोठं हे स्वरूप होतं.

आता काय करायचं? टॅक्सी मिळणार नव्हती. एका दिशेनं सुमारे मैलभर चालत गेल्यावर टॅक्सी मिळेल असं आम्हांला सांगण्यात आलं. 'जपून जा, सर्व गोष्टींची काळजी घ्या...' असाही सल्ला देण्यात आला.

मी माझा पासपोर्ट आणि पाकीट कोटाच्या आतल्या खिशात ठेवलं. भारतीने दागिने वगैरे पर्समध्ये ठेवून दिले. आम्ही सर्वांनी छातीच्या ठिकाणी हाताची घडी घालून जायचं ठरवलं. हैदराबाद इथल्या माझ्या मित्रानं एक खास विजार घातलेली होती. तिला गुडघ्याच्या खाली दोन खिसे होते. त्यानं आपले दोन्ही मोबाइल-फोन दोन्ही बाजूंच्या खिशात ठेवले. आम्ही सर्व जण ओळीनं, एकमेकांवर लक्ष ठेवत चालू लागलो.

अर्थातच, मी भारतीच्या पाठोपाठ काळजीपूर्वक चालत होतो. कशीबशी वाट काढत आम्ही टॅक्सी मिळेल त्या ठिकाणी काही वेळानं पोहोचलो. आपल्या सगळ्या चीजवस्तू सुरक्षित आहेत ना, याची तपासणी करायला आम्ही सुरुवात केली. पाहतो तर काय; आमच्या मित्राच्या पँटच्या खिशातील दोन्ही मोबाइल गायब! तरी आम्ही सर्व जण एकमेकांशी बोलत, लक्ष ठेवत चालत आलो होतो.

रस्त्यावर कुणीही, कुठंही बसलेला आढळला नव्हता. तरीही, स्पॅनिश माणसानं चौर्यकला यशस्वीपणे पार पाडली होती. सुदैवानं माझ्याकडे दोन फोन होते. त्यातला एक मी त्याला दिला. एरवी, त्याचा सर्वांशी संपर्कच तुटला असता.

आता थोडकं बार्सिलोनाबाबत... हे शहर सुंदर स्पेनचं सांस्कृतिक केंद्र. महाराष्ट्रातल्या आपल्या पुण्यासारखं! त्यामुळे त्या शहराबद्दल स्थानिकांना प्रचंड अभिमान! अर्थात, हे सर्वत्र आढळतं. उदाहरणार्थ, जर्मनीमध्ये उत्तर जर्मनी आणि दक्षिण जर्मनी असा अलिखित भेदभाव आहे. त्यातून बव्हेरिया हा प्रांत स्वतःला सर्व जर्मनांपेक्षा सरस मानतो. याचा त्यांना आजही अभिमान आहे. त्यांची शिस्तही अगदी कडवी, वेगळेपण लक्षात यावं इतकं!

आपल्यातही पुण्याचं, आणि त्यातही सदाशिव पेठेचं, वेगळं स्थान मानलं जातंच ना, तसंच काहीसं...! तर, बार्सिलोना या शहराबद्दल सांगत होतो. पहिल्या शतकाच्या सुमारास रोमन लोकांनी इथं वसाहत केली. तिथून या शहराचं महत्त्व वाढतच राहिलं व विकास होतच राहिला.

माद्रिद या स्पेनच्या राजधानीनंतर हे दुसरं मोठं आणि महत्त्वाचं गाव/शहर. कला, क्रीडा, सौंदर्यपूर्ण चर्चच्या विविध इमारती यांचा सुरेख संगम असलेलं... सौंदर्यानं नटलेलं... खाण्या-पिण्याची चंगळ असलेलं... सर्वसाधारणपणे वर्षभर हवामान छान असतं... छान समुद्रकिनारा... अनेक गोष्टी सांगता येतील. स्थानिकांना आपल्या या सर्व गोष्टींचा अभिमान आणि गर्वही! स्थानिकांनी प्रेमात पडावं असं हे शहर. मात्र, अशा गोष्टी जगात इतरही आढळतात. कॅनडातील व्हँकुव्हर, ऑस्ट्रेलियातील सिडनी, ऑस्ट्रियातील व्हिएन्ना वगैरे.

माझ्या मनात सहज एक विचार येतो, आपण कोणत्या गावाच्या आजही प्रेमात आहोत? उत्तर येतं, बारामती! कारण, ते आपलं पहिलं प्रेम असतं. विसरता येत नाही. आपल्याकडे महिला वयानं कितीही वाढल्या तरी त्यांना माहेरचं प्रेम, आकर्षण असतंच ना? काहीसं तसंच माझ्या बाबतीत आहे. तिथल्या मातीत मी जन्मलो, वाढलो, त्यामुळे कसं विसरणार? भले, बार्सिलोना कितीही आवडलं तरीही!

तुम्हीही माझ्या या मताशी सहमत व्हाल, अशी आशा आहे. आपण प्रांताच्या, देशाच्या बाहेर पडलो की अशी विचारधारणा सुरू होतेच. मग, पडा आता बाहेर आणि अनुभवा, आठवा आपलं माहेरगाव!

•••

लढून पाहा...!

काही दिवसांपूर्वी माझा वाढदिवस झाला. बघता-बघता वयाची ७९ वर्षं पूर्ण झाली! परंतु मी त्याचा फारसा कधी विचार केला नाही किंवा गरजही पडली नाही. लोकांनाच आमच्या वयाचं कौतुक किंवा काळजी! मी काय, शरद पवार काय, आमच्यात उत्साह आणि ऊर्जा कायम आहे. नवीन-नवीन शिकायला आवडतं... आलेल्या आव्हानाला सामोरं सहजपणे जायचं हा स्वभाव, यामुळे दिवसातील दहा-बारा तास काम केलं किंवा पडलं तरी शारीरिक अथवा मानसिक थकवा येत नाही. हे आणखी किती दिवस चालेल माहीत नाही. मग त्याचा विचार किंवा काळजी का करू?

मध्यंतरी सौमित्र पोटे यांनी 'मित्र म्हणे' या यूट्यूब चॅनेलवर माझी मुलाखत घेतली. बहुतेक ठिकाणी चांगला प्रतिसाद मिळाला. त्यात मला प्रश्न विचारला आहे की, 'शरद पवारांकडून ५० कोटी रुपये मागून घेतले असते आणि व्यवसायवृद्धी केली असती तर काय बिघडलं असतं?'

माझ्या वाढदिवसानिमित्त गेल्या ७९ वर्षांचा इतिहास डोळ्यांपुढं येत होता. वरील प्रश्नाचं उत्तर मी जरूर दिलं आहे. परंतु मी आता तिऱ्हाईत म्हणून स्वतःला विचारत होतो... 'समाजाला हे साहजिकच वाटतं, तुझा काय अनुभव आहे? (तुला काय वाटतं?)'

याची गंमत म्हणून वाढदिवशी घडलेल्या दोन गोष्टींची माहिती सांगणं योग्य होईल. म्हटलं तर त्या गोष्टी सार्वजनिक करण्याच्या नाहीत; तरीही...

त्या सकाळी 'सिल्व्हर ओक'वरून फोन आला. मीच बोलतो आहे ना, याची खात्री करून घेऊन 'साहेबांना बोलायचं आहे,' म्हणून ऑपरेटरनं सांगितलं. सकाळी न्याहारी घेताना बरोबर सर्व वर्तमानपत्रं, माझा फोन, डायरी आणि पेन या गोष्टी जवळ असतात. कुणी वेळ मागितली तर मी डायरी पाहिल्याशिवाय उत्तर देत नाही. शरद पवार केव्हाही, 'भेटायला ये' किंवा 'येतो', असं सांगतात. अर्थात, ते माझ्याही सोयीचं आहे ना, याची खात्री करून घेतल्यावरच!

फोनवर सुप्रियाचा आवाज येत होता. ती शेजारीच आहे हे लक्षात आलं.

बंधूंनी हसत-हसत विचारलं, ''अरे, आज तुझा वाढदिवस आहे का?''

मीपण चेष्टेच्या सुरात उत्तर दिलं, ''गेली ७९ वर्षं कधी विचारलं नाही. मग आता हे समजून घेण्याची का आवश्यकता वाटावी?''

अर्थात, आम्ही दोघंही मनापासून हसत होतो. बंधू म्हणाले, ''तुझा वाढदिवस दिवाळीत आहे एवढंच फक्त मला माहीत आहे.''

मी उत्तरलो, ''ते बरोबर आहे; परंतु तो तिथीनुसार!''

संवाद संपला.

'प्रतापकाकांचा आज वाढदिवस आहे,' असं सुप्रियानं शरदरावांना सांगितलं असलं पाहिजे म्हणून त्यांनी फोन केला. खरं म्हटलं तर, आमच्याकडे वाढदिवस हा प्रकारच नव्हता. माझा जन्म दिवाळीतला असल्यानं नवीन कपडे मिळायचे. शरद पवार यांची जन्मतारीख वगळता आम्हां भावा-बहिणींना आमच्या जन्मतारखा आजही माहीत नाहीत, ही वस्तुस्थिती आहे. जन्माचं वर्ष मात्र माहीत आहे. त्यामुळे वाढदिवसाच्या शुभेच्छा वगैरे भानगड नसते. मीही आजतागायत शरदरावांना कोणत्याही १२ डिसेंबरला फोन केलेला नाही! तुम्हांला हे पटायला अवघड जाईल; परंतु ते खरं आहे. पुन्हा सौमित्र पोटे यांच्या प्रश्नाकडे येतो, 'पैसे घेतले असतं तर काय बिघडलं असतं?'

मी असा विचार केला की, मी, मोठे बंधू माधवराव हे व्यावसायिक; पैसे मिळवणारे. शरद पवारांनी स्वतःच्या निवडणुकीसाठी गेल्या ५५ वर्षांत एक रुपया तरी आम्हांला मागितला का? ते आपल्या हिमतीवर लढले. लोकापवाद, समज काही का असेना; आमच्यामध्ये कधी त्यांच्या राजकीय विचारांवर, ॲक्शनवर चर्चा झाल्या का? तर, नाही. आम्हां बंधूंना (मी आणि माधवराव) त्यांनी कधी व्यावसायिक सल्ला

दिला का? तर, नाही. कोणता व्यवसाय आणि कसा करायचा, हा आमचा प्रश्न होता आणि आजही आहे.

अडीअडचणीला धावून आले असते का? तर, होय. परंतु सुदैवानं तशी वेळ आम्ही दोघांनी कधी येऊ दिली नाही. याउलट, शरदरावांनी राजकारण कसं करावं, काय धोरणं आखावीत याबद्दल आम्ही सल्ला दिला का? तर, नाही. आम्ही त्यांच्या क्षेत्रात आणि त्यांनी आमच्या क्षेत्रात कधी ढवळाढवळ केली नाही.

शरदरावांच्या पहिल्या निवडणुकीपासून ते ते पहिल्यांदा मुख्यमंत्री झाले तेव्हापर्यंत किंवा केंद्र सरकारमध्ये पंतप्रधान होण्याची संधी गेली वगैरेबाबत आम्ही भावनाशील होतो का? तर, 'होय' हेच उत्तर आहे. आमच्या चर्चा या, नवनवीन काय चाललं आहे, राज्यपातळीवर अथवा देशपातळीवर शरदराव काय विचार करत आहेत, यावर होतात. एखाद्या उद्योजकाचं, शेतकऱ्याचं अथवा कारखानदाराच्या यशाचं त्यांना फार कौतुक असतं.

त्याला आणखी कशी मदत करता येईल याचा, म्हटला तर ध्यास ते घेतात. याची परिणती म्हणजे, त्यांची उद्योगधंद्यांशी भागीदारी आहे, असा समज करून देण्यात विरोधकांना कोलीत मिळतं. तुमच्या शक्तीचा शक्तिपात कसा करायचा हे राजकारणात सर्रास चालतं. शरद पवार त्याला उत्तर देत बसत नाहीत. त्यामुळे ही बाब ते नाकारत नाहीत, म्हणजे तीत तथ्य आहे, असाही समज वाढवण्यात विरोधकांना यश येतं.

समाज आपल्याला कामाच्या निमित्तानं समाधान देण्याची संधी देत आहे, असं पाहायचं. या दृष्टिकोनामुळे आपल्यातला अहंकार संपतो. मन निरपेक्ष होतं. दुसऱ्यांच्या कल्याणातच आपल्याला आनंद मिळतो. विचार करा... व्यवहार आणि अध्यात्म यांची सांगड घालता येते; कोणत्याही कर्तव्याच्या आड न येता!

संध्याकाळी माझे काही मित्र सहकुटुंब घरी आले. त्यातील आम्हां तिघांचा ओळीनं वाढदिवस – म्हणजे तारीख १४, १५, १६ – मग कुणातरी एकाकडे सर्वांचा वाढदिवस साजरा होतो. हे गेली अनेक वर्षं चाललं आहे.

सुप्रिया रात्री उशिरा फुलं घेऊन मला भेटायला आली. साहजिकच, गप्पांचा अड्डा (फक्त घरातल्या लोकांचा) सुरू झाला.

माझे जावई तमिळ असल्यानं आणि आदल्या दिवशी सुप्रिया चेन्नई इथं असल्यानं राजकारणावर गाडी घसरली. पवारांच्या सध्याच्या राजकीय निर्णयांवरून चर्चा सुरू झाली. शरदरावांच्या वयापर्यंत त्याची परिणती झाली. जावई आपली मतं तावातावानं मांडत होते. सुप्रियानं माझ्याकडे पाहिलं आणि विचारलं, ''तुम्ही याबाबत कधी फारसं बोलत नाही. एक व्यक्ती या नात्यानं तुम्हांला काय वाटतं?''

मी म्हटलं, ''मी राजकारणाच्या भानगडीत पडत नाही. परंतु माझ्या लक्षात आलं की, शरदरावांनी माझ्या गेल्या ५५ वर्षांच्या सामाजिक आयुष्यात फक्त दोनदा वैयक्तिक मत विचारलं, 'दिल्लीच्या सरकारमध्ये सहभागी होण्यासाठी माझ्या सहकाऱ्यांचा माझ्यावर दबाव आहे. तुला काय वाटतं?' मी दोन्ही वेळा उत्तर दिलं, 'अजिबात स्वतःची डिग्निटी घालवून घेऊ नका. तुमची जी राजकीय भूमिका आहे तिच्याशी तडजोड करू नका... काहीही परिणाम झाले तरी!'

'ठीक आहे,' असं म्हणत त्यांनी फोन ठेवला. चर्चा इथंच संपली होती.

शरदरावांच्या वयाचा उल्लेख झाला तेव्हा माझ्या मनात विचार आला की, हे गृहस्थ वयाच्या सदतिसाव्या वर्षी महाराष्ट्रासारख्या मोठ्या राज्याचे मुख्यमंत्री झाले. त्या वेळी वय का नाही आडवं आलं? नरसिंह राव तर तब्येत खालावल्यामुळे आणि वयामुळे हैदराबादला जायला निघाले होते. त्यांनी पाच वर्षं मजेत कारभार केला. उद्योजकांवरील नियंत्रणं काढून टाकण्याच्या निर्णयाशी भक्कम राहिले. भारताची आर्थिक परिस्थिती पुढच्या काळात मोठ्या प्रमाणावर सुधारण्याचं ते पहिलं पाऊल ठरलं. मग आताच शरदरावांच्या वयाचा का प्रश्न येतो?

तो माणूस लढवय्या आहे. एका दिवशी ४४ पैकी ४० सहकारी सोडून गेले किंवा सोनिया गांधींनी हकालपट्टी केली... यांचं कुठं अडलं?

माझ्यासारख्या लहान उद्योजकाकडे पैसे नव्हते, फुकटचं नको होतं. माझं कुठं अडलं? आपला इतिहास काय सांगतो? छत्रपती शिवाजीमहाराज असोत, तानाजी मालुसरे असोत किंवा पहिले बाजीराव असोत; लढलेच ना ते! त्यांनी अपयशाची भीती बाळगली असती अथवा जहागिरी मिळवली असती तर हा आमचा इतिहास घडला असता का? आपण मराठी माणसं अपयशाला किंवा संकटाला घाबरलो नाही. लढलो, प्राणांची बाजी लावली; परंतु ताठ मानेनं उभे राहिलो!

तुम्ही तुमच्या तत्त्वावर लढा ना! शरण का जाता तात्पुरत्या फायद्यासाठी? अर्थात, प्रत्येकानं आपल्याला योग्य वाटतं ते करावं.

शरद पवारांनी १९५९मध्ये आपल्या वडीलबंधूंविरुद्ध प्रचार केला तेव्हा आमचं पूर्ण घर काँग्रेसविरुद्ध होतं आणि शरदराव जेमतेम १९ वर्षांचे होते. मग त्या वेळी वय का आडवं नाही आलं? आमचं कुटुंब एका तत्त्वानं, तर शरद पवार वेगळ्या तत्त्वानं चालले. सुप्रियाला मी एवढंच सांगितलं, ''तुझ्या तत्त्वाला जे पटतं त्याला तू सामोरी जा... परिणाम काळ ठरवेल!''

पुन्हा माझ्या वाढदिवसाकडे येऊ या. मी स्वतःच्या आयुष्याचा त्या पहाटे शांत झोप झाल्यावर आढावा घेत होतो. 'माझी वाटचाल' किंवा 'अनुभवें आले' या सदरांतून बराच ऊहापोह झालेला आहे. ज्या उच्च स्तरांवरील सामाजिक कार्यकर्त्यांबरोबर मला अनेक दशकं काम करण्याची संधी मिळाली, त्यांच्या तुलनेत आपलं काम खूपच दुय्यम स्तरावरील आहे, याची जाणीव आपल्याला विनम्र करते.

सर्व प्रापंचिक जबाबदाऱ्या सांभाळत मी विचार करतो की, 'सुख म्हणजे काय? मी सुखी आहे का?' उत्तर आलं, 'होय.' हे पैशानं मिळू शकतं का? 'सुखी माणसाचा सदरा' यापेक्षा वेगळा असतो का? सामाजिक कार्ये करताना आपण समाजावर उपकार करत आहोत का? समाज आपल्याला कामाच्या निमित्तानं समाधान देण्याची संधी देत आहे, असं पाहायचं. या दृष्टिकोनामुळे आपल्यातला अहंकार संपतो. मन निरपेक्ष होतं. दुसऱ्यांच्या कल्याणातच आपल्याला आनंद मिळतो.

विचार करा... व्यवहार आणि अध्यात्म यांची सांगड घालता येते; कोणत्याही कर्तव्याच्या आड न येता! त्या रात्रीही मी शांतपणे झोपलो... नेहमीप्रमाणेच! अपयशाच्या भीतीनं शरण जाऊ नका, कोणत्याही क्षेत्रात! हे क्षात्रतेज आपल्या सर्वांमध्ये आहे. यात जातपात येत नाही. कसं यश मिळत नाही? नक्की मिळेल. लढू या आपण... पाहा लढून!

अतिरेकीपणा; दुर्दैवानं जो खपतो...!

'गर्जे मराठी'च्या निमित्तानं मी अमेरिकेला गेलो होतो. परतवाटेवर टोरांटो (कॅनडा) इथं जवळचे स्नेही आहेत. वयामुळे त्यांना भारतात येणं जमत नाही म्हणून त्यांच्या आग्रहावरून टोरांटोला जाणं झालं. त्यांच्याबरोबर नायगरा धबधबा चार-पाच वेळा आम्ही उभयतांनी वेगवेगळ्या वेळी, वेगवेगळ्या हवामानात पाहिल्याच्या स्मृती कायम मनात आहेत; शिवाय, चाळीस वर्षांचा स्नेह!

त्यांच्या घरून विमानतळावर निघालो तेव्हा टॅक्सी-ड्रायव्हर नीटनेटक्या कपड्यात म्हणजे सुटाबुटात होता. गाडीसुद्धा छान होती. आपल्याकडील वाटला; त्यामुळे साहजिकच संवाद सुरू झाला. त्यातून लक्षात आलं की, त्याचं मूळ गाव लाहोर... गेली वीस-पंचवीस वर्षं त्याचं टोरांटोमध्ये वास्तव्य...

इकडच्यातिकडच्या गप्पा झाल्यावर तो म्हणाला, ''आपल्या दोन देशांत ब्रिटिशांनी फूट पाडली आणि कायमचं धर्माधिष्ठित वैर निर्माण झालं. मला धर्माचं कौतुक नाही. हा माझा व माझ्या कुटुंबाचा वैयक्तिक मामला आहे. याचं अतिरेकी स्वरूप कसं निर्माण केलं गेलं, हा मुद्दा आहे. आमचे कितीतरी प्रश्न आहेत. मिलिटरीच्या लोकांनी 'भारत' या शत्रूचं भूत निर्माण केलं आहे. त्यातून सर्व राजकारण चालतं. पूर्वीच्या भ्रष्ट पंतप्रधानांनी आणि राजकीय पुढाऱ्यांनी देशाचा पैसा बाहेर नेला आहे. 'तो परत आणून तुम्हां लोकांना वाटेन,' अशी अनेक आश्वासनं आमच्या इम्रान खाननं दिली. धर्माची

साथ होतीच. जनताही त्या आश्वासनांकडे आकर्षित झाली. परंतु त्यातून काहीही निष्पन्न झालं नाही. सर्वच नेते, पक्ष कमी-अधिक प्रमाणात अशी अतिरेकी आश्वासनं मतदारांना देतात.''

तो पुढं म्हणाला, ''धर्माच्या नावावर फाळणी झाली हे वाईटच झालं. परंतु तशी जीना यांची इच्छा नव्हती. तुमच्या गांधींप्रमाणे तेही हिंसेच्या विरुद्ध होते. मात्र, अतिरेकी धार्मिक राजकीय लोकांनी हे घडवून आणलं.''

गप्पांमध्ये मी पाकिस्तानी वर्तमानपत्रांतील प्रमुख वार्ताहरांचे माझे एक-दोन अनुभव सांगितले, तसंच मी 'सकाळ'तर्फे बेनझीर भुट्टो यांच्या पहिल्या निवडणुकीच्या वेळी आमचे वरिष्ठ पत्रकार विजय साळुंके यांना निवडणुकीचा 'आँखो देखा हाल', म्हणजे प्रत्यक्ष अनुभवांचं वार्तापत्र देण्यासाठी पाकिस्तानला पाठवलं होतं, याचाही अनुभव सांगितला.

आपल्या सदसद्विवेकबुद्धीला पटेल त्याला जरूर मत द्यावं... देशहितासाठी, समाजहितासाठी! जरूर विचार करा... अतिरेकी जातीय, धार्मिक, प्रांतीय प्रचाराला बळी पडू नका! धार्मिक स्वरूपाच्या दंगली कोण घडवतं, त्या केव्हा आणि का होत आहेत –झाल्या तर – याचा शोध घ्या आणि मगच आपलं मत बनवा. भारताच्या एकात्मतेसाठी हे आवश्यक आहे.

त्या वेळी पाकिस्तानात एवढं अतिरेकी वातावरण नव्हतं. साळुंके यांना पाठवण्यामागं त्यांचा आमच्याबरोबरचा अनुभव आणि अभ्यासू वृत्ती ही कारणं होती. शिखीस्तान (खलिस्तान) या अतिरेकी कारवायांना काबूत आणण्याचे प्रयत्न तेव्हा सुरू होते. साळुंके यांना पाकिस्तानमध्ये पाठवण्याची विनंती मी मान्य केली.

''तिथं तुमचं काय होऊ शकतं याची जाणीव आहे ना,'' असं मी साळुंके यांना विचारल्यावर ''माझी सर्व तयारी आहे,'' असं उत्तर त्यांनी दिलं होतं. या पार्श्वभूमीवर साळुंके यांना पाकिस्तानात जाताना गरजेपेक्षा जास्त डॉलर्स देण्यात आले होते.

निवडणुकीचा दौरा पूर्ण करून माघारी आल्यावर त्यांनी बहुतांश रक्कम परत केली. आश्चर्यचकित होऊन मी त्यांना विचारलं, ''काय! उपाशी राहिलात की रस्त्यावर झोपलात!'' त्यावर त्यांनी खुलासा केला, ''कराची ते क्वेट्टापर्यंत मी सर्वत्र फिरलो.

सर्वत्र पोलिसांची पाळत होतीच. परंतु बहुतांश ठिकाणी 'आपण आमचे पाहुणे आहात, पैसे देण्याची गरज नाही,' असं मनापासून सांगितलं गेलं. सर्वत्र प्रेमानं स्वागत झालं.''

मग मला समजेना की, हा आपला शत्रुदेश कसा? बेनझीर भुट्टोंच्या व्यक्तिगत भेटीत मी या भावनेचा उल्लेख केला. त्यांनी फक्त स्मित केलं होतं आणि म्हणाल्या होत्या, 'तुम्हांला राजकारण आणि धर्म कळत नाही.'

अमेरिकेतील एका वृत्तपत्रात, 'अतिरेकीपणा' – जो दुर्दैवानं समाजाच्या भावनेला हात घातल्यावर बहुतांश यशस्वी होतो, अशा अर्थी विवेचनपूर्ण लेख वाचला होता. ते विचार माझ्या मनात घोळत होतेच.

इराण, पाकिस्तान, अफगाणिस्तान आणि आफ्रिकेतील काही देशांमध्ये धर्माच्या नावावर प्रचंड अत्याचार झाले. बैरूत हे 'पूर्वेकडील पॅरिस' अशी ख्याती असलेलं शहर ख्रिश्चन आणि मुसलमान यांच्या अंतर्गत यादवीमध्ये जवळपास बेचिराख झालं होतं. वॅनच्या निमित्तानं तिथं मला जाण्याची दोन-तीन वेळा संधी मिळाली.

तिथंही सामान्य माणूस हा धर्माचा कोणताही शिक्का न दाखवता आदरातिथ्य करतो. परंतु हाच माणूस अतिरेक्यांच्या प्रचाराला सहज कसा बळी पडतो, असा मला प्रश्न पडतो.

तुर्किएचं (तुर्कस्तान) उदाहरण तर फारच चांगलं आहे. तिथं केमाल पाशा - ज्यांना प्रेमानं 'अतातुर्क', म्हणजे 'देशाचे पितामह' अशी पदवी दिली गेली (जशी गांधीजींना 'महात्मा' किंवा टिळकांना 'लोकमान्य') - त्यांनी तुर्किएचा कायापालट केला. धर्माचं अधिष्ठान मोडून काढलं. सर्वांना शालेय शिक्षण आठवीपर्यंत अनिवार्य केलं, म्हणजे मुलामुलींना! मुलींना न शिकवल्यास पालकांना कारावासाची शिक्षा होत असे. अनेक मशिदी बंद केल्या. धार्मिक शिक्षण बंद केलं. महिलांनी बुरखा घालण्यावरील सक्ती उठवली. अरबी भाषा शिकवण्यास बंदी घातली. सामाजिक जाणिवेचा पाया घातला. साहजिकच, तुर्किएची सर्वार्थानं उन्नती झाली.

आम्ही तिथं असताना इझ्मीर या गावी गेलो होतो. जगातील सर्वोत्कृष्ट कार्पेट्स तिथं बनतात. आणखी बरंच काही... 'जवळच एका डोंगरावर येशू ख्रिस्त यांच्या मातेचं निधन झालं,' असं सांगण्यात आलं. अर्थातच ख्रिश्चन लोकांचं ते पवित्र स्थान आहे. तिथं जाण्यासाठी उत्तम रस्ता आणि इतर सोयी आहेत. महत्त्वाचं म्हणजे, हे सर्व तिथल्या मुस्लीम समाजानं वर्गणीद्वारे पूर्णत्वास नेलं. कुठं बैरूत आणि कुठं इझ्मीर!

परंतु याच तुर्किएमध्ये सध्या देशाचे प्रमुख असलेले इर्दोगान यांनी अतिरेकी धार्मिक मुसलमान-तत्त्वाकडे जायला सुरुवात केली आहे. त्यातील – वर्तमानपत्रांतील लेखानुसार, दुर्दैवानं अतिरेकीपणा चटकन मूळ धरतो... जगभर कुठंही!

हिटलरनं तरी काय केलं? तो उत्कृष्ट वक्ता होता. समाजाच्या भावनांना हात घालण्यात तो सर्वोत्तम होता. देशप्रेमाच्या नावाखाली अतिरेकीपणा करून साठ लाख ज्यू लोकांचं हत्याकांड सामान्य जर्मन जनतेकडून करून घेतलंच ना? शिवाय, गोबेल्ससारखा प्रचारक बरोबरीला होताच!

आता निवडणुकांचे पडघम वाजायला सुरुवात झाली आहे. आपण सर्वांनी धार्मिक अतिरेकीपणाला बळी पडू नये. आपल्या सदसद्‌विवेकबुद्धीला पटेल त्याला जरूर मत द्यावं... देशहितासाठी, समाजहितासाठी! जरूर विचार करा... अतिरेकी जातीय, धार्मिक, प्रांतीय प्रचाराला बळी पडू नका!

धार्मिक स्वरूपाच्या दंगली कोण घडवतं, त्या केव्हा आणि का होत आहेत – झाल्या तर – याचा शोध घ्या आणि मगच आपलं मत बनवा. भारताच्या एकात्मतेसाठी हे आवश्यक आहे. आपण सर्व जण 'ऐकावं जनाचं, करावं मनाचं' या पद्धतीनंच आचरण करू या... भारताच्या उज्ज्वल भविष्यासाठी! पटतंय ना?

मनोवृत्तीचा लढा

माझं काही कामानिमित्तं २०२३मधल्या ऑक्टोबरच्या पहिल्या आठवड्यात लंडनला जाणं झालं. या दरम्यान काही लोकांच्या नेहमीप्रमाणे भेटी झाल्या. त्यांत उद्योगपती होते, ऑक्सफर्ड, केम्ब्रिज इथले प्राध्यापक होते, मराठी उद्योजक होते आणि मित्रपरिवार! या भेटीगाठींत पाच-सात दिवस कसे जातात, हे समजतही नाही.

माझ्या अशा भेटींमध्ये मोकळ्या वेळात, प्रवासात माझं विचारचक्र सुरू राहतं. सवयीप्रमाणे मी, माझा देश, माझा समाज, त्यातले मला वाटणारे गुण-दोष यांची तुलना, ज्या देशात मी जातो त्यांच्याबरोबर करताना विचारमंथन सुरू होतं. सध्याची आपली सामाजिक - राजकीय परिस्थिती याबद्दलही तुलनात्मक विचार सुरू होतात.

पहिल्यांदा आपण इंग्लंड या देशाबद्दल पाहू या. मला हे नेहमी आढळतं की, त्या देशातील नागरिक आणि त्या देशाचं सरकार हे पूर्णतया वेगळे असतात. याकडे 'इंग्रज माणूस' आणि 'ब्रिटिश सरकार' असं दोन विभागांत पाहावं लागतं. इंग्रज माणूस हा सर्वसाधारणतः जगात 'जसा सामान्य माणूस चांगला असतो' तसाच आहे आणि असतो.

साहित्य, संशोधन, शिक्षण संस्था, खेळ यांमध्ये आयुष्य झोकून दिलेली परंपरा दिसते. अगदी खेळ घ्या – टेनिस, बॅडमिंटन, क्रिकेट, घोड्यांची रेस इत्यादी... या

प्रत्येक खेळासाठी नियमावली आणि शास्त्र आहे. त्यात सातत्य आणि सुधारणा आपल्याला दिसतील. यामुळे जगभर याचा प्रसार झाला तरी नियम इंग्रजच असतात. सर्व काही शिस्तबद्ध!

आपण शिक्षणावर येऊ या. इंग्रजांनी जगभर राज्य केलं ते आपल्या मूठभर लोकांच्या साहाय्यानं. त्यांच्या पब्लिक स्कूलमध्ये विद्यार्थी तयार केले गेले. विद्यापीठात उच्च शिक्षण दिलं गेलंच; परंतु काळाबरोबर त्याचा दर्जाही त्यांनी उंचावत नेला.

सहज उदाहरणादाखल सांगावंसं वाटतं. माझे एक स्नेही डॉ. अजित जावकर आपल्याकडचेच... ऑक्सफर्ड विद्यापीठात 'कृत्रिम बुद्धिमत्ता' या विषयावरचे तज्ज्ञ प्राध्यापक. त्यांना दर वर्षी अमेरिकेच्या व्हाईट हाउसमध्ये चर्चा, सल्लामसलत यांसाठी बोलावलं जातं. युरोपीय पार्लमेंटमध्ये ते सहभागी होतात.

मग हे भारतातल्या प्राध्यापकांबाबत का होत नाही, याचा साकल्यानं विचार व्हायला हवा. विद्यापीठात फक्त पुस्तकी शिकवण्याबरोबरच आधुनिक शास्त्रं, त्यांचा वापर यावरचं संशोधन किती आहे? शाळेतून अथवा विद्यापीठातून बाहेर पडणारा विद्यार्थी कितपत स्वावलंबी आहे?

केम्ब्रिज विद्यापीठात माझ्या एका मराठी स्नेह्याच्या मुलाला प्रवेश मिळाला. अर्थात, त्यासाठी विद्यापीठानं आग्रह धरला, फी माफ केली; शिवाय, शिष्यवृत्तीही दिली. तिथं त्याच्या विषयासाठी फक्त इंग्लंडमधून निवड झालेले तीनच विद्यार्थी आणि त्यांच्या मागं एक अनुभवी, तज्ज्ञ प्राध्यापक!

अशा प्राध्यापकांकडे उद्योजक अनेक विषयांवर संशोधन करण्यासाठी मदत मागतात. त्यासाठी भरपूर पैसेही देतात. लक्षात आलं की, केम्ब्रिज विद्यापीठाला सरकार आणि उद्योजक यांच्याद्वारे वर्षाला सुमारे दहा हजार कोटी रुपये मिळतात. नोबेल पारितोषिक मिळणारे प्राध्यापक ऑक्सफर्डमध्ये तयार होतात. आपल्याकडे काय परिस्थिती आहे? मी सीओईपीमध्ये जवळपास दोन दशकं झोकून देऊन काम केलं. अनेक नियमावलींमुळे त्याचा श्लेष काढून सरकारनं सरकारी मदतीला चाप लावला. याबाबत आता मी तिथं नसल्यानं अधिक बोलणं योग्य नाही. परंतु आपल्याकडच्या एका नामवंत, तसंच सुमारे १५० वर्षं जुन्या शैक्षणिक संस्थेची, काहीशे वर्षं जुन्या असलेल्या या ऑक्सफर्ड किंवा केम्ब्रिज या विद्यापीठांशी आपण तुलना तरी करू शकतो का?

परंतु, तिथं गेलेले डॉ. जावकर मात्र आंतरराष्ट्रीय सन्मान मिळवतात. आपल्याकडेही त्यांच्या बुद्धिमत्तेचे अनेक 'डॉ. जावकर' नक्की असतील. परंतु आपल्याकडचं वातावरण काय...? साधनसामग्री काय...?

पिलानी इथला माझा एक वर्गमित्र पुण्यात नोकरीसाठी आला होता. मी त्याला मराठी वृत्तीनं म्हटलं, 'अरे, इतक्या लांब तू नोकरीसाठी आलास?' तो पंजाबी होता. त्यानं मला पंजाबीत उत्तर दिलं, 'काय फरक पडतो... कुठंतरी रोजीरोटी कमवायचीच आहे ना?' आपल्या मराठी तरुणांना हे समजायला हवं.

इंग्लंडनं संशोधनात सातत्यानंआघाडी ठेवत वाफेच्या इंजीन-रेल्वेपासून दारूगोळा, बंदुका, तोफा, चारचाकी वाहनं वगैरे तयार केली. जिंकलेल्या प्रदेशाच्या ते नेहमी १०० वर्षं पुढं राहिले. प्रशासनाची शिस्त, नियम वगैरेंमध्ये ते वेळोवेळी सुधारणा करत गेले. हे करताना त्याला त्यांनी देशप्रेमाची जोड दिली. जगातल्या इतक्या देशांवर राज्य करूनही इंग्रजांचा एकतरी माणूस फितूर झाला का? किंवा एखाद्यानं तरी बंड केलं का? पाचशे - हजार मैलांवर असलेले देश, खंड त्यांनी शेकडो वर्षं आपल्या ताब्यात ठेवले.

तिथली खनिजं, जंगलं साफ केली. बंगालमधलं सर्व धान्य इंग्लंडला नेलं, त्यामुळे सुमारे दहा लाख जणांचा भूकबळी गेला. सर्व देशांमध्ये, खंडांमध्ये तिथल्या स्थानिकांची कत्तल केली; मग तो ऑस्ट्रेलिया असो वा अमेरिका, कॅनडा वगैरे.

हे सर्व ब्रिटिशांनी केलं. हाच फरक मी 'इंग्रज' आणि 'ब्रिटिश' यांच्यात करतो. मानवतेची महती सांगणाऱ्या इंग्रजांच्या ब्रिटिश यंत्रणेनं लाखो आफ्रिकी लोकांना गुलाम तर केलंच; पण त्यांना वागणूकही जनावरासारखीच दिली, अगदी लिलाव करण्यापर्यंत! अब्राहम लिंकन यांनी याविरुद्ध भूमिका घेतली तेव्हा त्यांच्या दक्षिण आणि उत्तर अमेरिकेत जीवघेणं युद्ध झालं.

याच अमेरिकी लोकांच्या सरकारनं व्हिएतनाम, इराक, लिबिया इथं अकारण प्रचंड नरसंहार आणि विध्वंस केला. काही गोष्टी आपल्या आयुष्यात घडवलेल्या आहेत. स्वतः अत्यंत चंगळवादी जीवन जगून जगाला 'तुम्ही दूषित करणारे' म्हणून दोष देण्यात हे अमेरिकी सरकार आघाडीवर आहे.

अहो, साधं पाणी प्यायचं असलं तरी ते ॲल्युमिनियमचा कॅन वापरतात. पी पाणी आणि फेकून दे कॅन! हा कॅन तयार करण्यासाठी प्रचंड ऊर्जा वापरलेली असते. आपण एखादा पेला आयुष्यभर वापरतो. संशोधनांतून अणुबॉम्ब, विमानं करणारे हेच... जपानवर अणुबॉम्ब टाकणारे हेच; परंतु आपला स्वार्थ साधत मानवतेचे, वसुंधरेच्या संरक्षणाचे धडे देणारे लोकही हेच! जे बंदुका, दारूगोळा मोठ्या प्रमाणावर तयार करतात तेच ते वापरणार किंवा विकणार ना?

हे लोक, मुख्यतः युरोपीय जगभर का पसरले? त्यांनी लिमिटेड कंपन्या सुरू केल्या. ईस्ट इंडिया कंपनीला युद्धासाठी, वाढीसाठी कर्ज काढणं सोपं गेलं... नुकसान झालं तरी ते एकट्याचं नसे. आपल्या पेशव्यांना युद्धासाठी कर्ज काढावं लागायचं. पानिपतसारखं युद्ध हरल्यावर दुहेरी नुकसान होतं. आर्थिक घडी बसवण्यास बराच काळ लागायचा.

कोणतंही आवश्यक तंत्रज्ञान निर्माण करण्यासाठी अथवा सुधारणा करण्यासाठी ब्रिटिश सरकारला इंग्रज जनता पूर्ण पाठिंबा देत असे. आपल्याकडे हा विचारच नव्हता. तलवारींच्या पुढं आमची मजल गेली नाही.

माझ्या माहितीनुसार, कोकणातल्या आपटे नावाच्या गृहस्थांनी अग्निबाण यशस्वीपणे तयार केले. ते बहुतेक टिपू सुलतानाबरोबर झालेल्या युद्धात वापरलेही गेले. पेशव्यांनी अथवा आपल्या लोकांनी त्याची दखल घेतली नाही. परंतु ब्रिटिशांनी त्या गोष्टी लगेच इंग्लंडला संशोधनासाठी पाठवल्या.

आपल्यातल्या आणि इंग्रज किंवा युरोपीय लोकांमधल्या शास्त्रीय प्रगतीबद्दल हा फरक होता. आपण कर्मकांडांत गुंतलो, ते संशोधनात गुंतले. पाणी दूषित आहे म्हणून सोडावॉटर तयार केलं; मलेरिया होऊ नये म्हणून टॉनिक वॉटर तयार केलं; परंतु गोरे लढले तेही जगभर! मी अनेक वर्षं इंग्लंडला जातो आहे.

मला काही काळ असा प्रश्न पडला होता की, हे इंग्रज जगभर बाहेर का पडले? काय कारणांनी त्यांना उद्युक्त केलं? त्यांच्या कौटुंबिक संस्थेत कुटुंबाची सर्व मालमत्ता थोरल्या मुलाला मिळते. मग बाकीच्या भावंडांनी काय करायचं? हे सर्व समुद्रात शिरले. व्यापारात प्रचंड पैसा होता आणि शिक्षणातून इतर देशांचा कारभार पाहणारे अधिकारी हवे होते. त्यांना पगारपाणी, पेन्शन वगैरे भरपूर फायदे होते. यामुळे इंग्रज जगभर कुठंही जायला तयार होते.

हा वृत्तीचाही प्रश्न असतो. मला आठवतं, पिलानी इथला माझा एक वर्गमित्र पुण्यात नोकरीसाठी आला होता. मी त्याला मराठी वृत्तीनं म्हटलं, 'अरे, इतक्या लांब

तू नोकरीसाठी आलास?' तो पंजाबी होता. त्यानं मला पंजाबीत उत्तर दिलं, 'काय फरक पडतो... कुठंतरी रोजीरोटी कमवायचीच आहे ना?' आपल्या मराठी तरुणांना हे समजायला हवं.

विमा ही अशीच एक गोष्ट बँकांबरोबर इंग्लंड - युरोपमध्ये निर्माण झाली. यामुळे उद्योजकांचा धोका आणखी कमी झाला. इंग्लंडमध्ये लोकशाही खोलवर रुजली गेली. कायदेकानून, प्रशासन आणि इतिहासाचं जतन हा त्यांचा अविभाज्य भाग झाला. आजही आम्हांला आपल्या इतिहासासाठी इंग्लंडची मदत लागते. आपल्याला इतिहास लिहिणं तर दूरच; परंतु आहेत ते किल्ले, लेण्या यांचं जतन करण्यातही रस नाही!

कामानिमित्त फिनलंडला गेलो होतो. तिथं प्रत्येक नागरिक हा उत्पादक, देशोपयोगी कसा होईल अशी त्यांची शिक्षण प्रणाली. आपली उत्पादनं जगात सर्वश्रेष्ठ होतील यासाठी त्या गुणवत्तेचे शास्त्रज्ञ आणि तंत्रज्ञान निर्माण करण्याचं सुयोग्य वातावरण!

यात सरकारपासून सर्वांचा सहभाग! आपल्यापेक्षा त्यांचं दरडोई उत्पन्न वीस पटींपेक्षा जास्त आहे, आपल्याकडे संपन्न निसर्ग, बुद्धिमत्ता असूनही! राजकीय पक्ष तर विरोधकांना नामोहरम करण्यातच सर्व शक्ती वापरतात.

एकोप्यानं देशसुधारणेचा प्रश्न येतो कुठं? यामुळे आपल्या क्षमतेच्या काही टक्केच निर्मितीमध्ये यश मिळतं. चांगलं सरकार आणि चांगलं प्रशासन हे आपणच जागरूकतेनं निर्माण करायचं आहे. जनतेच्या धाकानं हे नक्की शक्य आहे.

करू या प्रयत्न! नक्की जमेल! जनता भारतीय आहे, सरकार इंडियन आहे तेही आपल्याच जनतेसाठी...! बदलू या ही मनोवृत्ती... मग येईल सुवर्णकाळ....!

मराठी माणसांनो, व्यवहारी व्हा!

तसं पाहिलं तर हा विचार माझ्या मनात काही दशकं घर करून आहे. स्वानुभवानं आणि व्यवसायात असल्यानं याचा सोयीस्कर अर्थ 'आम्ही स्वार्थी व्हायचं का', असा घेतला जाईल... पण तसं नव्हे. समाजासाठी योगदान देणाऱ्या, आपलं जीवन अर्पण करणाऱ्या, निःस्वार्थी अशा अनेक लोकांबरोबर मी गेली ५५ वर्षं काम करतो आहे. त्यामुळे व्यवहार आणि स्वार्थ याची गल्लत करू नका.

जात-प्रांत-धर्म यांचा उपयोग लाखो तरुण हक्कासाठी करतात तेव्हा माझी अस्वस्थता आणखीच वाढते. माझा स्वभाव तुलनात्मक अभ्यास करण्याचा, प्रश्नाच्या मुळाशी जाण्याचा आणि त्यावर उपाय शोधण्याचा आहे. माझ्या मनात जातिभेद-धर्मभेद-प्रांतभेद या भावनात्मक गोष्टींना स्थान नाही. परंतु प्रश्नाचा विचार करताना या गोष्टी लक्षात घ्याव्याच लागतात. जसं मी एका लेखात 'अतिरेकीपणा; दुर्दैवानं जो खपतो' यावर विश्लेषण केलेलं आहे.

आज इथं थोडंसं स्पष्ट लिहिणार आहे. तुम्ही ते मान्य करावं किंवा कराल, अशी अपेक्षा नाही. कुणाच्याही भावना दुखावण्याचा माझा उद्देश नाही, हे मात्र कृपया लक्षात घ्यावं. हे माझे व्यक्तिगत विचार आहेत.

आपण मराठी समाजाविषयी बोलू या. आमच्या कमतरता काय आहेत याचा विचार करणं आवश्यक आहे; विशेषतः आर्थिक क्षेत्रात! अहो, आम्हांला श्रीमंती म्हणजे काय हेच माहीत नाही! मी बिल गेट्स यांच्यासारख्यांची तुलनाही करू शकत नाही. अमेरिकेत व्यक्ती, संस्था जेवढ्या समृद्ध तेवढा त्यांना मान... आमच्याकडे बरोबर उलटं वातावरण!

महाराष्ट्रात परप्रांतीय व्यावसायिक, मारवाडी, गुजराती, पंजाबी, सिंधी वगैरेंच्या अनेक पिढ्या आहेत. त्यांच्यातल्या कुणी आत्महत्या केल्यात किंवा आरक्षण मागितलं आहे, असं ऐकिवात नाही. त्यांचं व्यवहारीपण आपण शिकलं पाहिजे.

भारताचा व्यापार सोळाव्या किंवा सतराव्या शतकात जगाच्या चोवीस-पंचवीस टक्के होता. ब्रिटिशांनी लूट करत शंभर-दीडशे वर्षांत तो अर्ध्या टक्क्यावर आणला, तोही आपल्याच लोकांच्या साहाय्यानं!

सर्वसाधारण मराठी माणूस; मग तो शेती करणारा व्यावसायिक का असेना किंवा अभिनेता, तो फारसा व्यावहारिक नाही.

माझ्या अगदी लहानपणाची आठवण सांगतो : माझे एक वडीलबंधू शाळेतल्या त्यांच्या जिवलग मित्राकडे खेळायला, अभ्यासाला जात. त्या मित्राचे वडील व्यावसायिक होते; शिवाय, ते शेतीही करत. एक दिवस माझ्या वडिलांकडे त्यांची चिठ्ठी आली, 'आपले चिरंजीव आमच्याकडे येतात. माझ्या शेतातला चार पेंढ्या हरभरा त्यांनी खाल्ला (खरंतर त्यांच्या मुलानं दिल्यामुळे), त्याचे चार आणे पाठवावेत!' व्यवहार! आम्हां शेतकरीकुटुंबात हा विचारही येणं शक्य नाही. शेतातली चार कणसं, हरभरा, फळं पाहुण्याला देण्याची आपली सहज प्रवृत्ती... 'उरलेलं आपलं' असा आपला स्वभाव!

आज तरी आमचा शेतकरी आपल्या शेतातल्या व्यवसायाचा ताळेबंद मांडतो का? खर्च कमी करणं, उत्पादन वाढवणं, उत्पादन परवडत नसल्यास कोणतं पीक केलं पाहिजे याचा सतत विचार करून तो अमलात आणणं, हे तो कितपत करतो? भाव मिळत नाही, तर तो कुठं मिळेल याचा शोध घेऊन वैयक्तिक किंवा एकत्रित प्रयत्न करतो का?

काही प्रमाणात जरूर केलं जातं हे. साखरकारखाने, दुग्धव्यवसाय हा एकत्रित जरूर निर्माण केला गेला. परंतु सातत्यानं खर्च कमी करणं, वाया जाणाऱ्या गोष्टींमधून संपत्ती निर्माण करणं, गुणवत्ता वाढवणं, जागतिक स्पर्धेत उतरता येईल अशी गुणवत्ता निर्माण करण्याचा सातत्यानं ध्यास घेणं हे कितपत केलं जातं? पूर्वीपेक्षा खूपच सुधारणा आहेत. मात्र, व्यवसायात या गोष्टींचं महत्त्व कायमच असतं.

व्यवहारात साध्या गोष्टींमधून पैसे निर्माण करता येतात... दुसऱ्यांची पिळवणूक न करता!

व्यवहारात सर्वांगीण विचार करत कायम प्रगतीचं धोरण असतं. पैसा ही प्रगतीसाठी आवश्यक गोष्ट आहे. ती कष्टानं, प्रयत्नानं, व्यावहारिक दक्षता घेऊन शक्य असते. वेळ लागतो; परंतु ते शाश्वत असतं. जमिनी विकल्यावर आलेला पैसा हा घरं, गाड्या, समारंभ आणि काही वेळा राजकीय महत्त्वाकांक्षेत उडवला जातो. व्यावसायिक लोक असं कधीच करणार नाहीत. तो पैसा कुठं - कसा गुंतवावा, ज्यातून त्यात भरच पडेल, असा विचार व्यावसायिक करत असतो.

एक स्वानुभव सांगतो : 'सकाळ'मध्ये आर्थिक क्षमता कमी होती. माझ्याकडेही खूप मर्यादा होती. वर्तमानपत्राला लागणारा कागद हा सर्वांत मोठा खर्च होता. तो बहुतांश रोखीनं घ्यावा लागायचा. मी सर्व पुरवठादारांना बोलावून 'नव्वद दिवसांच्या उधारीवर माल द्यावा,' अशी विनंती केली. 'या दिवसांचं व्याज जरूर लावावं', असंही त्यांना सांगितलं.

बहुतेकांनी ते साफ नाकारलं. परंतु एक-दोन छोट्या पुरवठादारांनी सव्याज देण्याचं मान्य केलं. सर्वसाधारणपणे आपण जेव्हा, 'नव्वद दिवसांनी पैसे देऊ,' असं सांगतो तेव्हा ते एकशेवीस ते दीडशे दिवसांत मिळतात. हीच भीती सर्वांच्या मनात होती. ज्यांनी पुरवठा केला त्यांना एकोणनव्वदाव्या दिवशी डिमांड ड्राफ्टनं पैसे मिळतील अशी काटेकोर व्यवस्था केली. हा त्यांना मोठा सुखद धक्का होता!

मग त्यांनी 'आणखी माल घ्याल का!' अशी विनंती केली. 'अवश्य!' असं आमचं उत्तर होतं. त्यांचा पुरवठा वाढू लागला तशी इतर पुरवठादारांनी 'हा काय प्रकार आहे,' याची चौकशी सुरू केली. वस्तुस्थिती समजल्यावर तेही पुढं आले. त्यांच्यात स्पर्धा निर्माण झाली. त्यामुळे किमती रास्त, म्हणजे कमी झाल्या. मग मी दोन धोरणात्मक निर्णय सर्वांना सांगितले.

एक म्हणजे, 'ही किंमत मला परवडते, यात तुम्ही सर्वोत्तम गुणवत्तेचा माल द्या.' दुसरं, 'मला मालाची ही गुणवत्ता हवी आहे, त्यासाठी तुमची सर्वोत्तम किंमत सांगा.'

पैसे वेळेवर, म्हणजे एक दिवस आधीच मिळतात याची खात्री असल्यानं भराभर किमती खाली आल्या. हे आजही सुरू आहे.

मी एवढ्यावरच थांबलो नाही. आता आमच्याकडे फक्त चार दिवसांचा माल असेल अशी व्यवस्था केली. तसं होईल याची खातरजमा करून घेतली. त्यामुळे आम्हांला एकोणनव्वद वजा चार म्हणजे पंचाऐंशी दिवस फुकट पैसे वापरायला मिळाले. याचा उपयोग उद्योगाची वाढ, त्यातून अधिक पुरवठ्याची मागणी हे व्हायला लागलं. शिवाय, पुरवठादारांना व्यवसाय दिला आणि वेळेआधी एक दिवस पैसे मिळतात, यातून उपकार केल्याची भावना निर्माण झाली होतीच!

आम्ही सर्व उत्पादक प्रत्येक पैशावर नियंत्रण ठेवतो. म्हणजे असलेल्या जागा, मशिनरी, मनुष्यबळ वगैरेंकडून सर्वोत्तम उत्पादन होतं का ते रोज पाहणं... तसंच सर्वार्थानं खर्चात बचतीवर कायम काम करत राहणं... शक्य झाल्यास रोजचा हिशेब किंवा आर्थिक आढावा घेणं....

बिर्ला कुटुंबीयांमध्ये 'पडता' नावाची पद्धत आहे. कंपनी केवढीही मोठी असो, रोजचा नफा-तोटा रोजच समजला पाहिजे. मग दुसऱ्या दिवशीच दुरुस्त्या करण्यावर भर देणं. मी 'सकाळ'मध्ये ही पद्धत सुरुवातीपासून घालून दिलेली आहे. मला वर्षाच्या अखेरीस ताळेबंद नको आहे. रोजचं समजलं पाहिजे. 'पैशाची काळजी घ्या, रुपया आपोआप आपली काळजी घेईल.' हा व्यवहार आहे.

उदाहरणार्थ, आपली मराठी डॉक्टरमंडळी असा काही विचार करतात का? पुण्यातील केईएम, रुबी हॉल, जहांगीर, संचेती यांच्याकडे हा काटेकोरपणा असतो... गुणवत्तेत तडजोड न करता, त्यामुळे ते सतत वाढत असतात. कारण, व्यवहारी! परंतु, वाढ करायची असेल तर आपल्या मर्यादेचं भानही ठेवावं लागतं. भान नसलेले अनेक बांधकाम-व्यावसायिक आहेत.

आणखी एक प्रकार म्हणजे, आपल्या व्यवसायातले जे सर्वोत्तम आहेत ते काय करतात, त्यांच्या तुलनेत आपण कुठं आहोत हे सातत्यानं तपासणं. त्या दर्जाला पोहोचणं किंवा त्यांच्यापेक्षा चांगलं निर्माण करणं. उदाहरणार्थ, 'सकाळ'मध्ये खरेदी केलेल्या कागदापैकी आठ-दहा टक्के कागद अनेक कारणांनी वाया जात असे.

म्हणजे चाळीस रुपये किलोचा कागद आठ-दहा रुपये किलोच्या भावानं रद्दी म्हणून विकावा लागे. सुरुवातीला शेकडो, नंतर हजारो टन कागद आम्ही घेत असू. यावर विचारपूर्वक सर्वांना विश्वासात घेऊन नियंत्रणं आणली. आता गेली काही दशकं

वाया जाण्याचं हे प्रमाण कर्मचाऱ्यांच्या सांघिक प्रयत्नांतून अडीच-तीन टक्क्यांवर आणलं आहे (जे जागतिक पातळीवरील आहे). यातून खर्चात बचत, नफ्यात वाढ!

मी कामगारांना सांगत असतो, 'ही लक्ष्मी आहे. सरस्वतीबरोबर लक्ष्मीचीही पूजा, सेवा करा.' अर्थात, हे सर्वांच्या सहकार्यानं शक्य झालं. तरीसुद्धा कुठं वायफळ खर्च होत नाही ना, याचा आढावा आजही सातत्यानं घेतला जातोच. कारण, व्यावहारिक भान!

शेतीत, व्यवसायात, नोकरीत आता स्मार्ट पद्धतीनं काम करण्याचे दिवस आले आहेत. ॲग्रोवनच्या माध्यमातून सातत्यानं शेतकऱ्यांना नवनवीन माहिती दिली जाते. ऑक्सफर्ड वगैरेंच्या मदतीनं बारामतीत स्मार्ट ॲग्रीकल्चरवर संशोधन सुरू आहे. शेतीक्षेत्रात आधुनिक तंत्रज्ञानाचा वापर करून खर्चात कपात, अधिक गुणवत्तेचं अधिक उत्पादन ही आव्हानं स्वीकारून काम सुरू आहे.

यशस्वी झाल्यास काही हजार कोटींनी उत्पादन वाढेल. शेतमालावर कमीत कमी औषधं मारली जातील; ज्यामुळे निर्यातीला मोठा वाव मिळेल, समाजाचं आरोग्य सुधारेल. आजमितीला जुन्नर भागात शेकडो लोक औषधांच्या फवाऱ्यामुळे आजारी पडत आहेत.

व्यवहारात सर्वांगीण विचार करत कायम प्रगतीचं धोरण असतं. पैसा ही प्रगतीसाठी आवश्यक गोष्ट आहे. ती कष्टानं, प्रयत्नानं, व्यावहारिक दक्षता घेऊन शक्य असते. वेळ लागतो; परंतु ते शाश्वत असतं. जमिनी विकल्यावर आलेला पैसा हा घरं, गाड्या, समारंभ आणि काही वेळा राजकीय महत्त्वाकांक्षेत उडवला जातो. व्यावसायिक लोक असं कधीच करणार नाहीत. तो पैसा कुठं - कसा गुंतवावा, ज्यातून त्यात भरच पडेल, असा विचार व्यावसायिक करत असतो. शेतकरीबंधूंनो, यातून बाहेर पडा!

थोडंसं वैयक्तिक... आम्ही सात भाऊ. एकालाही आई-वडिलांनी उपजीविकेसाठी शेतावर येऊ दिलं नाही. शिक्षण संपल्यावर आम्ही मुकाट्यानं आमचे मार्ग शोधले. ज्याला जे जमेल तसं! मान्य कराल, आमचं कल्याणच झालं. मात्र, गमतीनं असं म्हणावंसं वाटतं की, महाराष्ट्र सहा राजकीय पुढाऱ्यांना मुकला!

मार्ग शोधा... जगात कुठंही जाण्याची तयारी ठेवा! आत्महत्या, आरक्षण यांची गरज पडणार नाही, यासाठी प्रयत्नशील राहू या! भविष्यकाळ तुमच्या किंवा पुढच्या पिढीचा उज्ज्वल होईल! करू या विचारपूर्वक प्रयत्न...! आपण हे करू शकतो हा विश्वास आहे.

● ● ●

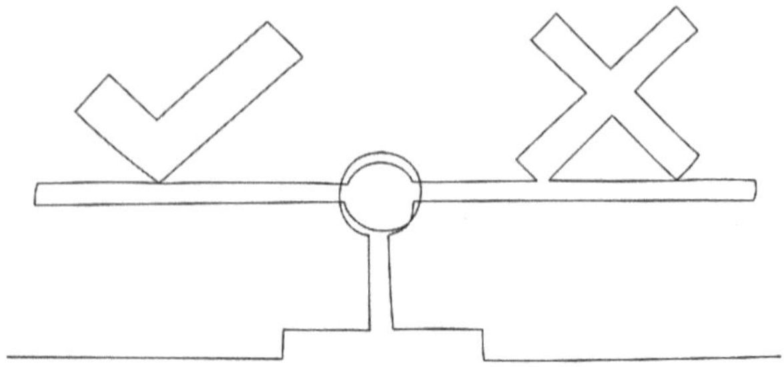

रेवडी

आपल्या आयुष्यात काही वेळा अशा काही घटना घडतात, की त्या किंवा त्यांचा परिणाम आपण आयुष्यभर विसरू शकत नाही. हे फक्त घटनांपुरतं मर्यादित नसतं. काही पुस्तकं किंवा वाचन हेही आपल्या आयुष्यावर एक कायमचा ठसा उमटवून जातं. अर्थात, मला त्या गोष्टींतून काय नवीन शिकायला मिळालं, काय बोध झाला त्याबद्दल हे असेल. त्यामुळे याच्याशी तुम्ही सहमत व्हालच असं नाही. ते तुम्ही समजून घेण्याचा प्रयत्न करावा, इतकंच सुचवायचं आहे.

एक पुस्तक माझ्या वाचनात आलं होतं. आता नाव आठवत नाही. ते माझ्या वैयक्तिक संग्रहात होतं. कुण्या स्नेह्यानं वाचायला नेलं ते परत आलंच नाही. अनेकदा पुस्तकांच्या बाबतीत असं होतं. असं झालं की वाईट वाटतं. असो!

खूप वर्षांपूर्वी, म्हणजे दुसरं महायुद्ध संपल्यावर अमेरिकेनं युरोपमधल्या अनेक देशांना विविध प्रकारची मदत करायला सुरुवात केली. अर्थात, युरोप उद्ध्वस्त झाल्यानं त्यांना जगाची बाजारपेठ उपलब्ध झालेली होती. यातून निर्माण होणारा पैसा आपल्याबरोबर युद्धात सहभागी झालेल्या देशांना द्यावा, ही त्यामागची भूमिका होती. देताना अमेरिकी साहित्य, उपकरणं, शस्त्रास्त्रं विकणं हाही व्यवसाय सुरू होताच. म्हणजे, पैसे उपलब्ध करून द्यायचे व त्यांची कामं साहजिकच अमेरिकी कंपन्या

करत. उदाहरणार्थ, रस्तेबांधणी वगैरे. हेच सध्या चीन अनेक आफ्रिकी देशांत, तसंच पाकिस्तान, श्रीलंका वगैरे देशांत करत आहे. अमेरिकेला एक प्रतिस्पर्धी निर्माण झाला आहे. बाकी, नीतिमत्ता तीच!

युरोपमधल्या महत्त्वाच्या देशांची बहुतांश गरज संपल्यावर अमेरिकेत शोध सुरू झाला की आणखी कुणी गरजू आहेत का...? त्यांना मदतीच्या ओझ्याखाली अंकित करून ठेवावं हा राजकीय सुप्त हेतू होताच! कुणाची केव्हा गरज पडेल ते सांगता येत नाही, त्यामुळे शक्य असल्यास संबंध ठेवलेले बरे! आपली राजकीय नेतेमंडळी करतात तसंच हे काहीसं. थोडक्यात, पेरणी करत राहावं.

युरोपमध्ये एक अगदी छोटा देश होता. युरोपच्या कोणत्यातरी एका कोपऱ्यात... वेगळा... कुणाच्या भानगडीत न पडणारा! त्या देशाचा अमेरिकेनं शोध घेतला आणि आपला प्रतिनिधी तिथं पाठवला. या देशाला आपण 'अबकड' म्हणू या. या देशात लोकशाही होती; परंतु इंग्लंडसारखी. लोकसभा असली तरी राजाचा शब्द अंतिम असे. अमेरिकेचा प्रतिनिधी म्हटल्यावर राजेशाही थाटात त्याचं स्वागत केलं गेलं. 'अमेरिका अबकडला आर्थिक मदत करू इच्छिते,' असं प्रतिनिधीनं सांगितलं. 'सुरुवातीला सुमारे शंभर कोटी रुपये आणि नंतर लागेल तशी वाढती रक्कम, तसंच शस्त्रं दिली जातील, यामागं कोणताही स्वार्थ नाही... अबकड या देशातल्या लोकांचं जीवनमान सुधारावं एवढाच साधा, प्रामाणिक हेतू आहे,' असंही त्या प्रतिनिधीनं स्पष्ट केलं.

तिथले पंतप्रधान वयस्कर; परंतु बुद्धिमान, विचारवंत होते. त्यांनी प्रतिनिधीचे आभार मानून 'आम्ही आमचा निर्णय तुम्हांला कळवू,' असं सांगून त्याची बोळवण केली.

हे सर्व तिथल्या खासदारांना, विशेषतः विरोधी पक्षाचं नेतृत्व करणाऱ्यांना समजलं. 'अमेरिकेचा प्रस्ताव केव्हा मान्य करणार आहात,' ते सांगण्याविषयीचा आग्रह त्यांनी ताबडतोब धरला. परंतु पंतप्रधान हे सुज्ञ असल्यानं त्यांनी महाराजांना सल्ला दिला : 'हे आपण स्वीकारू नये. फुकटचा पैसा आपल्याला नको.' पंतप्रधानांचा हा सल्ला महाराजांना पटला. मात्र, इकडे विरोधी पक्षनेत्यानं – जो बोलण्यात चतुर होता – रान पेटवलं. 'जनतेच्या पोटात पोटभर अन्न जाईल, थोडं चांगल्या परिस्थितीत समाजाला राहता येईल हे या म्हाताऱ्या पंतप्रधानाला पटत नाहीये... त्यांच्या पोटात का दुखतंय...' वगैरे मुद्द्यांवर त्या विरोधी पक्षनेत्यानं देशभर प्रचार केला.

पंतप्रधान आपल्या निर्णयावर ठाम होते. 'म्हातारी मेल्याचं दुःख नाही, काळ सोकावतो...' अशी त्यांची भूमिका होती. आपण आपल्या कष्टांवर उभे राहू हे त्यांचं

प्रामाणिक मत होतं. मात्र, एवढी मोठी रेवडी फुकटात मिळते आहे, याचा जवळपास सगळ्याच जनतेला मोह पडला होता. त्यामुळे सभा, मोर्चे यांनी देश ढवळून निघाला. शेवटी, पंतप्रधानांना मान तुकवावी लागली.

आता 'पैसे केव्हा येतात' याची सर्व जण वाट पाहू लागले. त्यासाठी पंतप्रधानांना अमेरिकेला पाठवण्यात आलं. अमेरिकेतर्फे पंतप्रधानांना सुचवण्यात आलं की, 'तुम्हांला दीर्घ काळ पैसे मिळतील अशी काहीतरी योजना सांगा.'

पंतप्रधानांनी एक-दोन दिवसांची मुदत मागून घेतली आणि हे कसं टाळता येईल; जेणेकरून अमेरिकाही खूश आणि आपला उद्देशही सफल होईल, याचा विचार ते करू लागले. मग त्यांनी 'च्युइंगमच्या रॉयल्टीवर, म्हणजे त्याच्या खपावर काही टक्के रक्कम ही अबकडला द्यावी,' असं सुचवलं. अमेरिकेनं ते मान्य केलं. पंतप्रधान परतले.

लोक पैशाची वाट पाहू लागले. काही वर्षांत च्युइंगमचा खप एकदम वाढला. त्यानुसार अमेरिकेनं अबकडला १०० कोटी रुपये पाठवले. विरोधी पक्षनेत्याला आनंद झाला आणि 'माझ्यामुळे हे घडलं,' असं म्हणत त्यानं श्रेय स्वतःकडे घेतलं. आलेल्या पैशांतून नोकरशाहीच्या पगारात वाढ, रस्तेदुरुस्ती वगैरे कामं करण्यात आली.

दुसऱ्या वर्षी दुप्पट पैसे आले. आता सर्वांचे, म्हणजे सर्व क्षेत्रांतल्या काम करणाऱ्यांचे पगार वाढवण्यात आले. त्यांना अधिक सवलती दिल्या गेल्या. करप्रणालीत कपात करण्यात आली. तिसऱ्या वर्षीपासून रक्कम वाढतच गेली. आता लोकांनी रेफ्रिजरेटर, मोटार, फर्निचर वगैरे घ्यायला सुरुवात केली. मग वीजपुरवठा अपुरा पडायला लागला. त्यासाठी वीजप्रकल्प करणं आवश्यक होतं. रस्ते मोठे करणं आवश्यक होतं. शिवाय, लोकांना साहजिकच आणखी सुखद आयुष्य जगण्याची इच्छा होती.

पुढच्या दोन-तीन वर्षांत अनेकांनी काम करणं बंद केलं... दवाखान्यांत आता परिचारिका मिळेनात... शाळेतल्या अनेक शिक्षकांनी राजीनामे दिले... पोलीस दलात शिथिलता येऊ लागली... काम न करताच पोटभर रेवड्या मिळत आहेत आणि त्या वाढत जाणार आहेत याबद्दल सर्वांची खात्री झाली. मग उत्पादनक्षेत्रातही कामगार मिळेनात... बेकरीत कामगार मिळेनात... परिणामी, पावासाठी रांगा लागू लागल्या... तरुण रस्त्यांवर छेडछाड करत फिरायला लागले... गुन्हेगारी वाढू लागली.

याचं गांभीर्य आणि पुढील संभाव्य परिणाम पंतप्रधानांना स्पष्ट दिसत होते.

ते राजाकडे गेले आणि म्हणाले, ''महाराज! आपण अराजकाच्या दिशेनं निघालो आहोत. पुढच्या दोन वर्षांत तर बायका-मुलीही सुरक्षित राहणार नाहीत. कोणतंही

उत्पादन होणार नाही; म्हणजे, प्रत्येक गोष्ट आयात करावी लागेल. समाज कष्ट करून जगणं विसरेल. मोकळा वेळ म्हणजे सैतानाला आमंत्रण! हे स्पष्ट दिसत असताना आपण अजूनही गप्पच बसायचं का? जनतेनं डोळ्यांवर पट्टी बांधली आहे. आपणही तसंच करायचं का?''

महाराज सर्व समजून गेले होतेच. ते म्हणाले, ''ताबडतोब अमेरिकेला जा आणि काहीतरी उपाय करा; जेणेकरून हे थांबेल. आपल्या कष्टाच्या भाकरीवर आपण सुखी होतो.''

पंतप्रधान अमेरिकेला गेले आणि त्यांनी पुढचा हप्ता रोख रकमेत मागितला. तो त्यांनी एका सामान्य मालाची वाहतूक करणाऱ्या बोटीत भरला. बोट प्रवास करू लागली तशा नोटा हवेत उडू लागल्या.

अबकडला पोहोचण्यापूर्वी सर्व नोटा हवेत उडून समुद्रात गायब झाल्या होत्या. लोकांना फार वाईट वाटलं... आणखी आराम, चैन करण्याची पुढची स्वप्नं भंग पावली... लोक नोकऱ्या शोधू लागले.

फुकटचा पैसा का नको, याचं वस्तुनिष्ठ वर्णन करणारं हे पुस्तक होतं. मला अर्थातच अतिशय आवडलं.

आपल्याला व्हेनेझुएला नावाचा दक्षिण अमेरिकेतला देश माहीत असेल... दृष्ट लागण्यासारखा देश... पर्यटकांना-प्रवाशांना आकर्षित करणारा हा देश! आजची त्याची वस्तुस्थिती अशी आहे की, तो पूर्णतः दिवाळखोर झालेला आहे. कारण, तिथं मोठ्या प्रमाणावर खनिज तेल आहे व पंधरा-वीस वर्षांपूर्वी तिथं कडव्या डाव्या विचारसरणीचं सरकार आलं... 'सर्व संपत्ती देशाची आणि तिचा सर्व जनतेला समान फायदा मिळाला पाहिजे,' असा कायदा त्या सरकारनं केला. त्या वेळी खनिज तेलाचा भाव सर्वोच्च, म्हणजे १४० डॉलर प्रतिबॅरल असा होता.

मग काय; अबकडप्रमाणे सर्वानंद! पैशाचा ओघ सर्व जनतेकडे वळला. त्यामुळे कारखाने, संशोधन, उत्पादन, पायाभूत सुविधा वगैरेंना अगदी दुय्यम स्थान मिळालं. काम करायचं की नाही, किती आत्मीयतेनं करायचं, हा जनतेतल्या प्रत्येकाचा प्रश्न झाला. लवकरच तेलाचा भाव चाळीस डॉलर प्रतिबॅरलपर्यंत घसरला, म्हणजे २०१४मध्ये. त्यामुळे उत्पन्न एक-तृतीयांशच्याही खाली आलं. मग लोकांचा रोष होऊ नये म्हणून नोटा छापल्या गेल्या आणि पूर्वीप्रमाणेच पगार, सवलती देऊ केल्या गेल्या. परंतु या नोटांची क्रयशक्तीसुद्धा तितकीच घसरली... खऱ्या अर्थी सुव्यवस्था ढासळली...

पावासाठी एकेक किलोमीटरच्या रांगा लागू लागल्या... गुन्हेगारी वाढली... हॉटेल, दवाखाने वगैरे सेवा चांगल्या मिळेनाशा झाल्या... तेलापाठोपाठ पर्यटकांकडून मोठी रक्कम व्हेनेझुएलाला मिळत असे. तो पर्यटकांच्या आवडीचा देश होता. त्यांचं येणं जवळपास बंद झालं. ज्यांच्याकडे चांगली घरं होती, थोडीफार संपत्ती होती त्यांना सशस्त्र पहारेकरी घराबाहेर ठेवावे लागले. जिवालाही धोका होताच!

हे मी अजिबात अतिशयोक्तीनं सांगत नाही. आमच्याच एका कंपनीत एक वरिष्ठ अधिकारी अनेक वर्षं होते. त्यांचा सख्खा भाऊ तिथं एका मोठ्या पदावर होता. त्या बंधूंना भारतात येणं दुरपास्त होऊ लागलं. सशस्त्र किंवा बंदूकधारी व्यक्तीबरोबरच त्यांना घराबाहेर पडावं लागे.

फुकटच्या पैशाची किंवा श्रमाशिवाय, कष्टाशिवाय मिळालेल्या पैशाची या ना त्या रूपानं किंमत द्यावीच लागते. म्हणजे क्रेडिट कार्डवर घेतलेल्या मालासारखं हे आहे. तुम्ही आज उपभोग घेत आहात. परंतु पैसे उद्या ना परवा द्यावेच लागतात. फुकट्या वृत्तीतून समाज घडत नसतो. सर्व राजकीय पक्ष प्रलोभनं दाखवत आहेत. जे सत्तेत आहेत, प्रांतात अथवा केंद्रात – तिथंही हीच वृत्ती दिसते. 'सामाजिक न्याय' या आवरणाखाली रेवड्या वाटल्या जात आहेत आणि आपल्याला चीनसारख्या देशाला तोंड द्यायचं आहे!

समाजानं डोळे उघडले पाहिजेत... प्रयत्नवादातून संपन्नता आणली पाहिजे. आपण तरी प्रयत्न करू या! जे शक्य आहे आणि कायमच्या हिताचं आहे त्याविषयी – उदाहरणार्थ, जपान, जर्मनी हे देश – आपण त्या देशांएवढे जागरूक नाही आहोत. सत्तेतली सर्व राजकीय नेतृत्वं ही जनतेच्या पैशावर लाखो-कोटींच्या जाहिराती करून स्वतःचे फोटो छापून आणतात. योजना अमलात न का येईनात; यांचे चेहरे मात्र सरकारी पैशानं, म्हणजे जनतेच्या पैशानं लोकांना रोज दिसले पाहिजेत. स्वतःचीच जाहिरात जनतेच्या पैशावर! हा खर्च त्या-त्या राजकीय पक्षानं स्वतःच्या पैशातून जरूर करावा. जनतेच्या पैशावर या रेवड्या वाटू नयेत. योग्य ती मर्यादा प्रत्येक सत्ताधारी पक्षानं केव्हाच ओलांडली आहे. आपण मात्र अशा जाहिरातबाजीबद्दल आपली सदसद्विवेकबुद्धी जागृत ठेवून योग्य तो निर्णय घ्यावा, एवढीच माफक अपेक्षा!

●●●

काही पुस्तकं... विचार करायला लावणारी!

आपल्या आयुष्यात अनेक घटना घडतात; परंतु त्यांतल्या काही आपण विसरू शकत नाही. काही गोष्टींचा आपल्यावर चांगला परिणाम होतो, तर काही आपल्या मनात राग, द्वेष निर्माण करतात. त्याचबरोबर आपल्या वाचनामुळे, चर्चांमुळे किंवा समोरच्या व्यक्तीनं दिलेल्या माहितीमुळे आपली मतं बनतात किंवा बनवली जातात.

आता काही पुस्तकांच्या अनुषंगानं काही सातत्यानं झालेले मनावरील परिणाम याबाबत *माझी वाटचाल भाग-१* मधला उल्लेख करावासा वाटतो.

अकरावीची परीक्षा सुरू असताना बाबासाहेब पुरंदरे यांचं *राजा शिवछत्रपती* हे पुस्तक हाती आलं. परीक्षा सुरू असतानाही वाचण्याचा मोह मी आवरू शकलो नाही. नंतर पुन्हा निवांतपणे वाचलं. भारतीयांचा स्वभाव, अभिमान, काही वेळा अनेक पिढ्यांचं वैर, भाऊबंदकी, अनेकदा प्रलोभनं यांचे परिणाम गेली एक हजार वर्षं दिसतात. एकत्रितपणाचा अभाव, वैयक्तिक द्वेष किंवा वैर, स्वार्थ अशा अनेक गोष्टींमुळे आपण आपापसात लढलो, अगदी प्राणपणानं; परंतु फायदा झाला मुघलांना अथवा इंग्रजांना! आपल्याला ते चाललं. तथापि, चीननं जशी त्यांच्या देशात भिंत बांधली तशी आपण एकत्र बसून खैबर खिंडीत भिंत बांधली नाही. शत्रूला सतरा वेळा माफ करून राज्य आणि जीव गमावला, यातून फारसं शिकलो नाही. माझ्या मते, यामागं बरीच कारणं

आहेत. हिंदू धर्मातली जातिव्यवस्था... मुघलांच्या आक्रमणाआधी असलेली सुबत्ता... काही हजार वर्षांत निर्माण झालेलं संस्कृतमधलं लिखित ज्ञान - जे मर्यादित लोकांनाच उपलब्ध होतं... भारतीय समाज बराचसा आध्यात्मिक संस्कारांचाही असावा... जैन, बौद्ध यांसारख्या धर्मांनी शस्त्रं टाकली होती... एकंदर सगळी ही अशी परिस्थिती असताना समाज आक्रमक कसा होईल? मुघल हे सुबत्तेच्या शोधात होते, आक्रमक होते, दऱ्या-डोंगर पार करून भारतीयांची सुबत्ता मिळवायला उत्सुक होते. प्रयत्नवादी असल्यानं दोनशे-तीनशे वर्षांत त्यांनी यशही मिळवलं. मग, छोट्या-मोठ्या राज्यांवर कब्जा करण्यासाठी त्यांना आपल्याच लोकांची मदत झाली.

उदाहरणार्थ, मानसिंह विरुद्ध राणा प्रताप. सरशी अकबराची आणि मृत्युमुखी रजपूत. याची पुनरावृत्ती देशभर झाली आणि मुघल छानपैकी स्थायिक झाले. तोच इतिहास इंग्रजांचा!

'राजा शिवछत्रपती'मुळे माझ्या मनातल्या जातीयवादाचा कोळसा झाला. आधी तो फारसा नव्हताच. घरातही सर्व जातिधर्मांचे लोक काम करत असत. आपण जातपात वगैरे अनेक कारणांनी जगाच्या मागेही राहिलो आणि त्या स्थितीतून काही शिकलोही नाही. आजही राजकीय परिस्थितीमुळे हेच चित्र दिसतं. स्पर्धक चीनबद्दल आपल्याकडे चर्चाही नाही. चीन अमेरिकेच्या पुढं जाण्याच्या प्रयत्नात तर आम्ही जातीयवाद, आरक्षण मिळवण्यात गुंतलो आहोत... फक्त राजकारण!

जसं असत्य हे रेटून शंभर वेळा सांगितल्यावर त्यात काहीतरी तथ्य असावं, असं आपल्याला वाटू लागतं... अनेकदा पटतंही! राजकीय लोक याचा उत्तमपणे उपयोग करून घेतात. आपल्या भावनेला ते हात घालत असतात. तथापि, या पुस्तकात अनेक प्रकारे विवेचन केलं आहे की, सामान्य माणूस असो वा सुशिक्षित; तो सत्य जाणण्याचा प्रयत्न करत नाही.

मी १९९१मध्ये वॉशिंग्टन ते लंडन या प्रवासात एक पुस्तक वाचलं, डॉ. डीन ऑर्निश यांचं. *Reversing Heart Disease* या शीर्षकानं माझं लक्ष वेधून घेतलं आणि मग वाचन. थोडक्यात, जगातल्या अनेक औषधोपचारांचा त्यांनी मुळापासून अभ्यास केला होता. अगदी चिनी, युनानी, शेवटी आयुर्वेद आणि योग. या प्रणाली शेकडो

वर्षं चालत आलेल्या आहेत, त्याअर्थी त्यासुद्धा उपयुक्तच असल्या पाहिजेत. मग फक्त ॲलोपॅथीच का? या सगळ्याचा अभ्यास करून आपण आपलं मत निश्चित केलं पाहिजे असे डॉ. अर्निश यांना वाटलं.

त्यांना भारतीय पद्धतीनं आकर्षित केलं आणि त्यांनी वीस-पंचवीस वर्षं त्याचा अमेरिकी लोकांवर प्रयोग केला. प्रत्येक व्यक्तीच्या उपचारापूर्वी व नंतर असं बारकाईनं टिपण केलं. याला अमेरिकेत प्रचंड विरोध झाला. परंतु त्यांनी त्याला दाद दिली नाही आणि आपले उपचार, संशोधन सुरूच ठेवलं. त्यांनी आपल्या अनुभवांवर पुस्तक प्रसिद्ध केलं तेव्हा त्याच्या लाखो प्रती जगभर हातोहात खपल्या. त्या पुस्तकातलं सार असं आहे की, आपलं अन्न हेच आपलं औषध आहे. योगासनं ही शरीर व मन सक्षम ठेवण्यास मदत करतात. सूर्यनमस्कार हा त्यांच्या मते जगातला सर्वोत्कृष्ट व्यायाम आहे.

या पुस्तकाच्या खोलात मी जाऊ इच्छित नाही. तथापि, त्यांनी स्पष्ट सांगितलं आहे, 'दिवसातल्या चोवीस तासांपैकी फक्त किमान अर्धा-पाऊण तास तरी स्वतःच्या आरोग्यासाठी द्यावा... म्हणजे योगासनं, व्यायाम करा. हे तुम्हांला 'वेळ नाही' या सबबीखाली करायला जमत नसेल तर तुमच्या दिवसाच्या व्यापाला काही अर्थ नाही. त्यासाठी मनोनिग्रहच पाहिजे. मग ते निश्चितपणे शक्य होतं. हे रोजचं देणं आहे. ते न दिल्यास आयुष्यात कधीतरी तुम्हांला त्याचं सर्व एकत्र देणं द्यावंच लागतं. म्हणजे वर्ष-सहा महिने झोपून राहायला लागणं किंवा दवाखान्यात मुक्काम करणं.'

त्या दिवसापासून मी सहसा योगासनं, व्यायाम चुकवला नाही. याचा अर्थ, कधी आजारी पडलो नाही, असा नव्हे. परंतु तो काळ सोडला तर आरोग्य, मनःस्थिती चांगली राहिली. आपण आपल्या वाहनाची नियमितपणे देखभाल करतो ना, तशीच शरीराचीही केली पाहिजे.

मी काही महिन्यांपूर्वी *Factfulness* या शीर्षकाचं पुस्तक वाचलं. आपली मतं अनेकदा, म्हणजे बहुतांशी कुणाच्या सांगण्यावर, वाचण्यावर तयार होत असतात. जसं असत्य हे रेटून शंभर वेळा सांगितल्यावर त्यात काहीतरी तथ्य असावं, असं आपल्याला वाटू लागतं... अनेकदा पटतंही! राजकीय लोक याचा उत्तमपणे उपयोग करून घेतात. आपल्या भावनेला ते हात घालत असतात. तथापि, या पुस्तकात अनेक प्रकारे विवेचन केलं आहे की, सामान्य माणूस असो वा सुशिक्षित; तो सत्य जाणण्याचा प्रयत्न करत नाही. अनेकदा अनेकांच्या तोंडून ऐकलं की त्याला खरं वाटू लागतं.

आम्ही सर्व याचे बळी आहोत. 'उचलली जीभ' या माझ्या लेखाबद्दल मी अनेकदा सांगतो. इतरही पुष्कळ प्रसंग आहेत, जे आम्ही पवार कुटुंबीय या ना त्या माध्यमांतून गेली चाळीस-पन्नास वर्षं भोगतो आहोत. असं सांगण्यात विचारवंतही असतात.

विशेषतः निवडणुका जवळ आल्या की याचं पेव फुटतं किंवा फोडलं जातं. त्यात आणखी मसाला घातला जातो. (आम्हां पवार कुटुंबीयांना तर याचा वारंवार प्रत्यय येतो). हे आमच्याच बाबतीत घडतं असं नाही. अनेकांच्या बाबतीत सातत्यानं घडतं. *Factfulness* हे पुस्तक या विषयावर लिहिलेलं आहे. मी 'सकाळ'मध्ये १९८५मध्ये धोरणात्मक निर्णय घेतलेला आहे. तो म्हणजे, कुणी काही गौप्यस्फोट केल्यास दुसऱ्याची बाजूही आवर्जून मांडा. मग जनतेला सत्य कळेल. खूपदा असं दिसतं की, काही वार्ताहरांना कुठूनतरी तुम्हांला ठोकायचं असतं. मग 'अग अग म्हशी'प्रमाणे सोयीस्कर लिहायचं. अनेकदा त्यांना त्यांच्या संस्थेकडून तशा सूचनाही असतात. मग दुसरी बाजू कशी समजणार? समाजापर्यंत हा प्रयत्न, विचार कसा पोहोचणार? पुनःपुन्हा केल्या गेलेल्या आरोपाची दुसरी बाजू किंवा सत्य सांगितलं नाही तोपर्यंत समाज प्रगल्भ कसा होणार?

या पुस्तकात हेच अनेक वेगवेगळ्या प्रसंगांतून मांडलेलं आहे. समाजानं फक्त दुसरी बाजू काय आहे, हे समजून घेऊन मग आपलं मत बनवावं, एवढाच प्रामाणिक संदेश आहे.

अफवांना, खोट्या भावनिक प्रचाराला आपण बळी पडू नका, हे जरूर सांगावंसं वाटतं. याचा आपण सर्व मार्गदर्शक म्हणून विचार कराल, अशी आशा आहे. यात मी कुणाचीही बाजू घेत नाहीये किंवा विरोधी लिहीत नाहीये, हे आपण मान्य करावं एवढीच विनंती! समाजातले, आपापसातले गैरसमज, राग यातून दूर व्हावेत एवढीच अपेक्षा! सामान्य माणसाला प्रेरित करा... इतिहास घडेल! पटत असेल तर लागू या कामाला... प्रयत्न करू या!

●●●

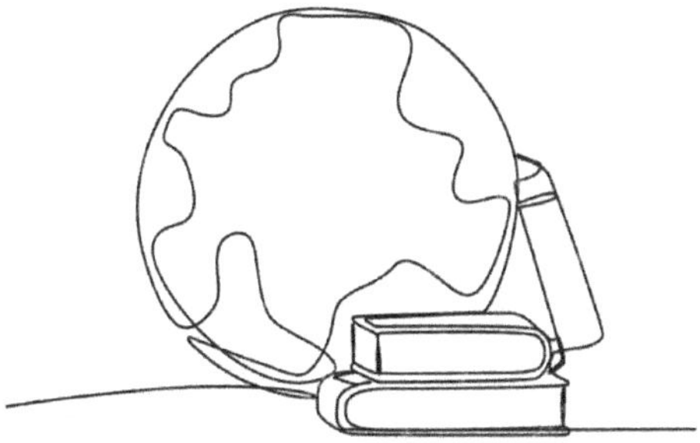

आता आपलं राज्य

असंच एक वैशिष्ट्यपूर्ण पुस्तक वाचण्यात आलं. ते अक्षरशः एका बैठकीत वाचून पूर्ण केलं. आजच्या जागतिक आणि राजकीय परिस्थितीवर चपखलपणे भाष्य करणारं हे पुस्तक आहे - *ॲनिमल फार्म*. लेखक जॉर्ज ऑर्वेल. मला ते खूपच उद्‌बोधक वाटल्यानं त्यावर सविस्तर लिहीत आहे. त्याची कथा अशी :

''माझ्या साथी बंधू-भगिनींनो, मला एक अतिशय वेगळं स्वप्न पडलं त्याबाबत आज मी तुम्हां सर्वांना सांगणार आहे. मी वयोवृद्ध झालो आहे...'' मेजर नावाच्या देखण्या वराहानं शेतातल्या सर्व प्राण्यांना एकत्र बोलावून सांगायला सुरुवात केली. सर्व प्राणी त्याला मान देत असत. त्याच्यात एक रूबाब असे व बोलण्यातही आत्मविश्वास!

''आता मी किती दिवस जगेन हे माहीत नाही. त्याआधी तुम्हां सर्वांच्या हिताचं सांगणं मला सर्वांत महत्त्वाचं कर्तव्य वाटतं. पाहा ना, आपल्या आयुष्याला काही अर्थ आहे का? आपला मालक आपल्याकडून शेती करून घेतो. आपलं दूध विकतो, अंडी विकतो, एवढंच काय; संख्या वाढली तर सरळ विकूनही टाकतो. आपण गुलाम आहोत, गुलाम!

''आपण प्रत्येक जी गोष्ट करतो त्यातली एकही गोष्ट करण्याची क्षमता किंवा लायकी माणसात, म्हणजे आपल्या मालकात नाही. आपल्यासारखे जेवढे शेतमळे आहेत तिथं सगळीकडे अशीच परिस्थिती आहे. जगण्यापुरतं फक्त आपल्याला

खायला-प्यायला दिलं जातं ते त्याला हवं तिथपर्यंत. त्यानंतरचा काळ? कत्तलखाना किंवा विक्री. सगळी माणसं आपली शत्रू आहेत, कुणीही अपवाद नाही. फेकून देऊ या ही गुलामी! स्वतंत्र, मुक्त, आनंदी, मनासारखं आयुष्य जगू या! आणि हे शक्य आहे... विचार करा.''

एवढं बोलल्यानंतर सभा संपली. तीन दिवसांनी मेजर वराह यांचं झोपेत निधन झालं. त्यामुळे निर्माण झालेली पोकळी भरून काढण्यासाठी वराहसमूहातले दोन तगडे वराह 'नेपोलियन' आणि 'स्नोबॉल' यांची नियुक्ती करण्यात आली. त्यांच्याबरोबर आणखी एक वराह 'स्क्वीलर' याचाही समावेश करण्यात आला. कारण, तो बोलण्यात आणि भाषणं देण्यात अत्यंत चतुर होता.

या तिघांनी सर्वांबरोबर रात्री गुप्तपणे गाठीभेटी, चर्चा सुरू केल्या. काही साथींनी विरोध दर्शवला. कारण, त्यांचं मालकाबरोबर काहीच वैर नव्हतं. मात्र, काहीही झालं तरी आपण एकत्रच राहायचं असं त्यांनाही पटवून देण्यात आलं... 'जगू किंवा मरू. आपण सर्व समान आहोत. यासाठी आपल्याला कितीही त्याग करायची वेळ आली तरी मागं हटायचं नाही. सांगितलेल्या आज्ञांचं तंतोतंत पालन झालं पाहिजे. कुणीही विरोध करायचा नाही किंवा प्रश्न विचारायचे नाहीत. फेकून देऊ या सर्व बंधनं... आपण सर्व समान आहोत,' असं एकंदर ठरलं.

आपण वस्तुनिष्ठ असावं, पुढाऱ्यांचं बोलणं आणि वस्तुस्थिती याचा अभ्यास करूनच आपला निर्णय घ्यावा. मुखवटा आणि त्यामागचा खरा चेहरा यांतला फरक शोधावा. अकारण कुणाचा द्वेष करू नये व त्याचबरोबर अकारण अंधभक्तही होऊ नये. आपला निर्णय चुकला तर तो लोकशाहीत पाच वर्षांनी दुरुस्त करता येतो, हे लक्षात ठेवावं. मात्र, कोणत्याही प्रकारच्या हुकूमशाहीत हे शक्य नसतं. लोकशाही आणि आपलं भवितव्य आपणच ठरवणार आहोत. विचारपूर्वकच निर्णय घ्यावा. त्याचे चांगले-वाईट परिणाम तुम्हांलाच भोगायचे आहेत.

लवकरच एका रात्री सर्व साथी जनावरांनी त्यांच्या मालकावर आणि नोकरांवर हल्ला चढवला. गोंधळलेले आणि चकित झालेले हे सर्व मानव जिवाच्या आकांतानं

शेतमळ्यातून पळून गेले. आता सर्व शेतमळे जनावरांच्या मालकीचे झाले होते. या वस्तुस्थितीवर विश्वास ठेवणं अवघड होतं; पण तसंच घडलं होतं हे खरं!

लक्षात आलं की, मेजर वराह आणि त्याचं कुटुंबीय गेले तीन-चार महिने वाचायला-लिहायला शिकलं होतं. त्यामुळे नेतृत्व साहजिकच त्यांच्याकडे आलं. त्यांनी सातकलमी तत्त्वं ठरवली. ही तत्त्वं सर्वांनी प्राणपणानं जपायची होती. ती तत्त्वं अशी होती :

१. दोन पायांवर चालतात, ते आपले शत्रू.

२. चार पायांवर चालतात किंवा पंख वापरतात, ते आपले मित्र.

३. कोणताही प्राणी कपडे घालणार नाही.

४. कोणताही प्राणी बिछान्यात झोपणार नाही.

५. कोणताही प्राणी दारू पिणार नाही.

६. कोणताही प्राणी दुसऱ्या प्राण्याची हत्या करणार नाही.

७. सर्व प्राणी एकसमान असतील.

ही तत्त्वं सर्वांना समजावून सांगण्यात आली... एकवाक्यता झाली... सर्वांनी ताबडतोब कामाला लागावं, असे आदेश देण्यात आले.

काही गायींनी जवळपास चोवीस तास दूध न दिल्यानं अस्वस्थता व्यक्त केली. मात्र, काही प्राण्यांनी ते जमवलं. परंतु संध्याकाळी सर्व जण कामावरून येईपर्यंत दूध नाहीसं झालं होतं. सर्वांच्या कामाचं वाटप, नियोजन वराहसमूह करत होता. दर रविवारी सकाळी झेंडावंदन, वराहाचं भाषण होत असे. मग वेगवेगळ्या कमिट्या स्थापन करण्यात आल्या. उत्पादन, नियोजन अधिक होण्यासाठीचे प्रयत्न यांचा आढावा घेतला जाऊ लागला. या सर्वांमध्ये वराहसमूह कोणतंही काम करत नसे. फक्त नियोजन, मार्गदर्शन वगैरे.

'आम्हांला दोनच पाय आहेत,' अशी पक्ष्यांनी तक्रार केली. त्यांची समजूत काढण्यात आली. दूध, सफरचंदं गायब होत असत. ती वराहसमूहाकडे जातात असं लक्षात आलं. स्क्वीलरनं सर्वांना आपल्या भाषणचातुर्यानं पटवलं की, 'हे पदार्थ आवडत नसले तरी वराहसमूहाला खावे लागतात. कारण, त्यांना बौद्धिक काम करावं लागतं. ते हे काम न करू शकल्यास प्रचंड गोंधळ होईल, म्हणून ते खाण्यामागं आमचासुद्धा त्यागच आहे... आपल्या सर्वांसाठी!'

काही लोकांनी त्यांच्या शेतमळ्यावर हल्ला केला. पण नेपोलियन वराहाच्या नेतृत्वात करण्यात आलेल्या प्रतिहल्ल्यात त्या लोकांना पळ काढावा लागला. त्यामुळे

सैन्य निर्माण करण्याची आवश्यकता नेपोलियननं पटवून दिली. एका प्राण्यानं शेजारच्या मानवाशी मैत्रिपूर्ण संबंध ठेवण्यासाठी प्रयत्न केला आहे, असं वराहांच्या लक्षात आलं. त्याबद्दल त्या प्राण्याची चौकशी करण्यात आली. चौकशीनंतर तो प्राणी गायबच झाला... नंतर कधी दिसलाच नाही!

प्राण्यांच्या शेतमळ्याच्या गरजा वाढत चालल्या होत्या. त्यामुळे अधिक अंडी, अधिक दूध, आहारात थोडी बचत वगैरे गोष्टी गरजेच्या ठरू लागल्या. कुणाची कुरकुर करण्याची हिंमत नव्हती. कुणी प्रयत्न केला तर दोन-तीन कुत्रे पाठवून त्याचा बंदोबस्त केला जात असे. आपल्याकडे 'ABCD'चा वापर होतो तसे!

एका प्रकल्पाला स्नोबॉल वराहानं विरोध केला. तिथं लांडग्यासारखे मजबूत असे पाच-सहा कुत्रे एकदम आले आणि त्यांनी स्नोबॉलवर आक्रमण केलं. स्नोबॉल जीव खाऊन शेतमळ्याबाहेर पळाला व त्यानं आपला जीव वाचवला. आता नेपोलियन वराहाभोवती पाच-सहा अल्सेशियन कुत्र्यांचा पहारेवजा गराडा असे. त्याच्यापुढं ब्र काढण्याची कुणाची हिंमत नव्हती. कुणी विरोध केला तरी किंवा तसा संशय आला तरी अल्सेशियन कुत्रे संबंधिताचा पूर्ण बंदोबस्त करत.

मूळ मालक जॉनच्या घराचा ताबा आता नेपोलियन कुटुंबीय, नातेवाईक यांनी घेतला. पवनचक्की बांधावी असा निर्णय नेपोलियननं घेतला. या प्रकल्पाला विरोध केलेल्या स्नोबॉलची आता फारशी कुणाला आठवणही राहिली नाही. परंतु तो प्रकल्प फसला.

'हा प्रकल्प फसला त्याला जबाबदार कोण आहे हे माहीत आहे का? तर याला जबाबदार आहे पळ काढलेला तो स्नोबॉल...! आपल्याला यश मिळू नये म्हणून त्यानं ही गोष्ट घडवून आणली,' असं स्क्वीलरनं सांगायला सुरुवात केली.

आपल्याकडे नाही का परकीय हाताबद्दल बोललं जातं, तसंच!

आता वराह नेपोलियननं एका मानवतज्ज्ञाबरोबर करार केला. त्यासाठी त्याला चारशे अंडी देणं गरजेचं होतं. याला कोंबड्यांनी विरोध केला. त्यांच्याभोवती सर्व अल्सेशियन कुत्र्यांनी गराडा घातला. विरोध संपला! मग शेतातल्या मालाची चोरी व्हायला लागली. म्हणजे, माल गायब होऊ लागला. 'स्नोबॉल रात्री येऊन कशा चोऱ्या करतो,' असं स्क्वीलरनं सांगायला सुरुवात केली.

'स्नोबॉल शेजारच्या शत्रू-मानवाशी हातमिळवणी करून आपल्या स्वातंत्र्यावर आक्रमण करणार आहे, तेव्हा ते आक्रमण परतवून लावण्यासाठी बराच खर्च येईल...

दुसऱ्या मानवांची मदत लागेल, त्यामुळे तुम्हांला अधिक काम करणं, त्याग करणं आवश्यक आहे,' असंही स्क्वीलरनं सांगायला सुरुवात केली.

'नाही' म्हणण्याची कुणाची हिंमत नव्हती. काहींनी एकत्र येऊन हिंमत केली आणि आपला विरोध दर्शवला. चीनमधल्या तिआनमेन चौकात जसे रणगाडे घालून हजारो तरुणांना यमसदनास पाठवण्यात आलं होतं तशीच गत आपल्या विरोधकांची नेपोलियन वराहानं निष्ठुरपणे केली. नेपोलियन आता बदलत चालला होता. त्याला विरोध खपेनासा होऊ लागला होता. आपल्याला कुणी विरोध करण्याची हिंमत करणार नाही याची पूर्ण व्यवस्था त्यानं केली होती. तसा नुसता संशय आला तरी त्याला तुरुंगात पाठवण्याची व्यवस्था करण्यात आली होती.

आधीच्या मालकाच्या तळघरात व्हिस्कीचा मोठा साठा सापडला. शेतमळ्याकरिता शत्रू-मानवाबरोबर बोलणी, संपर्क सुरू होता. त्यांनी आपला शेतमाल घ्यावा आणि आपल्या गरजेच्या गोष्टी आपल्याला द्यावात यासाठी असं करणं आवश्यक होतं. रात्री त्यांची सरबराई करण्यासाठी जेवणं, व्हिस्की देणं, पिणं गरजेचं होतं... व्यवहार म्हणून! त्यामुळे एका मूळ तत्त्वात थोडासा बदल करण्यात आला. 'कुठलाही प्राणी दारू पिणार नाही' हे जे तत्त्व होतं त्यात हा बदल करण्यात आला. 'दारू पिण्याचा अतिरेक केला जाणार नाही' असा हा बदल होता. व्यवहारात, राजकारणात अशा तडजोडी कराव्या लागतात.

हे सर्व करताना शेतमळा चालवण्यासाठी नियमावली करणं, तिचं पालन करून घेण्यासाठी कुणाच्यातरी अध्यक्षतेखाली पूर्तता होते का, ते पाहणं आवश्यक ठरू लागलं. त्यामुळे वराह नेपोलियननं घटना करून घेऊन स्वतःची राष्ट्राध्यक्षपदी नेमणूक केली. कामाच्या ओझ्यामुळे आता नेपोलियन सहकाऱ्यांना भेटेनासा झाला. वैयक्तिक चिटणीस आणि त्यांचा चमू यांच्यामार्गे सर्व व्यवहार सुरू झाले. नेपोलियनचं काम फक्त मार्गदर्शनाचं होतं. त्याचं ऑफीस सर्व गोष्टी करत असे. या दरम्यान अनेक सहकाऱ्यांना काहीच काम राहिलं नाही. म्हटलं तर, त्यांची आता गरजच नव्हती. मानवाशी वाढत्या व्यवहारामुळे राष्ट्राध्यक्ष नेपोलियनला जाण्या-येण्यासाठी उत्तम दर्जाची टमटम गाडी, तिच्या पुढं-मागं संरक्षक कुत्रे यांची गरज निर्माण झाली.

माणसाबरोबर आपलेपणा वाढावा म्हणून काही वराह दोन पायांवर चालायला लागले. यानंतर घटनेत दोन महत्त्वाचे बदल करण्यात आले. पहिला बदल : 'चार पाय असणं चांगलं; पण दोन पाय अधिक चांगले'. दुसरा बदल : 'सर्व प्राणी समान आहेत; पण काही इतरांपेक्षा अधिक समान आहेत.'

व्यवसायवृद्धीसाठी आणि शत्रूवर मात करता यावी यासाठी मर्यादित चांगल्या शत्रू-मानवाबरोबर आता ऊठबस वाढू लागली... आदानप्रदान वाढू लागलं... बंधनं शिथिल झाली. एका रात्रीच्या भोजनावळीत दारूचे प्याले वाहत होते. रात्री बारानंतर मद्यधुंद झालेल्या वराहांना 'वराह कोण आणि मानव कोण' हेच समजेना. माणसांचीही स्थिती काही वेगळी नव्हती. 'मानव कोण आणि वराह कोण' हे त्यांनाही समजेना. सर्व जण सारखेच दिसत होते. शेतमळ्यावरील सर्व जनावरांना या सगळ्या खर्चासाठी अधिकाधिक काटकसर करणं, काम करणं आवश्यक होऊ लागलं.

मित्र हो... नक्षलाईट्स घ्या, कम्युनिझम घ्या, हुकूमशाही घ्या... सगळीकडे राज्य वराहांचंच असतं.

याच लेखकानं, म्हणजे जॉर्ज ऑर्वेल यांनी १९८४ या शीर्षकाचं आणखी एक पुस्तक लिहिलेलं आहे. तेही जगप्रसिद्ध आहे. या कादंबरीचं थोडक्यात सूत्र असं आहे : '१९८४नंतर प्रत्येक व्यक्तीवर अदृश्यपणे; परंतु परिणामकारक लक्ष ठेवलं जाईल (Big brother is watching...) आणि त्या प्रत्येक व्यक्तीला वडीलबंधूंच्या (Big brother) सूचनांचं पालन करावं लागेल... न केल्यास तुरुंगवासाची किंवा देहान्ताची शिक्षा ठोठावली जाईल.'

सध्या चीनमध्ये दर दहा माणसांमागं एक माणूस सर्व हालचालींवर लक्ष ठेवून असतो. रशियामध्येही परिस्थिती वेगळी नाही. काही लोकशाही देशांतही या मार्गानं अशी परिस्थिती आणली जाते.

आपण वस्तुनिष्ठ असावं, पुढाऱ्यांचं बोलणं आणि वस्तुस्थिती याचा अभ्यास करूनच आपला निर्णय घ्यावा. मुखवटा आणि त्यामागचा खरा चेहरा यांतला फरक शोधावा. अकारण कुणाचा द्वेष करू नये व त्याचबरोबर अकारण अंधभक्तही होऊ नये. आपला निर्णय चुकला तर तो लोकशाहीत पाच वर्षांनी दुरुस्त करता येतो, हे लक्षात ठेवावं. मात्र, कोणत्याही प्रकारच्या हुकूमशाहीत हे शक्य नसतं. लोकशाही आणि आपलं भवितव्य आपणच ठरवणार आहोत. विचारपूर्वकच निर्णय घ्यावा. त्याचे चांगले-वाईट परिणाम तुम्हांलाच भोगायचे आहेत.

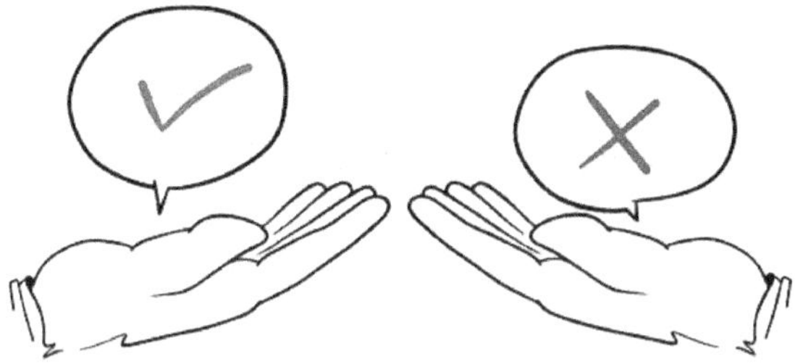

कौरव, पांडव आणि सदसद्विवेक

आपल्या आयुष्यात काही वेळा अशा काही घटना घडतात, की त्या किंवा त्यांचा परिणाम आपण आयुष्यभर विसरत नाही. हे फक्त घटनांपुरतंच मर्यादित नसतं. काही व्यक्ती, तसंच काही पुस्तकं किंवा वाचन या बाबीही आपल्या आयुष्यावर एक कायमचा ठसा उमटवून जात असतात. अर्थात, मला त्या गोष्टीतून काय नवीन शिकायला मिळालं, काय बोध झाला, त्याबद्दल हे आहे. त्याच्याशी तुम्ही सहमत व्हाल असं नाही. ते तुम्ही समजून घेण्याचा प्रयत्न करा, इतकंच सुचवायचं आहे.

मी भगवद्गीता म्हटलं तर शिकलो आहे... तिचे पहिले दोन अध्याय आमच्या दामले गुरुजींमुळे पाठही होते. आजही सुरुवातीचे काही श्लोक पाठ आहेत. शवासनाच्या वेळी मी ज्या प्रार्थना करतो किंवा श्लोक म्हणतो (अगदी गायत्री मंत्रापासून) त्यांत पहिल्या अध्यायातले काही श्लोकही असतात. ते का असतात, त्याचं मी विश्लेषण करणारच आहे.

भगवद्गीता, ज्ञानेश्वरी यांची सरळ भाषांतरं वाचून मला फारसा बोध झाला नाही. काही मर्यादित ज्ञान जरूर मिळालं.

उदाहरणार्थ,

कर्मण्येवाधिकारस्ते मा फलेषु कदाचन।
मा कर्मफलहेतुर्भूर्मा ते सङ्गोऽस्त्वकर्मणि।।

अर्थ सरळ आहे : 'तू कर्तव्य, कार्य करत राहा; परंतु कोणत्याही फळाची अपेक्षा न करता. फळ मिळायचं तेव्हा मिळेल; परंतु केव्हा, किती याच्याबद्दल आपण विचार करायचा नाही. मात्र, तू सातत्यानं प्रयत्न करत राहा...' श्रीकृष्ण पुढं सांगतात – आपल्या भाषेत – 'त्यामुळे तुम्ही थांबताही कामा नये.' म्हणजे, बीजाची (कामाची) पेरणी करत राहायचं, हे आपल्याला समजतं. भगवद्‌गीतेत वारंवार अध्यात्म आणि कर्तव्ये, व्यवहार यांचा समन्वय साधण्याचा उपदेश केला गेला आहे. त्यांच्या भाषेत – पैसा, संसार वगैरे सर्व करायचं आहे; परंतु त्यात अडकून न राहता! काही मौलिक तत्त्वं सांगितली गेली आहेत, जी मला पटली किंवा आवडली किंवा समजली.

उदाहरणार्थ, धृतराष्ट्र हा अंध आहे. परंतु तो पुत्रप्रेमानं अंध झालेला आहे. त्याला दुर्योधनाचे दोष दिसतच नाहीत. गांधारी (माता) हिनं डोळ्यांवर पट्टी बांधली आहे. म्हणजे, 'मी काही पाहिलं नाही,' असं म्हणायला ती मोकळी होते.

आई-बाप अशा पुत्रप्रेमापोटी अंध होतात किंवा डोळ्यांवर पट्टी बांधून घेतात तेव्हा दुर्योधन निर्माण होतो. जेव्हा त्याला आडकाठी करणारे, समजावून सांगणारे आई-वडीलही नाहीत; मग तो दुसऱ्या कुणाचं आणि का ऐकेल! भले मग, ते सांगणारे श्रीकृष्ण का असेनात.

अशा व्यक्ती सर्वोच्च सत्तास्थानी बसतात तेव्हा भीष्म, द्रोणाचार्य यांच्यासारखी द्वयी मूग गिळून बसते! तुम्हांला अनेक घरं अशी आढळतील, की जिथं उशिरा किंवा तीन-चार मुलींनंतर पुत्र जन्मला तर त्याचे इतके लाड होतात, कौतुक होतं, की तो आपली सर्व कर्तव्ये विसरतो... अत्यंत आत्मकेंद्रित होतो. बहिणींबद्दल बाजूला ठेवू; पण त्याला आपल्या आई-वडिलांबद्दलही प्रेम, कृतज्ञता नसते. हा वृत्तीनं दुर्योधनच असतो.

मला आणखी एक महत्त्वाचं वाटलं... योगी परमानंद परमहंस यांचं पुस्तक वाचल्यावर मला ते उमगलं. म्हणजे असं की, आपण वाचतो, कुरुक्षेत्रावर धर्मयुद्ध सुरू होणार आहे किंवा सुरू झालं आहे... हे कशाचं युद्ध आहे? तर, पांडव म्हणजे गुण आणि कौरव म्हणजे दुर्गुण. प्रत्येकाच्या स्वभावात हे दोन्ही असतात.

प्रश्न असा आहे की, तुम्ही कुणाला महत्त्व, प्राधान्य देता? उदाहरणार्थ, तुम्ही सामाजिक, शैक्षणिक काम करता आहात; परंतु पैसे उकळता. ज्या व्यक्तींना पर्याय नसतो, त्यांचा तुम्ही गैरफायदा घेता. तुमच्यातली हाव, लोभ, स्वार्थ हे 'कौरवपुत्र' बळकट आहेत आणि ते समाजाचं, व्यक्तींचं भलं करणाऱ्यांकडून मोबदला मोजून

घेतात. असं रोजच्या आयुष्यात घडत असतं. दुर्गुण, वासना वगैरे शंभर आहेत (कौरव). गुण मात्र मर्यादित आहेत (पांडव).

तुमचं व्यक्तिमत्त्व या दोघांच्या प्रभावावर ठरतं. आपल्यात हे दोन्ही असतात. त्यातलं 'प्राबल्य कुणाचं' हा प्रश्न असतो. यावर मात करण्यासाठी आयुष्यभर प्रयत्न करत राहावे लागतात. त्यामुळे श्रीकृष्णांनी सांगितलं आहे – 'तुम्ही संसार करणं, कर्तव्य बजावणं, पैसा - सत्ता मिळवणं यात वावगं काही नाही.' मात्र, त्यामागचा तुमचा हेतू चांगला आहे, की स्वार्थी... यातून तुम्ही परमार्थ साधता आहात की केवळ पैसा, चैन, उपभोग, अन्याय वगैरेंसाठी 'कौरवां'चा वापर करता आहात, या बाबी महत्त्वाच्या ठरतात.

व्यवहार आणि अध्यात्म यांचा समन्वय ठेवा... आयुष्य सुखी होईल. मोह, निःस्वार्थी सेवा वगैरे गोष्टी आपल्याला रोजच्या आयुष्यात दिसतात. तुम्ही निर्णय घेता म्हणजे तुमची सदसद्विवेकबुद्धी किती जागरूक किंवा दक्ष आहे यावर तुमचे निर्णय ठरतात. ती सदसद्विवेकबुद्धी बुद्धी म्हणजे 'श्रीकृष्ण'! ते आपल्याला सांगत असतात. परंतु त्यांचं ऐकायचं की नाही, हे आपण ठरवायचं असतं. आपण काही कारणानं 'अंध' झालो (उदाहरणार्थ, व्यक्ती, जात, धर्म आदींचा द्वेष) किंवा आपण याबाबतीत डोळ्यांवर पट्टी बांधून घेतली तर सदसद्विवेकबुद्धीवर खूप मर्यादा पडतात. तुमचं व्यक्तिमत्त्व त्यावर ठरतं. अनेक लोकप्रतिनिधी वक्तृत्वशैलीच्या जिवावर तुमच्यातल्या भावना भडकावतात. तुमच्यातल्या 'कौरवां'ना जागं केलं जातं.

शरीराच्या निमित्तानं सध्या जे सोबत आहे, बरोबर आहे किंवा जे मालकीचं आहे; तेही शरीर एकदा गेलं की ते माझं असणार नाही. हे एवढं स्पष्ट आहे तर मग, शरीराबरोबर जगताना या 'कुरुक्षेत्रा'त 'पांडवां'ना जिंकू द्यायचं की 'कौरवां'ना, हे आपण ठरवायचं आहे. शरीरसुद्धा माझं नाही हे समजल्यावर मोह, मत्सर, राग, द्वेष, लबाडी का करायची? कारण, त्यामुळे जे मिळणार आहे ते आपला देह ठेवल्यावर आपलं असणार नाही. कर्तव्य करा... युद्ध लढा... उत्तम जगा... मात्र, निरपेक्षपणे!

मध्यंतरी एका गोष्टीचा मी उल्लेख केला होता, तीबाबत पुन्हा लिहावंसं वाटतं. शिक्षण म्हणजे 'हिटलरनं साठ लाख ज्यू लोकांना हाल करून मारलं' असा इतिहास

वाचणं नव्हे; तर शिक्षण म्हणजे, लाखो साध्या-सरळ असलेल्या जर्मन लोकांना हिटलरनं उद्युक्त कसं केलं याचा ऊहापोह आणि त्यातून धडा घेणं. परत अशी परिस्थिती होण्याची शक्यता दिसू लागल्यावर तिचा प्रतिकार करा! तुमच्यातले सुप्त 'कौरव' अशा नेतृत्वाला बळी पडणार नाहीत, असं पाहा. तुमच्यातले 'पांडव' जागरूक ठेवा. तुम्ही वाहवत जाणार नाही, याची काळजी तुमच्या सदसद्विवेकबुद्धीला घेऊ दे.

'अध्यात्म आणि व्यवहार यांचा समन्वय साधा,' असं आपण म्हणतो, त्याबद्दलच मी काही चर्चात्मक वाचनातून शिकलो. मला त्याचा उपयोग झाला आहे. आणखी एक गोष्ट लक्षात घेण्यासारखी आहे. आपण म्हणतो, 'ही माझी गाडी आहे', 'हे माझं घड्याळ आहे', 'हा माझा शर्ट आहे'. म्हणजे, 'ते तुम्ही का?' तर, नाही. या वस्तू म्हणजे तुम्ही नव्हे! तुम्ही गाडीची काळजी घेता... मळलेले, वापरलेले कपडे पुन्हा धुऊन इस्त्री करून वापरता; परंतु त्या गोष्टी कायमच्या नाहीत.

याच्या पुढं जाऊन असं सांगितलं गेलं आहे की, तुमचे केस कापले तरी काही बिघडत नाही. मग ते केस तुम्ही असता का? तर, नाही. एखाद्या वेळी अपघातानं तुमचा पाय कापायची वेळ आली तरी तुम्ही जिवंत असतात ना! म्हणजे तुमचा पाय म्हणजे तुम्ही नव्हे.

हे सर्व एवढ्यासाठीच सांगतोय; कारण थोडक्यात, जे माझं आहे, तो मी नाही. मग माझ्या शरीराचं काय? स्पष्ट आहे की, माझं शरीर म्हणजे मी नव्हे! हे शरीर मी किंवा प्रत्येक जण त्यागणार आहे. जन्म आणि मृत्यू अटळ आहे. गाडी वा शर्ट जुना झाल्यावर आपण बदलतो किंवा नवीन घेतो; परंतु मालक आपणच असतो. धर्मात असं सांगितलं आहे की, मृत्यूनंतर मनुष्य नवीन शरीर धारण करतो, म्हणजे आताच्या भाषेत, कपडे बदलतो. मात्र, मालक म्हणजे आत्मा, तो आपणच असतो ना!

मग जे माझं नाही त्याचा किती आणि का मोह ठेवायचा? शरीराच्या निमित्तानं सध्या जे सोबत आहे, बरोबर आहे किंवा जे मालकीचं आहे; तेही शरीर एकदा गेलं की ते माझं असणार नाही. हे एवढं स्पष्ट आहे तर मग, शरीराबरोबर जगताना या 'कुरुक्षेत्रा'त 'पांडवां'ना जिंकू द्यायचं की 'कौरवां'ना, हे आपण ठरवायचं आहे. शरीरसुद्धा माझं नाही हे समजल्यावर मोह, मत्सर, राग, द्वेष, लबाडी का करायची? कारण, त्यामुळे जे मिळणार आहे ते आपला देह ठेवल्यावर आपलं असणार नाही. कर्तव्य करा... युद्ध लढा... उत्तम जगा... मात्र, निरपेक्षपणे! रात्री झोपताना याचं स्मरण करून शांतपणे झोपा! उद्या पुन्हा लढायला तयार व्हा!

भगवद्गीतेवर एका लेखात परीक्षण करणं अशक्य आहे. परंतु व्यावहारिक दृष्टिकोनातून जे सहज समजेल, पटेल असं लिहिण्याचा हा प्रयत्न आहे. कर्म करत राहा, म्हणजे पाट्या टाकत राहा, असं नाही. पूर्ण शक्तीनं, भक्तीनं, निरपेक्षपणे झोकून द्या. जणू तुम्ही परमेश्वराची भक्ती करत आहात; जी केल्यामुळे तुम्हांला आनंद मिळतो. एखादी कलाकृती ही अनेक पिढ्यांच्या अनुभवांतून आलेली असते.

भगवद्गीता हेसुद्धा चार वेद, १०२ उपनिषदं, हिंदू धर्माची सहा तत्त्वज्ञाने यांचं सार आहे. म्हणजेच, भारताचा व्यवहार आणि तत्त्वज्ञान यांतून, त्यातल्या पिढ्यान्‌पिढ्यांच्या अनुभवांतून अध्यात्माकडे वळलेल्यांचा हा परिपाक आहे.

मी सांगतोय ते सर्व तत्त्वज्ञान तुम्हांला अवघड, बोजड तर वाटत नाही ना? मला खरंच शांत झोप येते. कारण, झोपताना मी या सर्व गोष्टींपासून दूर होतो. मग शांत झोप का येणार नाही? आंतरराष्ट्रीय प्रवास करताना मी भारत विसरतो... मस्तपैकी विश्रांती घेतो... आपोआपच थकवा जातो... विमानातून उतरल्यावर कामाला सज्ज असतो. मित्रांना आश्चर्य वाटतं! मी हे वरदान मिळवू शकलो आहे. तुम्हीही प्रयत्न करा... सवयीनं तुम्हांलाही मिळेल!

स्वत:ची ओळख होणं महत्त्वाचं...!

सकाळ वृत्तपत्र समूहाचे अध्यक्ष प्रताप पवार यांनी 'अनुभवें आले' या 'सप्तरंग'मधल्या सदरातून आयुष्यातले अनेक अनुभव मांडले. या सदराला वाचकांचा भरभरून प्रतिसाद मिळाला. या सदराच्या निमित्तानं त्यांनी 'सकाळ'च्या संपादकीय सहकाऱ्यांशी साधलेला हा संवाद...

अभियंता म्हणून शिक्षण पूर्ण होत असताना उद्योजक व्हावं असं तुम्हांला का वाटलं?

उद्योजक व्हावं असं मला मी पिलानीत असतानाच वाटत होतं. कारण, त्या वेळी माझ्याभोवती मारवाडी मित्र होते. मारवाडी समाजात नोकरी करणारा कुणी क्वचितच असतो. या मित्रांच्या घरी आम्ही जायचो, त्यामुळे काही कुटुंबांशी कौटुंबिक स्नेह निर्माण झाला. त्यांच्या सर्व गप्पा व्यवसाय, आर्थिक उलाढाल, नवीन प्रकल्प यांवरच आधारित असायच्या. आपण जेवताना साहित्य, राजकारण अशा गप्पा मारतो; परंतु त्यांच्या चर्चा व्यवसायाच्या... हा एक भाग.

दुसरं म्हणजे, आई-वडिलांचं म्हणणं होतं की, शिक्षण झालं की घरी यायचं नाही. त्यामुळे डोक्यात चक्र निर्माण झालं... मी बीई झाल्यावर आई-वडिलांची जबाबदारी संपली होती. या दोन गोष्टींमुळे उद्योजक झालो. आणि...

तिसरी गोष्ट म्हणजे, पिलानीत एक चांगली बाब होती. ती अशी की, प्रत्येक वर्षी दोन महिने – म्हणजे साठ दिवस एखाद्या प्रोजेक्टवर काम करावं लागायचं. त्यासाठी शंभर गुण असत. त्यामुळे मुकाट्यानं काम करावं लागायचं.

मला चार ठिकाणी काम करावं लागलं. त्यापैकी सर्वच ठिकाणी मला सांगण्यात आलं, 'बीई झाल्यावर नोकरीसाठी अर्ज करू नका, थेट आमच्याकडे रुजू व्हा.'

मी एक मराठी माणूस. एकाच वेळी माझ्या हातात चार नोकऱ्या म्हणजे फार मोठं फलित होतं. त्याचा आणखी एक फायदा असा झाला की, आपण हजार-पाचशे माणसं सहज हाताळू शकतो, असा आत्मविश्वास माझ्यात निर्माण झाला. माझे अनेक मित्र अमेरिकेत जाऊन एमएस झाले. परंतु आपलं ते ध्येय नाही, हे माझ्या लक्षात आलं होतं. थोडाफार व्यवसाय, फायनान्स समजतो; मग त्यातच करिअर करायला आवडेल हे जाणवलं.

'तुम्ही कोण आहात' ही स्वतःची ओळख होणं फार महत्त्वाचं असतं. माझ्या आयुष्यात दोन टर्निंग पॉइंट आहेत. माझ्या वडिलांची इच्छा होती, की मी डॉक्टर व्हावं. त्यातलं पहिलं कारण, मी अभ्यासात हुशार होतो, आणि दुसरं कारण म्हणजे, त्यातून समाजाची सेवा करता येईल हा त्यांचा उद्देश होता. मात्र, वैद्यकीय विषयच मला अतिशय रुक्ष वाटतोय, असं माझ्या लक्षात आलं. त्यामुळे मी 'नाही' म्हणून सांगितलं. यावर वडील माझ्यावर भयंकर रागावले. परंतु आई म्हणाली, "तुला जे योग्य वाटतं ते कर." मी वडिलांना म्हणालो, "मी रट्टा मारून डॉक्टर होईनही; परंतु मी आयुष्यात अयशस्वी होईन. कारण, मला तो विषय आवडत नाही."

'हा विषय आवडत नाही,' हे सांगण्याची स्पष्टता त्या काळी कशी निर्माण झाली?

आमचा वडिलांशी संवाद कधी नव्हताच. जे काही असेल ते आम्ही आईशी मोकळेपणानं बोलायचो. सर्वांना आश्चर्य वाटेल; पण मी वडिलांशी पूर्ण आयुष्यात तास-दोन तासच बोललो असेन! आमच्या बहिणी मात्र त्यांच्या

लाडक्या होत्या. त्यांच्याशी वडिलांच्या खूप चांगल्या गप्पागोष्टी होत असत. आम्ही सर्व भावंडं आपापल्या क्षेत्रात मोठी झाल्यावरची गोष्ट...

वडील आल्यावर आम्ही एकेक करून खोलीतून बाहेर जात असू. ते एकटेच उरायचे. कारण, बोलायचं काय? त्यांचा दरारा, व्यक्तिमत्त्व हे सर्व होतं; परंतु संवाद नव्हता. जो काही संवाद होता तो आईशी. आमची आई हुशार आणि धाडसी होती. आम्ही आईशी मोकळेपणानं बोलायचो. ती म्हणाली, ''तुला जे योग्य वाटतं ते कर! वडिलांशी काय बोलायचं ते मी पाहते.''

शरद पवारांच्या आयुष्यातही असा प्रसंग आला. म्हणजे, प्रत्येक भावाच्या आयुष्यात हा टर्निंग पॉइंट आला. त्या वेळी माझी आई त्या-त्या मुलाच्या पाठीशी ठामपणे उभी राहिली. त्यामुळे सर्वांचं करिअर झालं. आम्हां सर्व भावांचं 'आई-आई' असं जे चालतं त्याचं मूळ कारण तिथं आहे. तिनं प्रत्येक मुलाला त्याच्या कलानं, त्याची क्षमता काय आहे, त्याला काय महत्त्वाचं वाटतं हे जाणून घेऊन प्रोत्साहन दिलं; भलेही वडिलांची इच्छा तशी नसो. त्या काळी घरातल्या कर्त्या पुरुषाच्या विरोधात उभं राहणं ही सोपी गोष्ट नव्हती. अर्थात, आईनं सांगितल्यावर वडीलही त्यावर कधी काही बोलले नाहीत.

पिलानीतल्या मराठी कुटुंबांशी कसं नातं होतं?

पिलानीत पंधरा-वीस मराठी कुटुंबं होती. मी पिलानीत गेल्यावर, कुणी मराठी कुटुंब आहे का, हे शोधत होतो. त्या वेळी तिथं महाराष्ट्र मंडळ असल्याचं समजलं. मराठी मुलं त्या मंडळाची सदस्य आपोआप व्हायची किंवा त्यानं सदस्य केलं जायचं. तिथल्या सर्व कुटुंबांशी माझी नाळ घट्ट झाली. लहान मुलांबरोबर खेळण्याची कला माझ्यात होती.

पिलानीत प्रत्येकाचा छोटासा बंगला... चौकोनी कुटुंब... दोन मुलं आणि आई-वडील. त्यांच्या मुलांबरोबर मी खेळायचो. त्यामुळे दृढ नातं निर्माण झालं होतं. मुलांना कुणी काका-मामा हवा असतो. तो मी होतो. त्यांच्या आई-वडिलांना माहीत होतं की, त्यांच्या मुलाचा आवडता काका कोण, तर प्रतापकाका! त्यातून आमच्यात आत्मीयता निर्माण झाली ती कायमचीच!

एकमेकांच्या सुख-दुःखांच्या गोष्टी बोलणं हा आमच्या जीवनाचा एक भाग होता. डॉ. गोंधळेकरांच्या बाबतीत काही भावनिक प्रसंग निर्माण झाला. तो मी व्यवस्थित हाताळला. त्यांची मुलं आजही माझ्या संपर्कात आहेत.

इतर मराठी विद्यार्थ्यांपेक्षा त्यांच्याशी माझं वेगळं नातं निर्माण झालं. मुख्य वैद्यकीय अधिकारी म्हणून डॉ. गोंधळेकरांचा विशेष दबदबा होता; परंतु माझ्यासाठी ते अण्णा होते.

एकदा त्यांचा मुलगा माझ्याकडून सायकल शिकत होता. त्या वेळी गोंधळेकर यांच्या पत्नीनं ते पाहिलं. त्याही डॉक्टर होत्या. त्या मुलांना म्हणाल्या, ''अरे, पवारकाकांना किती त्रास देता?'' मी म्हणालो, ''मला आवडतं. मी त्यांना शिकवतो आहे. मुलं आनंद घेत आहेत.'' त्यावर त्या म्हणाल्या, ''इतकी जवळीक असू शकते हे मला माहीतच नाही.'' कारण, त्याही मुंबईतून चौकोनी कुटुंबातून आल्या होत्या. त्या कुटुंबानं हितचिंतक म्हणून माझ्याकडे पाहताना या गोष्टींचा कुठंतरी माझा विचार झाला असला पाहिजे.

मला व्यवसाय करायचा होता. आई-वडील एक रुपयाही देणार नव्हते. आमच्याकडे फुकटातला पैसा आहे हे गृहीतक घराघरांत इतकं पक्कं आहे, की दुसरी बाजू कधी ऐकली गेली नाही... कुणाला ती समजूनही घ्यायची इच्छाही नाही. तो भाग वेगळा! व्यवसाय सुरू करण्यासाठी डॉ. गोंधळेकरांनी मला पैसे दिले. असे ऋणानुबंध निर्माण झालेले होते ते कायमचेच... डॉक्टरांच्या अखेरच्या श्वासापर्यंत!

नंतरच्या काळात किर्लोस्कर कुटुंबीयांनी मला खूप सहकार्य केलं. मी किर्लोस्करचा संचालक झालो तरी पुरवठादार म्हणूनच जायचो तिथं. मी सांगायचो, ''तुम्ही मला मदतीचा हात द्या; परंतु मला प्राधान्य नको, गुणवत्तेवर व्यवसाय द्या. कारण, मला अशी सवय लागली तर अन्य ठिकाणी मी कशी स्पर्धा करणार?''

उद्योगक्षेत्राप्रमाणेच सामाजिक क्षेत्रातही तुम्ही तितक्याच समरसतेनं वावरत आहात. दोन्ही गोष्टी कशा सांभाळल्या?

या गोष्टी साध्य करायला खरोखरच काहीच अडचण आली नाही. लोकांना वाटतं, की मी खूप काम केलं. प्रत्यक्षात सामाजिक क्षेत्रात अत्यंत उच्च दर्जाच्या व्यक्तींशी माझी भेट झाली. अच्युतराव आपटे, डॉ. नरेंद्र दाभोलकर, बाबासाहेब जाधव, निर्मलाताई पुरंदरे, किशाभाऊ पटवर्धन, शोभनाताई रानडे, डॉ. माचवे, शंतनुराव किर्लोस्कर अशा मोठ्या व्यक्तींचा सहवास मला लाभला. मी साहाय्यक होतो. संस्था तेच चालवत असत, मी मदत

करत असे. आजही विद्यार्थी साहाय्यक समितीत मी रोज जात नाही... धोरण ठरवण्यापुरता सहभाग.

बारामती ॲग्रीकल्चर ट्रस्टमध्ये मी काही क्षेत्रांत धोरण ठरवतो. तिथंही दैनंदिन कामात लक्ष घालत नाही. परंतु संस्थेला योग्य दिशा मिळेल, चांगलं काम होईल असं धोरण ठरवतो – अगदी जोशी हॉस्पिटल किंवा विद्यार्थी साहाय्यक समिती असो! त्यामुळे तुम्ही मर्यादित; परंतु 'क्वालिटी टाइम' देऊन योग्य नियोजन करू शकता.

प्राधान्यक्रम निश्चित असेल तर वेळ नक्कीच मिळतो. त्यामुळे एखाद्या संस्थेनं वेळ मागितला आहे आणि मी तो दिलेला नाही, असं गेल्या पंचावन्न वर्षांत कधीच झालेलं नाही. सुदैवानं वाया घालवायला माझ्याकडे वेळ नाही आणि कुणा एखाद्याला विशिष्ट वेळ दिली असल्यास ती मी दुसऱ्याला देत नाही. याचा एक अनुभव सांगतो.

मी टोरँटोमध्ये होतो. माझ्या नित्यक्रमानुसार योगासनं करत होतो. त्या वेळी भारतातून फोन आला. मी तो घेतला नाही. कारण, माझी ती वेळ व्यायामाची होती. मी ज्यांच्याकडे मुक्कामाला होतो त्यांनाही याचं मोठं आश्चर्य वाटलं! त्यानंतर लोकांच्या लक्षात आलं की, सकाळी आठ ते नऊ ही माझी व्यायामाची वेळ असते.

आपण उगाचच विचार करतो... फोन नाही घेतला तर समोरच्याला काय वाटेल? नंतर बोलता येत असतं. त्याला काय वाटायचं ते वाटू द्या ना! तुमचा प्राधान्यक्रम महत्त्वाचा आहे. तुम्ही काही वाईट काम करता का? स्वतःसाठीच तर वेळ देत आहात ना... यातून वचनबद्धतेची सवय लागते. त्यासाठी दृढशक्ती, इच्छाशक्ती लागते, ती मी माझ्या प्रत्येक कामात देत असतो.

माणसं निवडताना तुमचा अनुभव, तुमचे निकष काय असतात?

वेगवेगळ्या संस्थांत माणसांची निवड करताना त्यांच्यातल्या शैक्षणिक गुणवत्तेपेक्षा मी क्षमतेला महत्त्व देतो. त्यामुळे माझ्याबरोबर पंचवीस-तीस वर्षं सलग काम करणारी डझनावारी माणसं आहेत. ती चांगली तयार झालेली आहेत. मध्यंतरी मी एक कंपनी विकत घेतली. सर्व व्यवहार कंपनीच्या माणसांनी केला. कारण, मला काय अपेक्षित आहे, हे त्यांना माहीत झालेलं आहे.

माझ्या हाताखालच्या माणसांबद्दल माझ्या मनात कधीच संशय येत नाही. कारण, वर्षानुवर्षं काम करत असल्यानं आत्मीयतेचं, पारदर्शक वातावरण

निर्माण झालेलं आहे. अजय मेटाकेममध्ये काही वर्षांपूर्वी कर्मचाऱ्यांची यादी केली. त्या वेळी लक्षात आलं की, पंचवीस वर्षांहून अधिक काळ काम करणारे तीसहून अधिक कर्मचारी आहेत. त्यांच्याशी कायमचे ऋणानुबंध निर्माण झालेले आहेत. मी कोणत्याही कर्मचाऱ्याकडे नोकर म्हणून पाहत नाही; मग तो माझ्या मोटारचा चालक का असेना. तो माझा सहकारी आहे, हाच विचार कायम माझ्या मनात असतो.

तीच गोष्ट माझ्या पुरवठादारांबाबत आहे. त्यांना मी कधी दोन तास वाट पाहायला लावली नाही किंवा व्यवसाय देण्यामागं उपकाराची भावना ठेवली नाही, ठेवत नाही. पुरवठादारांना ताणून धरायचं आणि दर कमी करायचे हे मी करत नाही. त्यांना ठरावीक वेळ दिली असेल तर त्या वेळी माझे दरवाजे उघडे असतात. भले त्याला किंवा तुम्हांला समवेत व्यवसाय करायचा नसेल; परंतु वचनबद्धता असायलाच हवी. गुणवत्ता, किंमत, सेवा यांच्या बाबतीत कोणतीही तडजोड पुरवठादारांकडून होता कामा नये अशी माझी अपेक्षा असते, तर मग त्यांना दिलेला शब्द पाळण्याबाबत मलाही दक्ष राहायला हवं, असं माझं असं धोरण असतं. तसा दक्ष मी राहतो. यामुळे संबंध दीर्घ काळ टिकून राहतात.

एबीटी प्राइस नावाची कॅनडातली कंपनी आहे, तिनं खास तिकीट पाठवून मला बोलावून घेतलं. त्यांना काय गरज होती? कारण होतं, वचनबद्धता! केवळ क्षमता असलेला ग्राहक म्हणून त्यांनी बोलावून घेतलं. मी ही पारदर्शकता कायम ठेवली. आणि व्यवसाय करणाऱ्यांचा कायम आदर केला.

तुम्ही प्रत्येक संस्थेवर जिवापाड प्रेम केलं. त्याबद्दल काय सांगाल?
आई मला कायम सांगायची, ''सामान्य आयुष्य जगू नका. आयुष्यात काहीतरी उत्तम करण्याचा प्रयत्न करा. ते करताना समाजाला विसरू नका. फक्त स्वतःपुरतं पाहू नका.''

आई प्रत्यक्षात तशीच जगली. आमच्या घरात दोन-चार विद्यार्थी अभ्यासाला नेहमी असत. गोखले म्हणून एक आईची मैत्रीण होती. त्यांना आम्ही गोखलेमावशी म्हणायचो. तिच्या आजारपणात आमची आई तिची आमच्या घरी तीन-तीन महिने सेवा करायची. अशी अनेक उदाहरणं आहेत.

आमच्याकडे होणारा स्वयंपाक सर्वांसाठी सारखाच असायचा. माणूस घरात आला तर, 'का?' 'कोण?' असा विचार आमच्या मनात कधीच आला

नाही. आईकडून नकळत संस्कार झाले आहेत. मी शाळेत असताना हुतूतूची टीम तयार केली. तीत समाजातल्या सर्व घटकांतली (विशेषतः मागासवर्गीय) मुलं होती. त्या मुलांच्या अभ्यासासाठी, सर्वांगीण प्रगतीसाठी मी काम करायचो. आठवीत असताना माझ्या वर्गात नातू, प्रभुणे वगैरे मित्र होते.

''ते आता दिसत नाहीत,'' असं आईनं एकदा विचारलं.

मी म्हणालो, ''तसं काही नाही.''

तिनं लगेच सांगितलं, ''त्यांची संगत सोडू नकोस.''

मला त्या वेळी राग आला. मी आईला विचारलं, ''तू हे का सांगतेस?''

त्यावर ती म्हणाली, ''त्यांच्या संगतीत तुझे विचार चांगले राहतील. भविष्यात तुला त्यांच्याशी स्पर्धा करावी लागेल. त्यांची मैत्री सोडू नकोस.''

महत्त्वाचं म्हणजे, अशा अनेक मित्रांशी आजही माझी मैत्री टिकून आहे. आपल्या मुलांना कुणाची संगत असावी, आम्ही कोणती पुस्तकं वाचतो, आम्ही कोणत्या विषयावर चर्चा करतो, आमचे मित्र कोण आहेत याबाबत ती सजग होती. अभ्यासाबरोबरच मुलं काय आणि किती खेळतात यावरही तिचा कटाक्ष असायचा. आणि कुणी मित्र अडचणीत आला तर आम्ही त्याच्या मदतीला जात आहोत ना, यावरही तिचा कटाक्ष असायचा. आमचे वडील आमच्याशी फार बोलत नव्हते तरी त्यांचाही आईसारखाच दृष्टिकोन होता. ते बाळकडू आमच्या रक्तात भिनलेलं आहे. त्यामुळे विविध संस्थांवर काम करत असताना माझ्या मनात उपकाराची भावना कधीच नसते, ती समाधानाची बाब असते.

'सकाळ'ची धुरा घेतानाही हाच व्यापक दृष्टिकोन होता, याद्वारे वाचकांना, पर्यायानं समाजाला, अधिक चांगली माहिती देता येईल... सामाजिक जाणिवेची जोड 'सकाळ'च्या माध्यमातून देता येऊ शकेल हा विचार होता. सामाजिक संस्थांमधून मी खूप अतुलनीय काम केलं, असं मी कधीच मानत नाही. मी माझं सामाजिक कर्तव्य पार पाडत आहे.

महाराष्ट्र अंधश्रद्धा निर्मूलन समितीचा मला विश्वस्त केलं गेलं त्या वेळी अनेकांच्या भुवया वर गेल्या : 'प्रताप पवार यांना कसं निवडलं...? ते तर शरद पवार यांचे भाऊ आहेत...!'

यावर डॉ. दाभोलकर म्हणाले होते : 'मी कुणाची निवड करतोय हे मला माहीत आहे.' बरं, दाभोलकरांचा आणि माझा जवळचा परिचय होता, असंही नाही. 'सकाळ'मध्ये येऊन ते भेटत असत.

ही उदाहरणं यासाठी की, मी पदं मागायला गेलो नाही, माझी निवड केली गेली. मी माणसं वाचली नाहीत, असं नाही. परंतु माझं औद्योगिक किंवा सामाजिक काम असो, त्यात लोकांनी मला निवडलं. किर्लोस्कर ऑईल इंजीन असो, भारत फोर्ज असो, फोर्स मोटर्स असो, फिनोलेक्स असो किंवा अन्य कंपन्या असोत; त्यांनी मला संचालक मंडळात येण्याची विनंती केली.

जेव्हा मला वाटलं की, आता खूप काम झालं आहे, नवीन मंडळींना संधी मिळाली पाहिजे, तेव्हा मी वॅन इन्फ्राच्या संचालकपदाचा राजीनामा दिला. लोकांना सत्ता, जागा, पद यांचा मोह असतो, तो मला कधीच नव्हता आणि आजही नाही.

'पवार घराणं' हा विषय कायम चर्चेत असतो... तुम्ही याकडे कसं पाहता?

'घराणं' हा विषय माझ्या मनात कधी आला नाही. एका गोष्टीची खंत जरूर आहे... माझ्या भावंडांबद्दल कोणतीही पूर्ण माहिती न घेता गैरसमज पसरवले गेले. पवार घराण्याकडे बोट दाखवावं किंवा शाप द्यावा असं आमच्यापैकी कुणीही काहीही केलेलं नाही. हजारो लोकांच्या जीवनात काही चांगलं घडवल्याचं समाधान आम्हां प्रत्येक भावाला आहे... ही वस्तुस्थिती आहे.

आम्ही कधीही आमच्या कार्याचा गाजावाजाही केला नाही आणि करणारही नाही. कारण, समाजाविषयी ते आपलं कर्तव्य आहे हीच आमची भावना आहे. 'समाज चांगला पाहिजे' असं आपण म्हणतो. परंतु तो चांगला होण्यासाठी आपलं काही योगदान आहे का? भले खारीचा वाटा असेल... परंतु माझ्या प्रत्येक भावाचं, बहिणीचं आणि पुढच्या पिढीचंही हेच योगदान आहे, असं मी म्हणेन.

वायनरीचं एक उदाहरण सांगतो. बारामतीत शेतकऱ्यांनी एक वायनरी सुरू केली होती. तत्कालीन राज्य सरकारच्या काही धोरणांमुळे ती तोट्यात आली. एका नवीन उत्पादनाची तातडीनं उभारणी केल्यास ही वायनरी वाचेल, असं संचालक मंडळाच्या लक्षात आलं. ती संपूर्ण जबाबदारी माझ्या दोन्ही वडीलबंधूंनी माझ्यावर टाकली. मी माझा मूळ व्यवसाय सोडून बारामतीत सहा महिने मुक्काम ठोकला. वायनरीचा प्रकल्प यशस्वी झाला. या काळात वैयक्तिक व्यवसायाकडे दुर्लक्ष झाल्यानं माझं भरपूर आर्थिक नुकसान झालं.

त्या वेळी मला सल्ला दिला गेला, 'शरद पवारांमुळे तुम्ही तिथं काम केलं, तर त्यांच्याकडून पैसे घ्या.' मी म्हणालो, 'अंतिम निर्णय माझा होता, त्याचे परिणाम मीच भोगले पाहिजेत. मी व्यावसायिक आहे. माझ्या व्यवसायात नफ्या-तोट्याची जबाबदारी माझी आहे. ती वायनरी चालवण्याबाबत मला सांगितलं गेलं होतं, त्या वेळी मी 'होय' म्हणालो. त्यामुळे वायनरीची सर्वस्वी जबाबदारी माझी आहे. हे जरी सामाजिक दायित्व असलं तरी त्यामुळे माझं आर्थिक नुकसान झालं. ते मी भरून काढेन.'

आणि पुढच्या तीन-चार महिन्यांत मी ते नुकसान भरून काढलंही! तो माझ्या स्वभावाचा भाग आहे. आमच्याकडे हजारो कोटी रुपये आहेत, असा समज कोणतंही तथ्य नसताना समाजात पसरवला गेला. अर्थात, याबाबत *माझी वाटचाल* या पुस्तकात 'उचलली जीभ' या प्रकरणात मी लिहिलं आहे. आमचं काही ऐकून घ्यावं, असं समाजाला कधी वाटलं का? नाही वाटलं. माझ्या दृष्टीनं सर्वांत वेदनादायी भाग हा आहे.

मी अनेकदा विद्यार्थ्यांशी बोलायला जातो, समाजात जातो त्या वेळी घरोघरी आम्हांला प्रश्न विचारला जातो, 'तुम्हांला पैशाला काय कमी आहे?' अप्पासाहेब पवारांनी आयुष्यभर शेतीत योगदान दिलं म्हणून त्यांना 'पद्मश्री' किताब मिळाला. मी पंचावन्न वर्षं सामाजिक कामात योगदान दिलं म्हणून मला 'पद्मश्री' किताब मिळाला आहे, याची एक टक्का लोकांनाही जाणीव नाही. ही सामाजिक व्यथा आहे आणि आम्ही पवार कुटुंब तिचे बळी आहोत.

आमचे सहकारी कोण आहेत, आमचे विचार काय आहेत, याविषयी समाजानं कधी विचारलं नाही. जगभरात आम्ही माल विकतो, आम्ही युनिक प्रॉडक्ट तयार करतो यात कुणाला रस नाही. 'तुम्ही पैसा फुकटात कमावला' अशीच समाजाची भावना आहे. माझ्या मते, हे केवळ राजकीय कारणामुळे तयार केलं गेलेलं मत आहे. हे खूप खोलवर आहे. भले त्यामागं 'शरद पवार' हे कारण असावं... हे हेतुपूर्वक आहे. समाजानं दुसरी बाजू ऐकून घ्यावी. कुणीतरी मोठ्यानं बोलतो आहे, सातत्यानं बोलतो आहे त्यामागची वस्तुस्थिती शोधावी.

सहज एक उदाहरण म्हणून सांगतो... तशी अनेक आहेत. माझ्या एका अत्यंत जबाबदार, कर्तृत्ववान, बुद्धिमान मित्रानं मला व्हॉट्सॲपवर संदेश पाठवला. अर्थातच, त्यालाही तो कुणीतरी पाठवला होता. त्यात असं म्हटलं

होतं, 'मोदी सरकार आल्यापासून सुप्रिया सुळे यांना त्यांच्या दहा एकर जमिनीतून वीस कोटी रुपयांचं उत्पन्न दाखवणं अशक्य झालं आहे.' अर्थात, हा मोदीमहिमा! मी त्या मित्राला लेखी विनंती केली : 'या माहितीबद्दल मी आभारी आहे. परंतु आपण जबाबदार व्यक्ती असल्यानं याची शहानिशा केली असणार! कृपया मला याबद्दल संपूर्ण माहिती, आकडेवारी द्याल का? मी आपल्या उत्तराची वाट पाहत आहे.' तीन-चार दिवसांनी माझ्या या मित्रानं माझी माफी मागितली. तो म्हणाला, "हा संदेश सर्वांना पाठवण्याआधी शहानिशा करायला हवी होती."

हा द्वेष कशासाठी...? का हा खोटा आरोप...? मतांसाठी..? दुर्दैव आहे. अशा उच्चशिक्षित व्यक्ती जिथं प्रभावित होतात, तिथं सर्वसामान्य माणसांचं काय?

इंग्लंडमध्ये डॉक्टर असलेल्या व्यक्तीनं सर्वांसमोर, आम्ही पवारमंडळी किती असुसंस्कृत, अशिक्षित, गावंढळ आहोत याचं रसभरीत वर्णन मलाच ऐकवलं! नंतर शहानिशा करून दिल्यावर माझे पाय धरून माफी मागितली ही गोष्ट वेगळी! ही गोष्ट चाळीस वर्षांपूर्वीची आहे. समाजानं दुसऱ्यावर केलेल्या दोषारोपांची शहानिशा करावी याचा सहसा प्रयत्न केला जात नाही. दोन महिन्यांपूर्वी एकाच दिवशी दोन घटना घडल्या.

ऑक्सफर्ड विद्यापीठ, मायक्रोसॉफ्ट, बिल गेट्स यांनी बारामतीच्या ॲग्रीकल्चर डेव्हलपमेंट ट्रस्टबरोबर जगातलं पहिलं शेतीसाठी कृत्रिम बुद्धिमत्ता वापरण्याबाबतचं केंद्र सुरू केलं. त्याचा देशातल्या लाखो शेतकऱ्यांना फायदा होणार आहे. त्या केंद्राचं उद्घाटन शरद पवार यांनी केलं. त्याच दिवशी पंतप्रधानांनी 'शरद पवार यांनी शेतीसाठी काय केलं?' असा प्रश्न जाहीररीत्या विचारला. सर्व मीडियानं पंतप्रधानांना पहिल्या पानावर स्थान दिलं. देशभरातल्या शेतकऱ्यांसाठी वरदान ठरणाऱ्या ॲग्रीकल्चर ट्रस्टच्या कार्यक्रमाच्या बातमीचं कुणालाच (अपवाद वगळता) महत्त्व वाटलं नाही.

'राजकीय बातमी न मिळाल्यास ही बातमी पाठवूही नका,' अशा काही माध्यमसंस्थांच्या सूचना होत्या. अशा उदाहरणांची माझ्याकडे जंत्री आहे. आमच्याविषयीचा कुठलाही थेट अनुभव न घेता ऐकीव माहितीच्या आधारेच आमच्याविषयी गैरसमज करून घेतले जातात.

सध्या समाज कुठं उभा आहे? तुम्हांला काय वाटतं?

मला कायम चांगली माणसं भेटली. समाजात चांगली माणसं आहेत. त्यामुळे मी आशावादी आहे. स्वातंत्र्यानंतर काही धोरणं चुकली. कमाल जमीनधारणा कायदा आला. अठरा एकर बागायत जमीन... शेतकऱ्याला चार-पाच पोरं... तिसऱ्या पिढीत जमीन दीड एकरावर आली... शेतावर जगण्याची परंपरा होती; परंतु शेतीच काढून घेतली गेली... त्यातून सामाजिक प्रश्न निर्माण झाले आहेत.

आमच्या शिक्षण व्यवस्थेत दोष आहेत. उद्योग-व्यवसायवाढीसाठी पुरेसं पूरक धोरण ठरवलं गेलं नाही. शरद पवार यांच्या काळात सिकॉम वगैरे आलं. त्याशिवाय नवीन काही महाराष्ट्रात झालं नाही, त्याबद्दल कुणी बोलत नाही. रोजगाराच्या पुरेशा संधी निर्माण होत नाहीत ही माझ्या दृष्टीनं मोठी समस्या आहे. त्यातून अनेक सुशिक्षित तरुण वैफल्यग्रस्त झाले आहेत. सध्या महाराष्ट्रात निघणारे मोर्चे रोजगारासाठी आहेत.

तुम्ही सर्व क्षेत्रांत वेगळा ठसा उमटवला. राजकारणापासून मात्र लांब राहिलात... काही खास कारण?

मी नेहमी गमतीनं सांगतो, सचिन तेंडुलकर क्रिकेट खूप छान खेळतो म्हणून मीही खेळायचं का? तो तेंडुलकर आहे ना! महंमद रफी खूप छान गाणं गात असत. मग मीही गायचं का? कुणी ऐकेल का माझं गाणं? आपण कोण आहोत, हे समजलं पाहिजे. आपल्याला समाधानी राहायचं असल्यास आवडीच्या क्षेत्रातच गेलं पाहिजे. वडिलांनी सांगितलं म्हणून मी वैद्यकीय क्षेत्रात नाही गेलो. मला माहीत होतं की, या क्षेत्रात मी यशस्वी होणार नाही. राजकीय क्षेत्राचं तेच आहे. जिथं आवड नाही तिथं जाऊन मी करू काय? त्या वाटेला जाऊ कशाला? त्यातून पुन्हा शरद पवार यांचा भाऊ म्हणून? माझं कर्तृत्व काय? अर्थात, एवढं काम करूनही आम्ही 'शरद पवार यांचे भाऊ' म्हणूनच ओळखलो जातो. राजकारणात गेलो असतो तर काय झालं असतं?

उद्योजक, सामाजिक काम यांपैकी तुम्हांला सर्वाधिक काय भावतं?

कसं असतं, आईला तिची सर्वच मुलं आवडत असतात. तुम्ही स्वेच्छेनं काम स्वीकारलं आहे ना! ते प्रामाणिकपणे करण्याचा मी प्रयत्न केलेला आहे.

समाजातल्या चार कुटुंबांचं जीवन चांगलं करता आलं याचा आनंद मोठा आहे. अंधशाळेचं काम करत असतानाची गोष्ट...

शस्त्रक्रिया केल्यामुळे तीन मुलांना दिसू लागलं. त्यांच्या चेहऱ्यावरचा आनंद, समाधान कशात मोजणार? त्यातून आपल्याला मिळणारा आनंद, समाधान अवर्णनीय असतं. 'झाडं लावली पाहिजेत' हे जोरात सांगितलं जातं. मात्र, प्रत्यक्षात स्वतः दोन झाडं लावून ती तुम्ही जगवली आहेत का? तो अधिकार आधी मिळवा. त्यामुळे मी माझ्या पसंतीनं कामं केली आहेत.

राज्यपालांनी माझी सिनेटवर निवड केली. मी वर्षभरात राजीनामा दिला. कारण, तिथं राजकारण असतं. जिथं मी योगदान देऊ शकत नाही तिथून मी लगेच बाहेर पडतो. भले तो सन्मान असेल; परंतु तो मला नकोय! ही स्पष्टता माझ्याकडे आहे. मी वेळ देऊ शकत नाही, असं मला ज्या ठिकाणी वाटतं तिथून मी स्वतःला बाजूला करतो.

हा डिटॅचमेंटचा स्वभाव कसा तयार झाला?

मी शाळेत असतानाची आठवण आहे : माझे सर्वांत थोरले भाऊ प्रथितयश वकील होते. मी अत्यंत तापट होतो. आमचे आजोबाही अत्यंत तापट होते. हे थोरले बंधू एकदा म्हणाले, "प्रताप आजोबांवर गेला आहे." ते माझ्या मनाला खूप लागलं. मी जाणीवपूर्वक प्रयत्न करून तापटपणा कमी केला. तुम्हांला तुमचं व्यक्तिमत्त्व समजलं आहे का, तुमचे गुण-दोष समजले आहेत का, त्यासाठी तुम्ही काही प्रयत्न करत आहात का... हे महत्त्वाचं आहे.

रोज रात्री झोपताना मी आढावा घेतो... स्वतःचं व्यावसायिक कर्तव्य आणि दुसऱ्यासाठी काही चांगलं केलं आहे का? दुसऱ्यासाठी करताना निःस्वार्थी हेतूनं केलं का, याचाही विचार मी करतो. हा माझ्या जगण्यातला आनंद आहे. म्हणून मी म्हणतो, 'माझा सदरा हा सुखी माणसाचा सदरा आहे.' जगात प्रत्येक जण पूर्णतः वेगळा आहे. कुणाची कुणाशी तुलना होऊ शकत नाही. दोष, कमतरता कुणामध्ये नाहीत? परंतु, ही बाब समजून घेतली पाहिजे.

तुमच्यातल्या ऊर्जेचं रहस्य काय?

एकतर मनात पाप नाही. दुसऱ्याचं नुकसान करण्याचा विचारही मनात येत नाही. चांगलं करता आलं नाही ना... मग निदान वाईटही करणार नाही. कायम

नवीन शिकायची इच्छा असते. बारामती ॲग्रो ट्रस्टमध्ये मी नुकताच जाऊन आलो. तिथं आपल्या प्रयत्नांतून हजारो शेतकऱ्यांचं भलं होणार असेल तर ते किती मोठं समाधान आहे! मला शिकायला कायम आवडत असल्यानं वयाचा विचार मनात, डोक्यात येतच नाही. वेळच नाही ना डोक्यात यायला...! आपल्या सदसद्विवेकबुद्धीनं काम करत राहायचं, हीच धारणा असते.

आयुष्याचं तत्त्वज्ञान कसं मांडता?

माझ्या आई-वडिलांनी सांगितलं, 'आपलं कर्तव्य करत राहायचं.' सामाजिक बांधिलकीची जाणीव आयुष्यभर ठेवण्याचे संस्कार आमच्यावर झालेले आहेत. त्याविषयीच्या जबाबदाऱ्याही घेतल्या आहेत. उदाहरणार्थ, वायनरीमध्ये नुकसान झाल्यावर शरद पवारांकडे नाही पैसे मागितले. कारण, तो निर्णय माझा होता, त्याच्या परिणामांची जबाबदारीही माझीच! हे तावून-सुलाखून बाहेर पडणं एक प्रकारचं अग्निदिव्यच आहे. अजाणतेपणानं माझ्याकडून काही चुका होत असतील, त्या मी मान्य करतो.

माणसांमध्ये काय वाचता?

मी क्षमता, दृष्टिकोन पाहतो. 'सकाळ'चं उदाहरण सांगतो.

मी सूत्रं घेतल्यानंतरची गोष्ट. शहात्तर कर्मचारी कमी शिकलेले होते. त्यांना शिकायची इच्छा होती; परंतु परिस्थिती नव्हती. त्यांना विचारलं, 'शिकायचं का?' सर्व जण तयार झाले. त्यांना प्रोत्साहन दिलं. सर्व कर्मचारी केवळ पदवीधरच झाले असं नव्हे, तर चौदा जणांनी पदव्युत्तर शिक्षणही घेतलं. एकानं डॉक्टरेट केली. कोणताही बाँड नाही. त्यातले काही जण 'सकाळ' सोडून अन्य दैनिकांतही गेले. परंतु मला वाईट वाटलं नाही. मी माझं कर्तव्य केलं. यामागं माझा उद्देश काय होता, तर त्यांना शिकायची इच्छा होती; परंतु त्यांची परिस्थिती नव्हती. मग आपण संधी देऊ शकतो का, असा विचार मी केला. काम सांभाळून अभ्यास करायला त्यांना सांगितलं होतं. त्यांच्याकडून काही अपेक्षा केली नाही. चांगली माणसं तयार व्हावीत एवढीच इच्छा होती. हे एक प्रकारचं मानसिक प्रशिक्षण आहे. ते दिल्यानंतर कर्मचारी खुलले. मी कुणाकडूनही कायदेशीरच काय, नैतिक बाँडही घेतला नाही. उत्तम नागरिक, कर्मचारी घडवणं हा माझा उद्देश होता. 'सकाळ'मधल्या होतकरू

कर्मचाऱ्यांना कायम संधी दिली. त्याचे चांगले परिणाम दिसले. निरपेक्षपणे काम करण्यात एक विलक्षण समाधान असतं.

उद्योग-व्यवसाय आणि कुटुंब यांचा समतोल कसा साधला?

कामाच्या व्यापात कुटुंबाला वेळ देऊ शकलो नाही ही खंत आयुष्यभराची आहेच. परंतु आमच्या घरात मातृसत्ताक पद्धत. आई जसं सर्व पाहत असे, तसंच माझी पत्नी भारती हिनं संपूर्ण कुटुंब सांभाळलं. तिचं मुलांवर अतिशय बारकाईनं लक्ष होतं. आता मात्र नातवंडांमध्ये छान रमलो आहे.

तुम्ही नेटकेपणाबाबत आणि वेळेबाबत आग्रही असता, यामागं काही खास कारण?

माझ्याकडे वाया घालवायला वेळच नव्हता. सामाजिक काम करत असताना, संस्थेनं मला वेळ मागितला आणि मी दिला नाही, असं एकदाही घडलं नाही. मी वेळ दिली आणि पाळली नाही, असंही कधी झालं नाही. माझी स्वतःशी वचनबद्धता असते. मी या बाबीचा कायम सन्मान करतो; मग ती वेळ असो किंवा कुणा पुरवठादाराचं, कर्मचाऱ्यांचं वेतन असो, माझं कर्तव्य मी करणारच! त्यातूनच तुमचं व्यक्तिमत्त्व प्रतिबिंबित होत असतं.

ही वचनबद्धता आयुष्यभरासाठी आहे. ती पाळता येत नसेल तर बाजूला व्हायला हवं. मोह टाळता आला पाहिजे. काय करू शकतो, काय नाही याबाबत स्पष्टता असली पाहिजे. कुणीतरी स्तुती करतोय म्हणून वाहवत जायला नको.

तुम्हांला चांगलं जगायचं आहे ना, मग तुमचं शरीरही निरोगी पाहिजे. तुम्ही काय वाचता किंवा काय शिकता हे महत्त्वाचं आहे. तुम्हांला शरीर ऊर्जावान पाहिजे तर ते फुकट कसं मिळेल? कोणतंही वाहन घेतलं तर आपण त्याची सर्व्हिसिंग करतो; मग शरीराचंही नको का? 'व्यायाम करा' असं आपण कुणाला सांगतो, त्या वेळी 'मी करतो का,' हा प्रश्न स्वतःलाही विचारायला हवा.

उपदेश करण्याचा अधिकार मिळवण्याआधी आपण तसं वागलं पाहिजे. दिवसातल्या चोवीस तासांपैकी एक तास स्वतःला देता येत नसेल तर त्याला काहीच अर्थ नाही. दिवसभरात एक तास स्वतःला देऊ शकत नाही इतकं कुणी व्यग्र नसतं. मी प्रवासात स्पोर्ट्स शूज जवळ ठेवतो. वेळ मिळतो त्या वेळी

विमानतळावरही चालतो. इच्छा असेल तर तुम्हांला वेळ निश्चितच मिळतो. सर्व काही मनोनिग्रहावर अवलंबून आहे. तुमचा प्राधान्यक्रम इच्छाशक्तीवर ठरतो. कामाच्या व्यापात थोडं स्वतःकडेही लक्ष दिलं पाहिजे.

समाजाला काय सांगाल?

व्यवहार शिका. 'येत नाही' हे कारण सांगणं माझ्या दृष्टीनं चुकीचं आहे. आमच्याकडे पैसे नव्हते, मला टाय बांधता येत नव्हता, मला इंग्लिश सफाईदारपणे बोलता येत नव्हतं... परंतु शिकलो ना सर्व! आपल्या कमतरता लक्षात घेऊन त्यांच्यावर मात करून पुढं जाणं हा एकमेव मार्ग आहे. त्याला वेळ लागेल; परंतु तुम्ही मात करू शकता.

आता नोकऱ्या मिळू शकत नाहीत. तर, प्राप्त परिस्थितीत काय केलं पाहिजे हा विचार करायला हवा. समाजाच्या व्यथा दिसत आहेत, त्यांचं उत्तर आत्ता कदाचित तुमच्याकडे नाही. परंतु व्यथा दूर करण्यासाठी काही करता का, त्या दिशेनं काही प्रयत्न करता का, हे तपासावं. तरुण पिढीनं आपल्यातल्या कमतरता शोधून त्यांच्यावर मात केली पाहिजे. समाजाला दोष न देता, स्वतःच्या गुणवत्तेवर पुढं गेलं पाहिजे. जगात कुठंही जाण्याची तयारी पाहिजे.

तुमच्या दृष्टीनं समाधान म्हणजे काय?

मी वैयक्तिक पातळीवर कधी अस्वस्थ नसतो. फक्त एखाद्या सामाजिक प्रश्नावर अस्वस्थ असतो. समाजाच्या प्रश्नांविषयी तुमच्या मनात कणव आहे का आणि त्यासाठी तुम्ही काही करत आहात, हे तपासणं महत्त्वाचं आहे. उदाहरणार्थ, विद्यार्थी साहाय्यक समितीद्वारे वर्षभरात आठशे विद्यार्थ्यांचं आयुष्य आपण बदलू शकतो, याचं समाधान आहेच ना! अर्थात समाधान मानण्यावर आहे.

माझ्या मनात काही बाबतीत अत्यंत स्पष्टता आहे. मी व्यवसाय करतो तो नफा मिळवण्यासाठी आणि सामाजिक काम करतो त्यात मात्र कोणताही स्वार्थ असत नाही. व्यावसायिक स्पर्धेमध्ये टिकता आलं पाहिजे, राहता आलं पाहिजे... त्याला कष्ट आहेत, ते करण्याची तयारी असावी. त्याचबरोबर समाजासाठी भलं करता आलं तर जरूर करावं, असा माझा दृष्टिकोन आहे.

अभिप्राय

प्रिय प्रताप,

तुझा २६ नोव्हेंबर रोजीचा 'रेवडी' हा लेख वाचला. भारतातील सद्य:स्थितीला तो लेख अत्यंत अनुरूप आहे. प्रत्यक्ष उपदेश न करता उदाहरणे देऊन आपल्या देशातील लोकांना कानपिचक्या दिल्या आहेत. उथळ लोकप्रियतेसाठी नेतेमंडळी देश कर्जात ढकलत आहेत. पूर्वी कष्ट करून घाम गाळणारा शेतकरी आपले कर्तृत्व विसरून गेला आहे. वीज बिल माफ, दूध आंदोलन, ऊस आंदोलन करून नेत्यांनी त्यांना वाईट सवयी लावल्या आहेत. नेतेमंडळी शहाणी झाली नाही तर भारतासारखा शेतीप्रधान देश रसातळाला जाईल, हे निश्चित!

प्राचार्य, प्राध्यापक, शिक्षकवर्ग, सरकारी नोकर यांचे पगार प्रचंड वाढवले आहेत. विद्यादानाचे काम सोडून काही जण एलआयसी, प्लॉटिंग, पैसे व्याजाने देणे ही कामे करत आहेत. शाळांना मात्र अनुदान नाही. पडक्या शाळा पडत आहेत. क्रीडांगणे, ग्रंथालये, प्रयोगशाळा यांच्यासाठी सरकारकडे पैसा नाही.

आपण पुढच्या पिढीला काय वारसा देणार, याचा सर्वांनी विचार करावा. सर्व भारतीयांनो जागे व्हा...! 'रेवडी' लेखामधून बोध घ्या!

या लेखाबद्दल तुझे मनापासून अभिनंदन!

आपली माई,

सरोज पाटील, कोल्हापूर

प्रिय प्रताप,

आजचा लेख 'कौरव, पांडव आणि सदसद्‌विवेक' वाचत-वाचत शेवटाकडे आले... खरं म्हणजे लेख संपूच नये असे वाटत असताना, 'सदर आता समाप्त होत आहे', या ओळी वाचल्या आणि त्याच्यावरच प्रतिक्रिया द्यावीशी वाटली.

तुझ्याकडे उत्तम प्रतिभा आहे, अनुभव आहेत, 'टचिंग' लेखनशैली (मांडणी छान व ओघवती) आहे. आयुष्यभर जी वेगवेगळी कामे केली व करतो आहेस त्यावर लिहीत गेलास तर अजून खूप लिखाण तुझ्या हातून होईल. विद्यार्थी साहाय्यक समिती वसतिगृहातील विद्यार्थ्यांचा संघर्ष आणि त्यांना तुमच्या सहकार्यामुळे मिळालेले यश, प्रत्येकाची वेगवेगळी कहाणी यावरसुद्धा खूप लेखन होईल. बारामतीला नवीन कृषी तंत्रज्ञान आले त्यावर खूप लिहिता येईल. असो! आता मूळ लेखाकडे येते.

'कौरव-पांडव व सदसद्‌विवेक' यातील विवेक हा शब्द अगदी चपखल आहे. जीवनात विवेकाला फारच महत्त्व आहे. त्याबद्दल तू खूप चांगली उदाहरणं दिली आहेत. आईवडील पुत्रप्रेमात आंधळे होतात, तेव्हा दुर्योधन निर्माण होतो, हे खरे आहे. हे सर्व माहिती असूनही पालक डोळ्यांवर पट्टी बांधून मुलाशी वागत असतात. हल्ली तर शाळांमध्ये खूप अनुभव येत आहेत, कारण एक किंवा दोन मुले त्यामुळे चुकीचे लाड होतात.

माणसातील कौरव-पांडव कसे तयार होतात, याचे विश्लेषणही छान दिले आहे. पैसा, सत्ता मिळवतात; पण त्यातील हेतू चांगला (कौरव) असतोच असे नाही. त्यासाठी व्यवहार व अध्यात्म यांचा समन्वय ठेवला पाहिजे. आपणही आज आहोत उद्या नसणार, आपण सर्व गोष्टी इथेच ठेवून जाणार आहोत याचा विचार करावा, तसेच कर्म करत राहावे, आनंद घेत जगावे, मगच शांत झोप लागेल. वगैरे स्वतःच्या अनुभवातून लेखन केलेले आहे म्हणूनच 'अनुभवें आले' हे नाव दिले गेले.

तरीही अजून खूप अनुभव कथन राहिले आहे. त्याची वाटचाल सुरू करावी एवढेच!

मीना जगधने

श्रीरामपूर

प्रतापराव पवार सरांचे लेख आम्ही 'ॲग्रोवन' किंवा 'सकाळ'मध्ये रविवारी वाचतो. अतिशय उपयुक्त माहिती सरांच्या लेखांमधून मिळत असते. जगभरात सुरू असलेले अनेक प्रयोग या पार्श्वभूमीवर आपला देश कुठे आहे, पुढे जाऊन काय करायला हवे आहे, या विषयाची चिंतनाची प्रक्रिया लेख वाचून होत असते. सरांचे मनःपूर्वक आभार!

डॉ. रांध्या व डॉ. अविनाश पोळ, सातारा

'एज्युकॉन : आपण काय करतो?' हा लेख विचारांना चालना देणारा आहे.

उद्योग क्षेत्रात अभिनव कामगिरी करणाऱ्या संशोधकांना भारतातील उच्च व तंत्रशिक्षण क्षेत्रात सामावून घेण्यासाठी 'प्रोफेसर इन प्रॅक्टिस' ही योजना नावीन्यपूर्ण आणि स्तुत्य आहे. मात्र, भारतीय शिक्षण क्षेत्रात मूलभूत परिवर्तन आणण्याची गरज आहे.

राजकीय अस्थिरता व हस्तक्षेप, लाल फीत, परवानाराज, दिरंगाई यामुळे अशा विद्यापीठांची स्वायत्तता कागदावरच राहते. 'सीईटी' उशिराने होते; प्रवेश लांबतात; विद्यार्थ्यांचे एक शैक्षणिक सत्र वाया जाते. राजकीय पक्ष आरक्षणाबाबत ठाम भूमिका घेत नाहीत; ते कलाकलाने वाढतेच आहे. परिणामी, हुशार आणि महत्त्वाकांक्षी विद्यार्थिवर्गाने एक नवी 'छोडो भारत' चळवळ सुरू केली आहे. प्रति वर्षी साडेसहा लाख भारतीय विद्यार्थी चार अब्ज डॉलर्सचे परकीय चलन खर्च करून प्रगत देशांत शिक्षण, रोजगार आणि व्यावसायिक संधी मिळवण्यासाठी जातात आणि तेथेच स्थिरावतात. त्यामुळे 'ब्रेन ड्रेन' होतो.

याचा 'रिव्हर्स फ्लो' होण्यासाठी भारतीय विद्यापीठे उच्च दर्जाची होणे आणि देशांतर्गत अर्थव्यवस्था मजबूत होण्याची गरज आहे. महासत्तेचा मार्ग ज्ञानसत्तेतून जात असतो.

डॉ. विकास इनामदार

पौड रोड, भूगाव, पुणे

'रेवडी' हा लेख मला खूप म्हणजे खूपच आवडला. नकळत फुकटच्या नादात वाटोळं झालेली अनेक उदाहरणं डोळ्यासमोर येऊन गेली. इथून पुढे जगातील कुठलीच गोष्ट मी कधीही फुकट घेणार नाही, असा पक्का निश्चय मी मनाशी केला,

अभिषेक सुनिल आटोळे

विद्यार्थी साहाय्यक समिती

आपला लेख वाचला. यातील काही मते आपण माझ्याशी बोलताना व्यक्त केलेली आठवली. मी या मतांशी पूर्णतः सहमत आहे. लेख वाचल्यावर एका पुस्तकाची आठवण झाली - 'आर्ट ऑफ थिंकिंग क्लिअरली'. बऱ्याचदा मोठी माणसे लोकप्रिय/समोरच्याला आवडणारी वचने सांगताना आढळतात; पण आपल्या या लेखातून तसेच आपल्याशी संपर्क आल्यानंतर आजवर झालेल्या संवादातून 'बोले तैसा चाले...अशी अनुभूती आली. आपल्याशी केलेल्या सहज संवादातूनही खूप काही शिकण्यासारखे आहे.

वैद्य. योगेश बेंडाळे, पुणे

आपला 'काही वाचन-चिंतन' हा लेख वाचला.

आपला गाढा अभ्यास, अनुभव तसेच अनेक ज्ञानी लोकांशी आलेल्या संपर्क व सान्निध्यामुळे आजच्या (अ)राजकीय चित्राचे सूचक; पण अत्यंत टोकदार चित्र प्रभावीपणे रेखाटले आहे. त्या माध्यमातून आपण आम जनतेस केलेले आवाहन अत्यंत बोलके आहे.

पण, भक्तगणांची फौज ऐकून घेण्याच्या तयारीत नाही. त्यामुळे देशाचं चित्र अधिकच अंधाराकडे जाताना दिसत आहे. मी म्हणतो तेच खरं, हे आपण एकदा समजू शकतो; पण असंख्य हाकारे जेव्हा, 'होय, त्यांचंच खरंय' म्हणतात, तेव्हा एक सार्वजनिक अराजकतेची पुसट भीती घर करत आहे. हा देशाच्या दृष्टीने असणारा अतिगंभीर प्रश्न अत्यंत मायक्रोप्लॅनिंगने हाताळला गेला पाहिजे. आमच्यासारखे सामान्य, केवळ एक उसासा सोडणे वा कुणीतरी नक्कीच काहीतरी करेल या आशेवर भविष्याकडे डोळे लावून बसतात.

आपण अत्यंत ज्वलंत व गंभीर प्रश्न सूचकतेने मांडला व आमच्यासारख्यांच्या भावना जागवल्या, त्याबद्दल शतशः आभार!

आपला,

उत्तमराव पाटील, धुळे

People should know about the social and economic contribution of the Pawar family. This article throws light on that side. Such articles in all the media will be useful.

Bharat Kakde

Managing Trustee, BAIF

आपला आजचा 'ॲग्रोवन'मधील लेख वाचला. खूपच प्रेरणादायी आणि ध्येयवेड्या मनाचा प्रवास दिसला. एखाद्या संस्थाउभारणीत उच्चपदस्थ व्यक्तीची धडपड सर्वसामान्य लोकांना तितकी माहिती नसते. पण सदर लेखातून ती सुंदरपणे उलगडली आहे.

आपले अनुभव नक्कीच मला वैयक्तिक आयुष्यात प्रेरक ठरतील.

डॉ. प्रवीण बनकर

साहाय्यक प्राध्यापक, पशु आनुवांशिकीशास्त्र विभाग

स्नातकोत्तर पशुवैद्यक व पशुविज्ञान महाविद्यालय, अकोला

• • • • • • • •

आपल्या सदरातील 'लढून पहा' आणि 'अतिरेकीपणा : दुर्दैवाने जो खपतो' हे दोन्ही विषय वाचनात आले. आपल्या लढाऊ वृत्तीचे काही प्रसंग माहीत होते; पण त्यामागची भूमिका या लेखनातून स्पष्ट झाली. स्वतःला ८०व्या वर्षीही तुम्ही मनाने आणि शरीराने तंदुरुस्त कसे ठेवले, याचे रहस्य या लेखनातून उलगडते. सतत नवे शिकण्याचा ध्यास आणि नवनव्या आव्हानांना सामोरे जाण्याची तयारी यामुळे तुम्हाला ऊर्जा आणि उत्साह मिळत असतो.

'अतिरेकीपणा' या विषयाच्या मांडणीत तुम्ही इर्दोगन सारख्यांचे अचूक संदर्भ दिले आहेत. जगभरातील सरकारे सध्याच्या जनमताशी सुसंगत नाहीत. बहुतेक सरकारे या ना त्या अतिरेकाला साथ देत आहेत. समाजाचा नाश लोकांमुळे नाही तर सत्ताधाऱ्यांमुळे होत असतो, असे म्हणायला म्हणूनच वाव आहे.

आपण विजय साळुंके यांच्या अभ्यासू वृत्तीचे खुल्या मनाने कौतुक केले, हे स्वागतार्ह वाटले. 'सकाळ'मध्ये नवे काही शिकण्यासाठी, परदेशात एखाद्या अभ्यासक्रमाला जाण्यासाठी तुम्ही सढळ हाताने मदत केली आहे. माझ्या परदेश दौऱ्यात तुम्ही १० हजार रुपयांचे अर्थसहाय्य त्या काळात केले होते, त्याची आठवण झाली; त्याबद्दल मनापासून कृतज्ञता व्यक्त करतो.

– **अनिल टाकळकर**

पुणे

• • • • • • • •

आजच्या (१८ जून) सप्तरंग मधला श्री. पवार यांचा लेख फार आवडला.

आधुनिक सीओईपीच्या पायाभरणीत आणि सीओईपीला लाभलेल्या आजच्या वैभवात त्यांचा सिंहाचा वाटा आहे. सरकार आणि सीओईपी, तसंच उद्योजक आणि सीओईपी यांच्यातील दुवा त्यांनी सहज साधला. यानंतरदेखील त्यांचं 'बाहेरून दिलेलं' मार्गदर्शन सीओईपीसाठी मोलाचं ठरणार आहे. त्यांनी महाराष्ट्रातील इतर संस्थांनाही विशेषतः इंजिनिअरिंग संस्थांना मार्गदर्शन करावं, ही माझी विनंती आहे.

आजच्या लेखातील 'अडवणुकीच्या आणि सोडवणुकीच्या सरकारी मार्गाचं दर्शन' हा प्रकार विशेष भावला; हसू आवरणं कठीण झालं.

कमलेश पंडे

बाणेर-पाषाण लिंक रोड, पुणे

लेखक परिचय

प्रताप गोविंदराव पवार

- बिर्ला इन्स्टिटट्यूट ऑफ टेक्नॉलॉजी अॅण्ड सायन्सेस (BITS), पिलानी येथून अभियांत्रिकीची पदवी (१९६८)
- लगेच 'अजय मेटाकेम' कंपनीची स्थापना करून औद्योगिक क्षेत्रातील कार्यास आरंभ
- त्याआधीच 'पूना स्कूल अॅण्ड होम फॉर ब्लाईंड'च्या व्यवस्थापकीय विश्वस्त पदावरून सामाजिक कार्याला सुरुवात
- 'सकाळ'ची सूत्रे स्वीकारली (१९८५); त्यांच्या नेतृत्वाखाली महाराष्ट्र आणि गोवा राज्यांमध्ये 'सकाळ'चा विविध अंगांनी विस्तार
- 'सामाजिक बांधिलकी जपणारा उद्योजक' म्हणून भारत सरकारकडून 'पद्म श्री' पुरस्काराने सन्मानित
- औद्योगिक, सामाजिक, माध्यमे अशा विविध क्षेत्रांतील अनुभव, ज्ञान आणि त्या निमित्ताने जोडली गेलेली माणसं, संस्था यांच्यातील बलस्थानं शोधून, त्यांना एकमेकांशी जोडत समाजाच्या विकासासाठी कार्यरत

भूषवत असलेली / भूषवलेली विविध पदे

- अध्यक्ष, सकाळ माध्यम समूह
- भारत फोर्ज लिमिटेड, किर्लोस्कर ऑईल इंजिन्स लिमिटेड, फिनोलेक्स केबल्स लिमिटेड, फोर्स मोटर्स लिमिटेड, भारत फोर्ज इंटरनॅशनल लिमिटेड, लंडन, WAN-IFRA, पॅरिस अशा राष्ट्रीय-आंतरराष्ट्रीय उद्योगांच्या संचालक पदांवर काम केले.

- विश्वस्त, कृषिविकास संस्था, बारामती (२०१९पासून)
    - † ऑक्सफर्ड युनिव्हर्सिटी, मायक्रोसॉफ्ट आणि कृषिविकास संस्था, बारामती यांच्यात सहकार्याचा पूल बांधून शेतीमध्ये कृत्रिम बुद्धिमत्ता अर्थात AI चा वापर कसा करता येईल, याविषयीच्या संशोधनाला चालना दिली. याविषयी संशोधन करण्यासाठीचे हे जगातील पहिले केंद्र आहे. इथे होणाऱ्या संशोधनातून शेतीतील उत्पादनखर्च कमी करणं, उत्पादनांची गुणवत्ता आणि प्रति एकरी उत्पादकता सुमारे ४० टक्के वाढवणं शक्य होईल. त्यातून देशभरातील लाखो शेतकऱ्यांचा फायदा होईल.
    - † आयबीएम, इंटेल आणि विद्या प्रतिष्ठान, बारामती यांच्यातील सहकार्यातून देशातील पहिली Modern Lab for Industry विद्या प्रतिष्ठान संकुलात स्थापन. देशातील पहिल्या Digital Manufacturing And Automation's Center for Excellenceची स्थापना. इथे दिल्या जाणाऱ्या आधुनिक शिक्षणाचा आणि केल्या जाणाऱ्या संशोधनाचा फायदा विदा शास्त्र (Data Science), उद्योग क्षेत्र, अभियांत्रिकी, वास्तुरचना अशा क्षेत्रांना आणि विविध ज्ञानशाखांतील विद्यार्थ्यांना होईल. शेती क्षेत्रालासुद्धा त्याचा उपयोग होईल.
    - † आयबीएम आणि विद्या प्रतिष्ठान, बारामती यांच्यातील सहकार्यातून कुशल मनुष्यबळ निर्मितीसाठी प्रशिक्षण कार्यक्रम राबवण्यासाठी पुढाकार. महाविद्यालयीन विद्यार्थी, कंपन्यांमधील कर्मचारी यांच्यासाठी प्रशिक्षणाची सोय. आधुनिक तंत्रज्ञानाचा वापर करून अधिकाधिक लोकांना प्रशिक्षित करण्यावर भर देणारा संयुक्त उपक्रम. पुण्यातसुद्धा याच्या आधुनिक केंद्राची स्थापना.
- 'गर्जे मराठी - अमेरिका' या, विविध देशांतील यशस्वी मराठी व्यावसायिक आणि उद्योजकांच्या संस्थेसोबत सल्लागार म्हणून काम
- अध्यक्ष, व्यवस्थापन मंडळ, शासकीय अभियांत्रिकी महाविद्यालय, पुणे (COEP) यातून विद्यापीठाची स्थापना करण्यात प्रमुख वाटा.
    - † व्यवस्थापन मंडळ सदस्य (२००४) झाल्यापासूनच सीओईपीला आयआयटीच्या दर्जाची संस्था बनवण्याचा ध्यास घेऊन पायाभूत सुविधा, शैक्षणिक प्रगती, सर्वांगीण विकास यांसाठी यशस्वी प्रयत्न
    - † सीओईपी आणि वसंतदादा शुगर इन्स्टिट्यूट यांच्यातील सहकार्याद्वारे उसापासून साखर तयार होण्याच्या प्रक्रियेत सुधारणा घडवून आणल्याने साखर उत्पादन खर्चात काहीशे कोटींची बचत शक्य.

† संस्थापक-संचालक-अध्यक्ष, भाऊ इन्स्टिट्यूट ऑफ इनोवेशन आंत्रप्रिन्युअर्स ॲण्ड लीडरशीप : संस्थेच्या उभारणीसाठी सक्रिय योगदान. सीओईपी तसेच महाविद्यालयीन विद्यार्थ्यांमध्ये उद्योजकता विकसित करण्यासाठी या इन्स्टिट्यूटची उभारणी. शाश्वत विकासासाठी विज्ञान आणि तंत्रज्ञान विभागाकडून संस्थेला स्टार्ट-अप इनक्युबेशन सेंटर उभारण्यास निधी. देशातील सर्वोत्तम ७५ संस्थांमध्ये स्थान.

- अध्यक्ष, मराठा चेंबर ऑफ कॉमर्स, इंडस्ट्रीज अँड ॲग्रीकल्चर (MCCIA), पुणे. संस्थेची धोरणे ठरवणाऱ्या माजी अध्यक्षांच्या परिषदेचे अध्यक्ष
- अध्यक्ष, इंटरनॅशनल कन्व्हेंशन सेंटर (ICC) कमिटी, पुणे : आयसीसी ट्रेड टॉवर निर्मिती प्रकल्पात संकल्पनेपासून पूर्ततेपर्यंत सतत सात वर्षे क्रियाशील योगदान. बहुराष्ट्रीय कंपन्यांची कार्यालये असणाऱ्या आयसीसी ट्रेड टॉवरमध्ये मराठा चेंबर संस्थेसाठी ६००० स्क्वेमी अद्ययावत कार्यालय विनाखर्च मिळवले.
- अध्यक्ष, फेडरेशन ऑफ चेंबर्स अँड असोसिएशन्स, महाराष्ट्र
- अध्यक्ष, ऑडिट ब्युरो ऑफ सर्क्युलेशन, मुंबई (२०२१-२०२२). २०१६पासून व्यवस्थापन समिती सदस्य.
- अध्यक्ष, मीडिया रीसर्च युजर्स कौन्सिल इंडिया (MRUCI), (२०१९-२०२१). २०१६पासून प्रशासकीय मंडळ सदस्य
- अध्यक्ष, वर्ल्ड असोसिएशन ऑफ न्यूजपेपर्स (WAN) इंडिया (२००९) : हैदराबाद येथे WAN वार्षिक समारंभाचे भव्य आयोजन. १६० देशांतील १८०० प्रतिनिधींची उपस्थिती असलेल्या या कार्यक्रमाचे उद्घाटन तत्कालीन राष्ट्रपती मा. प्रतिभाताई पाटील यांच्या हस्ते. जानेवारी २००६पासून WAN, पॅरिस कार्यकारी समिती सदस्य, २००७पासून उपाध्यक्ष पदावर काम केले.
- ॲल्युमिनिअम कास्टर्स असोसिएशन ऑफ इंडिया (ALUCAST)च्या विश्वस्त मंडळाचे सन्माननीय सदस्य (२००७पासून)
- अध्यक्ष, इंडियन लँग्वेजेस न्यूजपेपर्स असोसिएशन (२००५-२००६)
- महाराष्ट्र राज्य तांत्रिक शिक्षण मंडळ (MSBTE), मुंबई या संस्थेत महाराष्ट्र सरकारतर्फे फेब्रुवारी २००३पासून दहा वर्षांसाठी नेमणूक. कोल्हापूर येथे धातुतंत्र प्रबोधिनीची स्थापना; या संस्थेत कामगारांना उच्च शिक्षण घेता येते.
- अध्यक्ष, संचालक मंडळ, इंडियन न्यूजपेपर सोसायटी (२००१-२००२)
- विद्यापीठ अनुदान आयोगाद्वारे (UGC) प्रेस कौन्सिल ऑफ इंडियावर नामांकन

- मा. राज्यपाल, महाराष्ट्र यांच्यामार्फत पुणे विद्यापीठाच्या नियामक मंडळावर (सिनेटवर) नियुक्ती
- औद्योगिक अभियांत्रिकीच्या क्षेत्रातील बहुमोल योगदानाचा गौरव म्हणून इंडियन इन्स्टिट्यूशन ऑफ इंडस्ट्रियल इंजिनिअरिंग यांच्यातर्फे सन्माननीय सदस्यत्व (नोव्हेंबर १९९८ पासून)

औद्योगिक क्षेत्रातील कार्य

- १९६८मध्ये अजय मेटाकेमचा आरंभ. अजय मेटाकेम उद्योगसमूहामार्फत अनेक देशांमध्ये निर्यात
- एक्सपोर्ट प्रमोशन कौन्सिल ऑफ इंडियाचे अनेक पुरस्कार
- राष्ट्रीय आणि आंतरराष्ट्रीय स्तरावर विपणन, तसेच तंत्रज्ञानावर आधारित उद्योगांसाठी अर्थसाहाय्य या क्षेत्रांत विशेष प्रभुत्व

सकाळ माध्यम समूह अंतर्गत कार्य

- १९८५पासून सकाळ समूहाचे संचालक आणि १९८६पासून व्यवस्थापकीय संचालक. त्यांच्या नेतृत्वाखाली सकाळ समूहाने संपूर्ण आधुनिकीकरण करत उल्लेखनीय विकास केला.
- ऑक्टोबर १९८७मध्ये 'साप्ताहिक सकाळ' सुरू केले. 'साप्ताहिक'चे वाचक जगभरात पसरले आहेत.
- पुण्याव्यतिरिक्त मुंबई, कोल्हापूर, नाशिक, औरंगाबाद, सोलापूर, नागपूर, जळगाव आणि अकोला येथूनही 'सकाळ'च्या स्वतंत्र आवृत्त्या प्रसिद्ध होतात.
- गोव्यामधील 'गोमंतक' दैनिकाची मालकी सकाळ मीडिया ग्रुपकडे आल्यानंतर त्याचा लक्षणीय विकास झाला.

सकाळ ॲग्रोवन

एप्रिल २००५मध्ये सकाळ माध्यम समूहाने 'ॲग्रोवन' हे शेतकरी आणि शेती विषयांना वाहिलेले पहिले दैनिक सुरू केले. या दैनिकाला शेतकऱ्यांकडून अभूतपूर्व प्रतिसाद मिळाला आहे.

- 'सरपंच परिषद' हा एक विशेष उपक्रम 'ॲग्रोवन'तर्फे आयोजित केला जातो. विषयतज्ज्ञ, शासकीय अधिकारी, कृषीमंत्री यांच्या मार्गदर्शनाखाली विविध कार्यशाळांचे आयोजन या परिषदेत केले जाते. या उपक्रमांतर्गत आजवर १०,०००हून अधिक सरपंचांना

प्रशिक्षण दिले गेले; ज्यायोगे सुमारे १०,००० गावांच्या सर्वांगीण विकासासाठी हातभार लागला आहे.

- शेतकऱ्यांपर्यंत अद्ययावत ज्ञान पोहोचवण्यासाठी 'ॲग्रोवन'ने नेहमीच पुढाकार घेतला आहे. आजवर 'ॲग्रोवन'ने २,८०,००० शेतकऱ्यांसाठी प्रशिक्षण आयोजित केले असून ते यशस्वीरीत्या पूर्ण करणाऱ्या शेतकऱ्यांना शासनामार्फत प्रशस्तिपत्रक दिले गेले. प्रस्तुत उपक्रमांद्वारे कृषिशिक्षण, कृषिविकास आणि ग्रामविकासाचा उद्देश सफल झाला आहे.
- साम टीव्ही : ही सकाळ मीडिया ग्रुपची महाराष्ट्रातील प्रथम क्रमांकाची मनोरंजन आणि वृत्तवाहिनी आहे.
- सकाळ एज्युकॉन : २००५मध्ये भारतातील उच्च शिक्षणासाठी काम करणाऱ्या 'सकाळ एज्युकॉन'ची सुरुवात झाली. सकाळ एज्युकॉनमार्फत भारतातील विद्यापीठांच्या उप-कुलगुरूंसाठी शैक्षणिक क्षेत्रातील कल्पना, ज्ञान आणि अनुभवांचे आदानप्रदान करण्यासाठी जागतिक व्यासपीठ उपलब्ध करून दिले जाते. त्यामुळे शिक्षण, तंत्रज्ञान आणि उद्योग क्षेत्रातील दिग्गज एकत्र येण्यास मदत झाली; तसेच भारतीय व परदेशी विद्यापीठांना एकत्रितपणे जागतिक शैक्षणिक पद्धती स्वीकारता आल्या.

सामाजिक क्षेत्रातील कार्य

औद्योगिक क्षेत्रातील कार्य सुरू करण्याआधीच पूना स्कूल अँड होम फॉर ब्लाईंड (PSHB) च्या व्यवस्थापकीय विश्वस्त पदावरून सामाजिक क्षेत्रातील कार्याची सुरुवात झाली होती. पुण्यातील अनेक सामाजिक व शैक्षणिक संस्थांचे विश्वस्त. या संस्थांच्या विकासासाठी सतत प्रयत्नशील.

- पूना स्कूल ॲण्ड होम फॉर ब्लाईंड (PSHB) : १९३४मध्ये स्थापन झालेली अंधांच्या कल्याणासाठी काम करणारी पुण्यातील पहिली स्वयंसेवी संस्था. १९६८ ते २००८ अशी ४० वर्षे श्री. पवार या संस्थेचे व्यवस्थापकीय विश्वस्त होते. ब्लाईंड स्कूल फॉर बॉइज ॲण्ड गर्ल्स, नर्सरी फॉर ब्लाईंड बेबीज, द टीचर ट्रेनिंग सेंटर, इंडस्ट्रियल ट्रेनिंग सेंटर फॉर द ब्लाईंड ॲण्ड हँडीकॅप्ड विमेन असे विविध प्रकल्प PSHBतर्फे चालवले जातात.
- विद्यार्थी साहाय्यक समिती : १९७५पासून विश्वस्त मंडळ सदस्य म्हणून कार्यरत. १९८१पासून विश्वस्त मंडळाचे अध्यक्ष. आर्थिकदृष्ट्या दुर्बल घटकातील हुशार विद्यार्थ्यांना समिती मदत करते. आवश्यक सुखसोयी असणाऱ्या खोल्या, पोषक अन्न दर महिना माफक दरात दिले जाते; इतर शैक्षणिक मदत आणि मार्गदर्शनही केले जाते.

पुण्यामध्ये तीन वसतिगृहांतून ८०० विद्यार्थ्यांची सोय होते. वर्षभरात नवीन वसतिगृह झाल्यानंतर १०००पेक्षा जास्त विद्यार्थ्यांची सोय होऊ शकेल. दर आठवड्यात चार तास काम करून मिळणाऱ्या पैशातून वसतिगृहातील खर्च भागवण्यास मदत होते. या प्रकारे १५० विद्यार्थ्यांना 'सकाळ'ने मदत केली आहे. वसतिगृह व्यवस्थापनासाठी समितीला मार्च २०२२मध्ये ISO 9001 नामांकन मिळाले.

- संस्थापक-विश्वस्त-अध्यक्ष, पुणे बालकल्याण संस्था (१९७८पासून) : दिव्यांग विद्यार्थ्यांसाठी चालवले जाणारे भारतातील एकमेव सांस्कृतिक आणि पुनर्वसन केंद्र. जवळजवळ ८५ शाळांतील सुमारे ४००० मुले या केंद्राचा लाभ घेतात. येथे वैद्यकीय मदत आणि उपकरणे मोफत दिली जातात. दिव्यांग मुलांसाठी राज्य, राष्ट्र आणि आंतरराष्ट्रीय पातळीवर आयोजित केल्या जाणाऱ्या स्पर्धांमध्ये संस्थेतील मुलांना अनेक पुरस्कार मिळाले आहेत. शिक्षक आणि मुलांसाठी चर्चासत्रे आणि कार्यशाळा आयोजित केल्या जातात.
- अध्यक्ष, विश्वस्त मंडळ, नानासाहेब परूळेकर चॅरिटी ट्रस्ट
- विश्वस्त, किर्लोस्कर फाउंडेशन : उद्योगाचा कसलाही अनुभव वा पाठिंबा नसणाऱ्या उद्योजकांना सहकार्य करण्यासाठी किर्लोस्कर कुटुंबातर्फे हा न्यास स्थापन करण्यात आला आहे. आजवर अनेकांना या न्यासातर्फे आर्थिक, व्यावसायिक व तांत्रिक सहकार्य देण्यात आले आहे. ४० वर्षांहून अधिक काळ किर्लोस्कर फाउंडेशनचे विश्वस्त
- विश्वस्त, बालग्राम, एसओएस चिल्ड्रेन्स व्हिलेज, येरवडा : प्रकल्पाचे स्थापनेपासून विश्वस्त; १९७७ ते २००२ या कालखंडात खजिनदार. एसओएस इंटरनॅशनलच्या सहयोगाने स्थापन झालेल्या 'बालग्राम'मध्ये निराधार मुले आणि परित्यक्तांना आधार दिला जातो. त्यांना राहण्याची जागा, खाणे अशा सुविधा व शिक्षणही दिले जाते. निराधार मुलांच्या माता बनून परित्यक्ता स्त्रिया राहतात; दोघांनाही घर, सुरक्षा व प्रेम मिळते.
- अध्यक्ष, जिल्हा परीविक्षागृह (१९९३ ते २००२) : पोलिसांनी अटक केलेली मुले-मुली, निराधार मुले, दुर्लक्षित वा आपद्ग्रस्त मुलांना येथे निवारा व जेवण, शिक्षण, व्यक्तिमत्त्व विकास मार्गदर्शन अशा सुविधा देण्यात येतात.
- विश्वस्त, बायफ (BAIF) डेव्हलपमेंट रिसर्च फाउंडेशन : १९६७मध्ये स्थापन झालेल्या या पुरस्कारप्राप्त धर्मादाय संस्थेचे कृषिविकासाचे कार्य भारतातील १३ राज्यांत पसरले आहे. राज्य सरकार, केंद्र सरकार आणि बिल गेट्स फाउंडेशन हे BAIFचे मुख्य आधारस्तंभ आहेत.

- अध्यक्ष, सकाळ रिलीफ फंड : 'सकाळ'चा हा प्रसिद्ध सामाजिक उपक्रम आहे. १९४२मध्ये बंगाल येथील दुष्काळाच्या वेळी सकाळ रिलीफ फंडाची सुरुवात झाली. पूर, दुष्काळ, युद्ध अशा नैसर्गिक-मानवनिर्मित आपत्तीच्या वेळी आपत्तीग्रस्तांना या उपक्रमाद्वारे मदत दिली जाते. या उपक्रमाचे राष्ट्रीय आणि आंतरराष्ट्रीय स्तरावर खूप कौतुक झाले आहे.
    - † लातूर भूकंपानंतर तेथील मुलांसाठी शाळा काढल्या.
    - † कारगीलमध्ये जखमी जवानांसाठी कायमस्वरूपी छावणी; शहीद जवानांच्या मुलींसाठी पुणे, कोल्हापूर, नाशिक आणि अमरावती येथे वसतिगृहे उभारली. तेथील कुटुंबांना आणि रुग्णालयांना प्राथमिक मदत.
    - † कटक आणि ओडिशा येथे शाळा बांधण्यासाठी मदत केली.
    - † २६ जानेवारी २००१च्या भूज येथील भूकंपग्रस्तांसाठी मदत; डॉ. शंतनू पटेल यांना सर्व सोयीसुविधांनी सुसज्ज रुग्णवाहिका दान केली. गुजरातमधील चार जिल्ह्यांमध्ये ७८ शाळांच्या इमारती बांधल्या. विद्यार्थ्यांसाठी मोठे वसतिगृह बांधले.
    - † २६ डिसेंबर २००४ रोजी आलेल्या त्सुनामीतील संकटग्रस्तांसाठी 'सकाळ रिलीफ फंडा'ने पाच कोटी रुपयांची मदत जमा केली. अंदमान, निकोबार आणि तमिळनाडू येथे सामाजिक उपक्रमांची उभारणी केली.
    - † महाराष्ट्रातील पूरग्रस्तांसाठी आणि काश्मीरमधील भूकंपग्रस्तांसाठी निधी जमा करून त्याचा योग्य कारणांसाठी वापर केला.
    - † जलयुक्त शिवार योजनेला सकाळ रिलीफ फंडातून १५ कोटी ८५ लाख रुपयांची मदत देण्यात आली आहे. महाराष्ट्रातील दुष्काळी गावांना पाण्याच्या बाबतीत सक्षम करणे हा प्रस्तुत योजनेचा हेतू आहे. आत्तापर्यंत ८५० गावांमध्ये पाझर तलाव बांधले आणि त्यात २५० कोटी लीटर पाणी साठवण्यात यश आलं आहे.
- अध्यक्ष, परिवार मंगल सोसायटी (१९९५पासून) : शासन, उद्योग आणि खासगी संस्थांच्या मदतीने जिल्हा पातळीवर कुटुंब नियोजनाविषयी कार्यक्रमांचे आयोजन करणे हा परिवार मंगल सोसायटीचा हेतू आहे. पुणे जिल्ह्यातील नऊ तालुक्यांमध्ये सोसायटीतर्फे कुटुंबकल्याण कार्यक्रम आयोजित केले गेले आहेत.
- संस्थापक-विश्वस्त-अध्यक्ष, अंधश्रद्धा निर्मूलन समिती (१९९१पासून आजवर) : ही संस्था अमानवी रीतिरिवाज आणि अंधश्रद्धा निर्मूलनाचे काम करते. समाजाची मानसिकता बदलून वैज्ञानिक दृष्टिकोन रुजवणे, हा अंनिसचा उद्देश आहे.

- अध्यक्ष, निर्धार ट्रस्ट : वाहतूक व्यवस्था, प्रदूषण व लोकसंख्या नियंत्रण या संदर्भात 'निर्धार' न्यास कार्य करतो. ईएम (प्रभावी सूक्ष्मजीव) वापरास प्रोत्साहन देणे; कृषी, पशुसंवर्धन, झोपडपट्ट्यांमध्ये फवारणी इत्यादीसाठी.
- अध्यक्ष, डिस्ट्रिक्ट प्रोबेशन ॲण्ड आफ्टर केअर असोसिएशन (रिमांड होम) : ही संघटना महिला आणि बालकल्याण विभागांतर्गत कार्य करते. बाल गुन्हेगार कायद्यानुसार पोलिसांनी अटक केलेल्या मुलामुलींना येथे ठेवले जाते. त्यांच्या मूलभूत गरजा भागवल्या जातात.
- अध्यक्ष, विश्वस्त मंडळ, एम्प्रेस गार्डन : एम्प्रेस गार्डन हे पुण्यातील सर्वांत जुने उद्यान आहे. ॲग्री-हॉर्टीकल्चर सोसायटीतर्फे या उद्यानाच्या जतनाची जबाबदारी घेण्यात आली आहे.
- अध्यक्ष, विश्वस्त मंडळ, महाराष्ट्र मेडिकल फाउंडेशनचे जोशी हॉस्पिटल; १९९४पासून विश्वस्त.
- बारामती ग्रेप इंडस्ट्रीजची जबाबदारी सामाजिक जाणिवेतून व एक आव्हान म्हणून स्वीकारली. १९७६-७७च्या सुमाराला हा उद्योग बिकट अवस्थेत होता. स्थानिक शेतकरी आणि इटालियन भागीदारांनी श्री. पवार यांना त्यात लक्ष घालण्याची विनंती केली. पूर्ण एक वर्ष श्री. पवार यांनी या उद्योगासाठी दिले. आता हा उद्योग उत्तम स्थितीमध्ये आहे.
- विश्वस्त, लोकमान्य हॉस्पिटल, चिंचवड (१९७४ ते २००४)
- गरजू महिलांना सहकार्य करणाऱ्या महिला सेवा मंडळाचे माजी अध्यक्ष. हे मंडळ १९४०पासून समाजातील गरजू महिलांसाठी कार्य करते. १८ ते ४० वयोगटातील महिलांच्या पुनर्वसनासाठी मदत करते.

पुरस्कार

- उद्योगक्षेत्रातील कार्यासाठी मानाचा पारखे पुरस्कार (१९७८)
- इंडियन न्यूजपेपर सोसायटीच्या अध्यक्षपदी नेमणूक झाल्याबद्दल पुणे महापालिकेतर्फे विशेष पुरस्काराने गौरव (२००२)
- सामाजिक, सांस्कृतिक, शैक्षणिक आणि वृत्तपत्र क्षेत्रातील महत्त्वपूर्ण योगदानाबद्दल प्रोग्रेसिव्ह एज्युकेशन सोसायटीतर्फे, 'शंकरराव कानिटकर गौरव समिती पुरस्कार' तत्कालीन उपमुख्यमंत्री आर. आर. पाटील यांच्या हस्ते (२००५)

- पत्रकारितेतील महत्त्वपूर्ण योगदानासाठी बीड पत्रकार संघातर्फे कै. स. मा. गर्गे पुरस्कार (२०१३)
- पुणे विद्यापीठाकडून जीवनसाधना गौरव पुरस्कार (२०१३)
- व्यापार आणि उद्योगातील उल्लेखनीय कार्याबद्दल भारत सरकारतर्फे पद्म श्री पुरस्काराने सन्मानित (२०१४)
- तत्कालीन राष्ट्रपती मा. प्रणब मुखर्जी यांच्या हस्ते पुण्यभूषण फाउंडेशनच्या पुण्यभूषण पुरस्काराने सन्मानित (२०१५)
- व्यवसाय क्षेत्रातील बहुमोल योगदानाबद्दल टिळक महाराष्ट्र विद्यापीठ, पुणे तर्फे डी.लिट. पदवी (२०१८)
- पत्रकारिता, उद्योग, अभियांत्रिकी, शिक्षण आणि समाजसेवेमधील सक्रिय सहभागाबद्दल फर्ग्युसन गौरव पुरस्कार
- 'भारतीय माध्यमे आणि संज्ञापन' तसेच 'व्यापार आणि उद्योग' या क्षेत्रांच्या विस्तार आणि विकासासाठी दिलेल्या महत्त्वपूर्ण योगदानाबद्दल डॉ. डी. वाय. पाटील विद्यापीठातर्फे डॉक्टर ऑफ लेटर्स पदवी (२०२२)
- BITS, पिलानीतर्फे सर्वोत्तम माजी विद्यार्थी हा सन्मान.

लेखन आणि प्रकाशित पुस्तके

- 'रविवार सकाळ'मध्ये 'वाटचाल' नावाने सदरलेखन. खेड्यातून शिक्षणाची सुरुवात केलेल्या प्रताप पवारांचा यशस्वी उद्योजकापर्यंतचा प्रवास सांगणारे हे लेख आहेत.
- 'वाटचाल : भाग १' आणि 'वाटचाल : भाग २' अशा दोन भागांत हे लेख पुस्तकरूपात प्रकाशित. इंग्लिश भाषांतर 'My Journey' प्रकाशित.
- नुकतीच 'वाटचाल : १'ची तेरावी आवृत्ती प्रकाशित झाली आहे.

www.ingramcontent.com/pod-product-compliance
Lightning Source LLC
LaVergne TN
LVHW050831051026
849532LV00008B/3221
* 9 7 8 8 1 1 9 3 1 1 8 4 2 *